ವಿಕಾಸ್ ಪ್ರಕಾಶ್ ಜೋಶಿ

ಪುಣೆಯಲ್ಲಿ ನೆಲೆಸಿರುವ ವಿಕಾಸ ಪ್ರಕಾಶ್ ಜೋಶಿ ಅವರ ಮೊದಲ ಕೃತಿ ಈ 'ನನ್ನ ಹೆಸ್ರೇ ಸಿನ್ನಮಾನ್'.

ಇಂಗ್ಲೀಷ್‌ನಲ್ಲಿ ಮೊದಲು ಪ್ರಕಟವಾದ ಈ ಕೃತಿ My name is Cinnamon ವ್ಯಾಪಕ ಪ್ರಶಂಸೆಗೆ ಪಾತ್ರವಾಗಿದೆ. ಈ ಕೃತಿ ದೇಶ ವಿದೇಶದ 18 ಪ್ರತಿಷ್ಠಿತ ಸಾಹಿತ್ಯ ಸ್ಪರ್ಧೆಗಳಿಗೆ ನಾಮಕರಣಗೊಂಡಿದ್ದು ಕೆಲವು ಬಹುಮಾನಗಳನ್ನು ಗೆದ್ದಿದೆ. ಈ ಕೃತಿ ಈಗ ಹಲವು ಮುದ್ರಣಗಳನ್ನು ಕಂಡಿದ್ದು ಜಗತ್ತಿನ ಹಲವು ಶಾಲಾ ಗ್ರಂಥಾಲಯಗಳ ಭಾಗವಾಗಿದೆ.

ಈ ಕೃತಿ ತೆಲುಗು, ತಮಿಳು, ಓಡಿಯಾ, ಉರ್ದು ಹಾಗೂ ಸಿಂಹಳೀಯ ಭಾಷೆಗಳಿಗೆ ಅನುವಾದಗೊಂಡಿದೆ. 'ಬಹುರೂಪಿ' ಕನ್ನಡ ಅನುವಾದವನ್ನು ನಿಮ್ಮ ಮುಂದಿಟ್ಟಿದೆ. ಆಸ್ಟ್ರೇಲಿಯಾದಲ್ಲಿ ನೆಲೆಸಿರುವ ರಷ್ಮಿ ಎನ್ ಕಲ್ಸೀ ಅವರು ಇದನ್ನು ಇಂಗ್ಲಿಷ್ ಭಾಷೆಯಲ್ಲಿ ರಂಗಕ್ಕೆ ತರುತ್ತಿದ್ದಾರೆ. ವಿಕಾಸ್ ಅನೇಕ ಸಾಹಿತ್ಯ ಉತ್ಸವದಲ್ಲಿ ಭಾಷಣಕಾರರಾಗಿ, ಕೆಲವೊಮ್ಮೆ ಸಂವಾದಕರಾಗಿ ಪಾಲ್ಗೊಂಡಿದ್ದಾರೆ.

17ನೆಯ ವಯಸ್ಸಿನಲ್ಲಿಯೇ ಇವರು ಪತ್ರಿಕೆಗೆ ಅಂಕಣಕಾರರಾಗಿದ್ದರು. ಆ ನಂತರದಲ್ಲಿ ಅವರು ಹಲವಾರು ರಾಷ್ಟ್ರೀಯ ಪತ್ರಿಕೆಗಳಿಗೆ ಬರೆದಿದ್ದಾರೆ. ಪ್ರಸ್ತುತ ಅವರು ಕಾಲ ಯಾನವನ್ನು ಒಳಗೊಂಡ ರೋಚಕವಾದ ಕೃತಿಯನ್ನು ಮಕ್ಕಳಿಗೆಂದೇ ಬರೆಯುತ್ತಿದ್ದಾರೆ.

ಮಧು ವೈ ಎನ್

1987ರಲ್ಲಿ ಜನನ. ಹುಟ್ಟೂರು ತುಮಕೂರು ಜಿಲ್ಲೆ ಸಿರಾ ತಾಲೂಕಿನ ಯರಗುಂಟೆ ಗ್ರಾಮ. ತುಮಕೂರಿನ ನವೋದಯ ವಿದ್ಯಾಲಯದಲ್ಲಿ ವಿದ್ಯಾಭ್ಯಾಸ. ಬೆಂಗಳೂರಿನ ಗ್ಲೋಬಲ್ ಅಕಾಡೆಮಿ ಆಫ್ ಟೆಕ್ನಾಲಜಿಯಿಂದ ಎಲೆಕ್ಟ್ರಾನಿಕ್ ಅಂಡ್ ಕಮ್ಯುನಿಕೇಶನ್ ವಿಭಾಗದಲ್ಲಿ ಎಂಜಿನಿಯರಿಂಗ್ ಪದವಿ. ಬಿಟ್ಸ್ ಪಿಲಾನಿಯಿಂದ ಸಾಫ್ಟ್‌ವೇರ್ ಸಿಸ್ಟಮ್ಸ್‌ನಲ್ಲಿ ಮಾಸ್ಟರ್ಸ್ ಪದವಿ. 2008ರಲ್ಲಿ ಮೈಸೂರಿನ ಇನ್ಫೋಸಿಸ್ ಸಂಸ್ಥೆಯಲ್ಲಿ ಉದ್ಯೋಗ ಆರಂಭ. ಸಧ್ಯಕ್ಕೆ ಐಬಿಎಮ್ ಉದ್ಯೋಗಿ. ಬೆಂಗಳೂರಿನಲ್ಲಿ ವಾಸ,

ಇವರ ಚೊಚ್ಚಲ ಕೃತಿ 'ಕಾರೇಹಣ್ಣು' ಕಥಾ ಸಂಕಲನವು 'ಈ ಹೊತ್ತಿಗೆ' ಕಥಾ ಸಂಕಲನ ಪ್ರಶಸ್ತಿಗೆ ಭಾಜನವಾಗಿದೆ. 'ಕನಸೇ ಕಾಡುಮಲ್ಲಿಗೆ' ಹದಿಹರಯದವರಿಗಾಗಿ ರಚಿಸಿದ ಅತ್ಯಂತ ಜನಪ್ರಿಯವಾದ ಕಾದಂಬರಿ. 'ವಿಜಯ ಕರ್ನಾಟಕ' ಪತ್ರಿಕೆಗೆ 'ಎಐ' ಕುರಿತ ಅಂಕಣವನ್ನು ಬರೆಯುತ್ತಿದ್ದಾರೆ. ತಂತ್ರಜ್ಞಾನ ಕುರಿತು 'ಡಾರ್ಕ್ ವೆಬ್' ಕೃತಿ ರಚಿಸಿದ್ದಾರೆ.

'ಬಹುರೂಪಿ'ಯಿಂದ ಇವರ 'ಫೀಫ್ರೋ' ಕಥಾ ಸಂಕಲನ ಪ್ರಕಟವಾಗಿದ್ದು ಈ ಅನುವಾದ ಕೃತಿ ಎರಡನೆಯದ್ದು.

ನಿಲೋಫರ್ ವಾಡಿಯಾ

ಇಪ್ಪತ್ತು ವರ್ಷಗಳಿಗೂ ಹೆಚ್ಚು ಕಾಲ ಜಾಹೀರಾತು ಪ್ರಪಂಚದಲ್ಲಿ ದುಡಿದ ನಿಲೋಫರ್ ವಾಡಿಯಾ ತಮ್ಮ ಆಸಕ್ತಿಯ ಕ್ಷೇತ್ರವಾದ ಚಿತ್ರಕಲೆಗೆ ಸಮಯ ಮೀಸಲಿಡಲೆಂದು ತಮ್ಮ ಉದ್ಯೋಗ ತೊರೆದರು. 2015ರಲ್ಲಿ 'ಪ್ರಥಮ್ ಬುಕ್ಸ್' ಹಮ್ಮಿಕೊಂಡಿದ್ದ ಆನ್‌ಲೈನ್ ಸ್ಪರ್ಧೆಯೊಂದು ಇವರ ಆಸಕ್ತಿಯ ಕ್ಷೇತ್ರಕ್ಕೆ ಬಾಗಿಲು ತೆರೆಯಿತು. ಅವರ ಮೊದಲ ಮಕ್ಕಳ ಚಿತ್ರಪುಸ್ತಕ ಹೊರಬರಲು ಕಾರಣವಾಯಿತು.

ಅಂದಿನಿಂದ ಇಂದಿನವರೆಗೆ ಹಲವಾರು ಮಕ್ಕಳ ಪುಸ್ತಕಗಳು ಇವರ ಚಿತ್ರಗಳನ್ನು ಹೊತ್ತು ನಿಂತಿವೆ. ಸುಮಾರು ಇಪ್ಪತ್ತೈದಕ್ಕೂ ಹೆಚ್ಚು ಪುಸ್ತಕಗಳಿಗೆ ಚಿತ್ರ ಬಿಡಿಸಿದ್ದಾರೆ.

ನನ್ ಹೆಸ್ರೇ ಸಿನ್ನಮೊನ್

ವಿಕಾಸ್ ಪ್ರಕಾಶ್ ಜೋಶಿ

ಕನ್ನಡಕ್ಕೆ: **ಮಧು ವೈ ಎನ್**

ಬಹುರೂಪಿ

ಆರ್ ಪಿ ರಿಜೆನ್ಸಿ, ಎಫ್-1, 2ನೇ ಮಹಡಿ,
2ನೇ ಅಡ್ಡರಸ್ತೆ, ಪಿ ಅಂಡ್ ಟಿ ಕಾಲೋನಿ,
ಆರ್ ಟಿ ನಗರ, ಬೆಂಗಳೂರು-560 032
ದೂರವಾಣಿ: 70191 82729

126

NAN HESRE CINNAMON

A Novel for children by **VIKAS PRAKASH JOSHI**
Translated into Kannada by **MADHU Y N**
joshi.vikas500@gmail.com | 97305 46664

Published By **Bahuroopi**
R P Regency, F-1, 2nd Floor, 2nd Cross, P&T Colony,
R T Nagar, Bangalore - 560 032

editor@bahuroopi.in

Mobile | WhatsApp Bookstore: **70191 82729**

online book store: **bahuroopi.in**

ISBN: 978-81-985214-9-1
First Edition: April 2025
Pages: 184 | Price: Rs. 250
Paper Used: 70 GSM

Cover and Inside Art: **Niloufer Wadia**
Author's Photo: **Ajinkya Jadhav**
Design: **Bahuroopi**

Printed by
Kamadhenu Print-N-Pack,
Bangalore

ಅರ್ಪಣೆ

ನನ್ನ **ತಂದೆತಾಯಿ**, **ಆಯಿ** ಮತ್ತು **ಬಾಬಾ**,
ಮತ್ತು ಸಹೋದರ **ಮಾಧವ್ ದಾದಾ** ಅವರಿಗೆ.

ನನ್ನ ಅಚ್ಚುಮೆಚ್ಚಿನ ಇಂಗ್ಲಿಷ್ ಶಾಲಾ ಶಿಕ್ಷಕರಿಗೆ:
ವಿಶೇಷವಾಗಿ ದಿವಂಗತ **ಡಾ. ಪ್ಯಾಟ್ರಿಕ್ ಫ್ರೆಡರಿಕ್ಸ್**,
ಡಾ. ಕೆಲ್ಲಿ ಮೆಕ್ಡೈಸಿ, ಮತ್ತು **ಶ್ರೀಮತಿ ಪ್ರಮೀಳಾ ಮ್ಯಾಥ್ಯೂಸ್** ಅವರಿಗೆ.

ಹೃದಯದಾಳದಿಂದ...

'ಅನುವಾದಕರು ಜಗತ್ತಿನ ಕಣ್ಣುಗಳಿದ್ದಂತೆ' ಎನ್ನುತ್ತದೆ ಟಿಬೆಟ್‌ನ ಒಂದು ಗಾದೆ. ಐತಿಹಾಸಿಕ, ಭೌಗೋಳಿಕ, ರಾಜಕೀಯ ಗಡಿಗಳನ್ನು ಮೀರಿ ಅನುವಾದಕ ಹೊರಗಿನ ಜಗತ್ತನ್ನು ಸ್ಥಳೀಯರಿಗೆ, ಸ್ಥಳೀಯ ಜಗತ್ತನ್ನು ಹೊರಗಿನವರಿಗೆ ಪರಿಚಯಿಸುತ್ತಾನೆ. ಈ ದೃಷ್ಟಿಯಿಂದ ನನ್ನ ಮಕ್ಕಳ ಪುಸ್ತಕ 'My name is Cinnamon'ನ ಅನುವಾದಕರಾದ, ಜನಪ್ರಿಯ ಲೇಖಕರೂ ಆದ ಮಧು ವೈ ಎನ್ ಅವರಿಗೆ ಮತ್ತು ಪುಸ್ತಕವನ್ನು ಹೊರತರುತ್ತಿರುವ 'ಬಹುರೂಪಿ'ಯ ಶ್ರೀಜಾ ವಿ ಎನ್ ಅವರಿಗೆ ನನ್ನ ಹೃದಯಪೂರ್ವಕ ವಂದನೆಗಳನ್ನು ತಿಳಿಸುತ್ತೇನೆ. ಕನ್ನಡ ಜಗತ್ತಿಗೆ ಇವರೇ ನನ್ನ ಕಣ್ಣುಗಳು. ಈ ಮೂಲಕ ಕನ್ನಡ ಓದುಗರನ್ನು ತಲುಪುತ್ತಿರುವುದಕ್ಕೆ ನನಗೆ ಸಂತೋಷವಾಗಿದೆ. ಇಬ್ಬರಿಗೂ ಮನಃಪೂರ್ವಕ ಧನ್ಯವಾದಗಳು.

ಮಕ್ಕಳ ಪುಸ್ತಕಗಳನ್ನು ಅನುವಾದಿಸುವುದು ಮುಖ್ಯವಾದ ಕೆಲಸ. ಮಕ್ಕಳು ಮೃದು ಹತ್ತಿಯಿದ್ದಂತೆ. ಗುಣಮಟ್ಟದ

ಪುಸ್ತಕಗಳು ಮಕ್ಕಳ ಮನಸ್ಸನ್ನು ಉತ್ತಮ ರೀತಿಯಲ್ಲಿ ರೂಪಿಸುವಲ್ಲಿ ಮಹತ್ವದ ಪಾತ್ರವನ್ನು ವಹಿಸುತ್ತವೆ. ಇಂತಹ ಪುಸ್ತಕಗಳು ಮಕ್ಕಳಿಗೆ ಜಗತ್ತಿನಲ್ಲಿ ಅನೇಕ ಬಗೆಯ ಸಂಸ್ಕೃತಿ, ಜೀವನಶೈಲಿ ಇವೆ ಎನ್ನುವುದನ್ನು ತೋರಿಸುತ್ತವೆ, ಅವರಲ್ಲಿ ಇರಬಹುದಾದ ಪೂರ್ವಾಗ್ರಹಗಳನ್ನು ತೊಡೆದು ಹಾಕುತ್ತವೆ. ಸಾಂಸ್ಕೃತಿಕ ವಿನಿಮಯವನ್ನು ಪ್ರೋತ್ಸಾಹಿಸುತ್ತಾ ವಿಶ್ವಾತ್ಮಕ ಭಾವನೆಗಳನ್ನು ಹಂಚಿಕೊಳ್ಳುವ ವೇದಿಕೆಗಳಾಗಿವೆ. ಅನುವಾದಿತ ಪುಸ್ತಕಗಳು ಮಕ್ಕಳಿಗೆ ಹೊಸ ಪದಗಳು ಮತ್ತು ಹೊಸ ಬರವಣಿಗೆಯ ಶೈಲಿಗಳನ್ನು ಪರಿಚಯಿಸುವುದರ ಮೂಲಕ ಅವರ ಗ್ರಹಣಶಕ್ತಿಯನ್ನು ಹಿಗ್ಗಿಸುತ್ತವೆ.

ಈ ಪುಸ್ತಕ ತಮಿಳು, ಉರ್ದು, ಓಡಿಯಾ ನಂತರ ಈಗ ಕನ್ನಡದ ರೂಪದಲ್ಲಿ ನಾಲ್ಕನೇ ಭಾಷೆಗೆ ಅನುವಾದಗೊಳ್ಳುತ್ತಿದೆ. ಇದು ನನಗೆ ತೀವ್ರ ಸಂತೋಷವನ್ನು ತಂದಿದೆ. ಕರ್ನಾಟಕ ಐಟಿ–ಬಿಟಿಯ ಕೇಂದ್ರ ಬಿಂದು. ಕನ್ನಡವು ಗಿರೀಶ್ ಕಾರ್ನಾಡ್, ಕೆ ಎಸ್ ನಿಸಾರ್ ಅಹ್ಮದ್, ಯು ಆರ್ ಅನಂತಮೂರ್ತಿ ಮುಂತಾದ ಮಹತ್ವದ ಲೇಖಕರನ್ನು ಕೊಡುಗೆಯಾಗಿ ನೀಡಿರುವ ಭಾಷೆ.

ಕೊನೆಯದಾಗಿ– ನಾನು ಚಿಕ್ಕವನಿದ್ದಾಗ ಉತ್ತರ ಭಾರತದ ಕಲುಷಿತ ಗಾಳಿಯ ಕೆಟ್ಟ ಛಳಿಯಲ್ಲಿ ಸಿಕ್ಕಿಹಾಕಿಕೊಂಡು, ಬಿಸಿಬಿಸಿಯಾದ ಚಾಕ್ಲೇಟ್ ರುಚಿಯ ಹಾಲನ್ನು ಕುಡಿಯುತ್ತ, ದೆಹಲಿಯ ಹೆಸರಾಂತ ಪುಸ್ತಕ ಜಾತ್ರೆಯಿಂದ ಅಪ್ಪ ಅಮ್ಮ ತಂದುಕೊಡುತ್ತಿದ್ದ ಪುಸ್ತಕಗಳನ್ನು ಓದುತ್ತ ಸಮಯ ಕಳೆಯುತ್ತಿದ್ದ ನೆನಪು ಇಂದಿಗೂ ನನ್ನಿಂದ ಮರೆಯಾಗಿಲ್ಲ. ಆ ಪುಸ್ತಕಗಳೇ ನನಗೆ ಕತೆಗಳನ್ನು ಬರೆಯಲು, ನನ್ನಂಥದೇ ಪಾತ್ರಗಳನ್ನು ಸೃಷ್ಟಿಸಲು ಪ್ರೇರಣೆ. ಆ ಪುಸ್ತಕಗಳಂತೆಯೇ ಈ ಪುಸ್ತಕವೂ ಸಹ ಕನ್ನಡದ ಉದಯೋನ್ಮುಖ ಓದುಗರು ಹಾಗೂ ಬರಹಗಾರರ ಮೇಲೆ ಪರಿಣಾಮ ಬೀರುತ್ತದೆ ಎನ್ನುವ ವಿಶ್ವಾಸ ನನ್ನದು.

–ವಿಕಾಸ್ ಪ್ರಕಾಶ್ ಜೋಶಿ

ಇಲ್ಲಿಂದ ಆರಂಭ

ನನ್ನ ಹೆಸರು ಸಿನ್ನಮಾನ್ ಅಲ್ಲ...

ಹಾಯ್, ನನ್ನ ಹೆಸರು ಸಿನ್ನಮಾನ್. ಬಹುಬೇಗ ನಮ್ಮಿಬ್ಬರ ಪರಿಚಯ ಆಗಲಿದೆ. ನನ್ನ ಅಡ್ಡಹೆಸರಿನ ಬಗ್ಗೆ ನಿಮಗೆ ಇದೇನಪ್ಪ ಅಂತ ಆಶ್ಚರ್ಯ ಆಗುತ್ತಿರಬಹುದು. ನಿಜ ಹೇಳಬೇಕಂದರೆ ನನ್ನ ಹೆಸರು ಸಿನ್ನಮಾನ್ ಅಲ್ಲ. ನನ್ನ ನಿಜವಾದ ಹೆಸರು ರೋಶನ್ ರಿಶಿಕೇಶ್ ಪರಾಂಜಪೆ. ನಾನು ತುಂಬಾ ಚಿಕ್ಕವನಿದ್ದಾಗ ನನ್ನ ಅಪ್ಪ ಅಮ್ಮ ಈ ಅಡ್ಡಹೆಸರು ಇಟ್ಟರು. ಆಗ ಚೆನ್ನಾಗಿದೆ ಅನಿಸ್ತಿತ್ತು, ಈಗೀಗ ಒಂಚೂರೂ ಇಷ್ಟವಾಗ್ತಿಲ್ಲ. ನಿಜ ಹೇಳಬೇಕೆಂದರೆ ಒಂದೊಂದ್ಸಲ ನನಗೆ ಅದನ್ನು ಕೇಳಿದರೂ ಆಗಲ್ಲ. ಎಷ್ಟೋ ಸಲ ಬದಲಾಯಿಸಬೇಕು, ಸ್ವಲ್ಪ ಸ್ಟೈಲಿಶ್ಶಾಗಿರೋದು ಇಟ್ಕೋಬೇಕು ಅಂದ್ಕೊಳ್ತೀನಿ.

ನನ್ನ ಈ ಅಡ್ಡಹೆಸರು ಬಿಟ್ಟರೆ ಉಳಿದದ್ದೆಲ್ಲ ವಿಶೇಷವಾಗಿಯೇ ಇದೆ. ಅದು ಏನು ಅಂತ ನಿಮಗೆ ಗೊತ್ತಾಗುತ್ತೆ. **ಮುಂದಿನ ಪುಟಗಳಲ್ಲಿ ಸಿಗೋಣ.**

ನನ್ನದೇ ಮುಖ

"ನಾನೊಂದು ಸರಳ ಧ್ಯೇಯ ಇಟ್ಟುಕೊಂಡಿದ್ದೇನೆ- ದೊಡ್ಡವನಂತಿರುವ ಹುಡುಗನಿಗೆ, ಅಥವಾ ಹುಡುಗನಂತಿರುವ ದೊಡ್ಡವನಿಗೆ ಒಂದು ಗಂಟೆ ಕಾಲ ಆನಂದ ಉಂಟುಮಾಡಿದರೆ, ಅಷ್ಟು ಸಾಕು"

-ಸರ್ ಆರ್ಥರ್ ಕಾನನ್ ಡಾಯ್ಲ್

ಪ್ರೇಕ್ಷಕರು ಉಸಿರು ಬಿಗಿಹಿಡಿದಿದ್ದರು, ಎದೆ ಢವಢವ ಹೊಡೆದುಕೊಳ್ಳುತ್ತಿತ್ತು. ಉಗುರು ಕಚ್ಚಿದ್ದರು; ಆ ಒಂದು ಕ್ಷಣಕ್ಕಾಗಿ ಕಾತುರದಿಂದ ಕಾದಿದ್ದರು.

ಸೆಪ್ಟೆಂಬರಿನ ಒಂದು ಮುಂಜಾನೆ, ಎಳೆಬಿಸಿಲಿನಲ್ಲಿ ತೋಯ್ದಿದ್ದ ಪುಣೆಯ ಖಡ್ಕಿ ಫುಟ್ಬಾಲ್ ಮೈದಾನ, ಮೈದಾನದ ತುಂಬ 'ಗೋ ಡಿಸ್!', 'ಕಮಾನ್ ರಾಯಲ್!' ಎಂಬಂತಹ ಮುಗಿಲು ಮುಟ್ಟುವ ಹರ್ಷೋದ್ಗಾರಗಳು. ಅದು ಪುಣೆಯ ಅಂಡರ್-13 ಅಂತರಶಾಲಾ ಫುಟ್ಬಾಲ್ ಪಂದ್ಯಾವಳಿ. ಡೈಮಂಡ್ ಇಂಟರ್ನ್ಯಾಶನಲ್ ಸ್ಕೂಲಿನ

(ಡಿಸ್) ಗೋಲ್‌ಕೀಪರ್ ಸಿನ್ನಮಾನ್ ಪರಾಂಜಪೆ ತನ್ನ ಹಸಿರು ಜೆರ್ಸಿಯನ್ನು ಸರಿಮಾಡಿಕೊಂಡ. ಮನಸೊಳಗೆ ಪ್ರಾರ್ಥನೆ ಸಲ್ಲಿಸಿ ಮೊಣಕಾಲುಗಳ ಮೇಲೆ ಕೈಯೂರಿ ನಿಂತ. ಈ ಪೆನಾಲ್ಟಿ ಕಿಕ್ಕನ್ನು ತಡೆಯುವುದು ಎಷ್ಟು ಅಗತ್ಯ ಎಂದು ಅವನಿಗೆ ಗೊತ್ತಿತ್ತು.

ಸ್ಕೋರ್‌ಬೋರ್ಡು ಡಿಸ್ ಪರವಾಗಿ 2–1 ಎಂದು ತೋರಿಸುತ್ತಿತ್ತು. ಡಿಸ್‌ಗೆ ಕಳೆದ ಹತ್ತು ವರುಷಗಳಲ್ಲಿ ಮೊಟ್ಟ ಮೊದಲ ಬಾರಿಗೆ ಕಪ್ ಗೆಲ್ಲುವ ಅವಕಾಶ, ಅದೂ ಡಿಫೆಂಡಿಂಗ್ ಚಾಂಪಿಯನ್ ರಾಯಲ್ ನ್ಯಾಶನಲ್ ಅಕಾಡೆಮಿ (ಆರ್‌ಎನ್‌ಎ) ವಿರುದ್ಧ. ಕಂದುಗೆಂಪು ಬಣ್ಣದ ಅಂಗಿ–ಚಡ್ಡಿ–ಸಾಕ್ಸು ಧರಿಸಿದ್ದ ಆರ್‌ಎನ್‌ಎ ತಂಡ ಮೈದಾನದ ಎಡ ಭಾಗದಲ್ಲಿ, ಸ್ಟೈಲಿಶ್ಶಾದ ಹಸಿರು ಉಡುಪಿನ ಡಿಸ್ ಶಾಲೆಯ ಆರನೇ ತರಗತಿಯ ತಂಡ ಮೈದಾನದ ಬಲ ಭಾಗದಲ್ಲಿ.

ಸಿನ್ನಮಾನ್ ಬಲಕ್ಕೆ ತಿರುಗಿದ. ಬೆಂಬಲಿಗರು, ತಂದೆತಾಯಂದಿರು, ಸ್ನೇಹಿತರು, ಅವರ ಕೇಕೆ, ಹಸಿರು ಸಾಗರ ನೆರೆದಿತ್ತು ಅಲ್ಲಿ. ಅದರಲ್ಲಿ ಒಬ್ಬರು ಹಸಿರು ಪೋಲೋ ಟಿ ಶರ್ಟ್ ಮತ್ತು ಜೀನ್ಸ್ ಧರಿಸಿದ್ದರು, ಅವರೇ ಆತನ ಬಾಬಾ. ಐಫೋನಿನಲ್ಲಿ ರೆಕಾರ್ಡ್ ಮಾಡುತ್ತಿದ್ದಾರೆ. ಅವರ ಪಕ್ಕ ಬಿಳಿ ಕಮೀಜ್ ಮತ್ತು ಹಸಿರು ಸಲ್ವಾರ್ ಧರಿಸಿದ್ದವರು ಆತನ ಮಾ. "ಗೋ ಸಿನ್ನಮಾನ್! ಕಮಾನ್ ಸಿನ್ನಮಾನ್!" ಎಂದು ಕೂಗುತ್ತ ಬೆರಳುಗಳನ್ನು ಬಾಯಿಯಲ್ಲಿಟ್ಟು ಶಿಳ್ಳೆ ಹೊಡೆಯುತ್ತಿದ್ದಾರೆ. ಅವನ ನೆಚ್ಚಿನ ಗೆಳತಿ ಪಲ್ಲವಿ "ಈಸ್ಟ್ ಅರ್ ವೆಸ್ಟ್ ಡಿಸ್ ಈಸ್ ದಿ ಬೆಸ್ಟ್" ಎಂಬ ಫಲಕ ಹಿಡಿದು ಕೈಬೀಸುತ್ತಿದ್ದಾಳೆ.

ಸಿನ್ನಮಾನ್ ಎದುರು ನೋಡಿದ. ತನ್ನ ಕುಚಿಕುಗಳಾದ ತಂಡದ ನಾಯಕ ಹರ್‌ಪ್ರೀತ್, ಛೋಟಾ ಸಿದ್ದು, ತಂಡದ ಅತ್ಯುತ್ತಮ ಡಿಫೆಂಡರ್ ಓಣಮ್ ಕುಟ್ಟಿ ಮತ್ತು ಉಳಿದ ಆಟಗಾರರು. ದೂರದಲ್ಲಿ ಕೋಚ್ ಶೆಟ್ಟಿ ಸರ್ ಮೈದಾನದ ಅಂಚಿನಲ್ಲಿ ಅತ್ತಿಂದಿತ್ತ ತುಯ್ದಾಡುತ್ತಿದ್ದಾರೆ. ಎಲ್ಲರ ಹಣೆಗಳು ಗಂಟಿಕ್ಕಿವೆ, ಟೆನ್ಶನ್! ಸಿನ್ನಮಾನ್ ಜೋರಾಗಿ ಉಸಿರೆಳೆದುಕೊಂಡ, ಇನ್ನೊಮ್ಮೆ ಪ್ರಾರ್ಥನೆ ಹೇಳಿಕೊಂಡ.

ಆರ್‌ಎನ್‌ಎ ತಂಡದ ಅತ್ಯುತ್ತಮ ಸ್ಟ್ರೈಕರ್ ರಿಶಭ್ ಕೇಶ್ವಾನಿ ಇನ್ನೇನು ಪೆನಾಲ್ಟಿ ಕಿಕ್ ಒದ್ದು ಕಪ್ ಬಾಚಿಕೊಳ್ಳಲು ಸರ್ವಸನ್ನದ್ಧನಾಗಿ ನಿಂತಿದ್ದ. ಅವನು ಅದಾಗಲೇ ಟೂರ್ನಮೆಂಟಿನಲ್ಲಿ ಎಲ್ಲರಿಗಿಂತ ಹೆಚ್ಚಿನ ಗೋಲು ಹೊಡೆದಿದ್ದ. ಅವನ ತಂಡದವರು ಅವನನ್ನು ಇನ್ನಷ್ಟು ಹುರಿದುಂಬಿಸುತ್ತಿದ್ದರು. ರಿಶಬ್ ಚೆಂಡನ್ನು ಒದೆಯಲು ನುಗ್ಗಿ ಬರುತ್ತಿದ್ದಂತೆ ಸಿನ್ನಮಾನಿನ ಮನಸಿನಲ್ಲಿ ಕೋಚ್ ಶೆಟ್ಟಿಯವರ ಸಲಹೆಗಳು ರಿಂಗಣಿಸಿದವು: 'ನೆನಪಿಟ್ಟುಕೋ, ರಿಶಬ್ ಹೆಚ್ಚಾಗಿ ಗೋಲ್ ಪೋಸ್ಟಿನ ಎಡಗಡೆಯ ಮೇಲಿನ ಅಥವಾ ಕೆಳಗಿನ ಮೂಲೆಗೆ ಒದೆಯುತ್ತಾನೆ. ಮತ್ತೂ... ಅದು ನಿನ್ನ ಬಲಕ್ಕಿರುತ್ತೆ".

ಸಿನ್ನಮಾನ್ ದೀರ್ಘವಾಗಿ ಉಸಿರು ಎಳೆದುಕೊಂಡು ಬಗ್ಗಿದ, ತೊಡೆಗಳ ಮೇಲೆ ಬೆರಳುಗಳನ್ನು ಊರಿದ. ಪ್ರೇಕ್ಷಕರು ತುದಿಗಾಲ ಮೇಲೆ ನಿಂತರು.

ಧಡ್!

ಸಿನ್ನಮಾನ್ ಧೈರ್ಯವಾಗಿ ತನ್ನ ಬಲಕ್ಕೆ ಹಾರಿ ಗೋಲ್‌ಪೋಸ್ಟಿನ ಬಲಭಾಗದ ಬಿಳಿ ಕಂಬಿಯ ಬಳಿ ಬಿದ್ದ. ಒಂದು ಕ್ಷಣ ಗಡಿಯಾರ ನಿಂತಂತಾಯಿತು ಅವನಿಗೆ.

ತಡವರಿಸಿಕೊಂಡು ಎದ್ದು ನಿಂತಾಗ ಎದುರಿಗಿದ್ದ ರಿಶಬ್‌ನ ಮುಖ ಎಲ್ಲವನ್ನೂ ಹೇಳಿಬಿಟ್ಟಿತು. ರಿಶಬ್‌ನ ಬಲವಾದ ಒದೆತದಿಂದ ಹಾರಿ ಬಿದ್ದ ಸಿನ್ನಮಾನಿನ ದೇಹ ನಡುಗಿಬಿಟ್ಟಿತ್ತು.

ಆದರೇನಂತೆ, ತಂಡದ ನಾಯಕ ಹರ್‌ಪ್ರೀತ್ ಸಿನ್ನಮಾನಿನ ಕಡೆಗೆ ಓಡಿ ಬಂದ. 'ಕಂಗ್ರಾಟ್ಸ್ ಲಂಬೂದಾಸ್' ಎಂದು ಕುಪ್ಪಳಿಸುತ್ತಾ ಅವನನ್ನು ತಬ್ಬಿಕೊಂಡ.

ಪ್ರೇಕ್ಷಕರು ರೊಚ್ಚಿಗೆದ್ದರು.

'ಕಂಗ್ರಾಟ್ಸ್ ಸಿನ್ನಮಾನ್!"

"ಗೋಲ್ ಕೀಪರ್ ಕೈ ಸಾ ಹೋ? ಸಿನ್ನಮಾನ್ ಜೈಸಾ ಹೋ!"

ಸಿನ್ನಮಾನಿಗೆ ಅದೆಲ್ಲವೂ ಸಂಗೀತದಂತೆ ಕೇಳಿಸುತ್ತಿತ್ತು. ಹತ್ತು ವರುಷಗಳ ನಂತರ ಡಿಸ್ ಕಪ್ ಗೆದ್ದಿತ್ತು. ಕೋಚ್ ಶೆಟ್ಟಿ

ಅವನನ್ನು ಹೆಗಲ ಮೇಲೆ ಹೊತ್ತು ನಡೆದರು. ತಂಡದೊಂದಿಗೆ "ಹಿಪ್ ಹಿಪ್ ಹುರ್ರೇ" ಮಾಡಿದರು. ಆನಂತರ ಅವರೆಲ್ಲ ಒಟ್ಟಿಗೆ ನಿಂತು ಕೊರಳ ಸುತ್ತ ಮೆಡಲುಗಳನ್ನು ಧರಿಸಿ ಕೈನಲ್ಲಿ ಬೃಹತ್ತಾದ ಗೋಲ್ಡನ್ ರಾಯಲ್ ಟ್ರೋಫಿಯನ್ನು ಹಿಡಿದು ಫೋಟೋ ತೆಗೆಸಿಕೊಂಡರು. ರಿಶಬ್ ಅತಿ ಹೆಚ್ಚು ಗೋಲು ಗಳಿಸಿದ ಪ್ರಶಸ್ತಿ ಪಡೆದುಕೊಂಡ. ಸಿನ್ನಮಾನ್ ಬೆಸ್ಟ್ ಗೋಲ್ ಕೀಪರ್ ಪ್ರಶಸ್ತಿ ಗೆದ್ದುಕೊಂಡ.

ಪರಸ್ಪರ ಬೆನ್ನು ತಟ್ಟುತ್ತ ಹೈಫೈ ಮಾಡುತ್ತ ಎಲ್ಲರೂ ಶಾಲಾ ಬಸ್ಸು ಹತ್ತಿದರು. ಸಿನ್ನಮಾನ್ ತನ್ನ ಫೇವರಿಟ್ ಕಿಟಕಿ ಸೀಟು ಹಿಡಿದ. ಮನಸು ಇಕ್ಬಾಲರ 'ಆಶಾಯ್ನ್ಲೇ' ಹಾಡನ್ನು ಗುನುಗುತ್ತಿತ್ತು. ಬೆವರಿದ್ದ ಮುಖದ ಮೇಲೆ ಬೀಸುತ್ತಿದ್ದ ತಂಗಾಳಿ ಮುದ ನೀಡುತ್ತಿತ್ತು.

"ಹೇ ಲಂಬೂದಾಸ್.. ಒಂದು ವಿಷಯ ಹೇಳು"

ಸಿನ್ನಮಾನ್ ಯಾರಿರಬಹುದೆಂದು ಹಿಂದೆ ತಿರುಗಿದ. ಅವನೀಶ್, ಅಥವಾ ಎಲ್ಲರೂ ಕರೆಯುವ ಅಡ್ಡಹೆಸರು 'ಟೀಚರ್'. ಅವನೀಶ್ ತನ್ನ ಮೂಗೊಳಗೆ ಚಿನ್ನ ಅಡಗಿಸಿಗಿಸಿಟ್ಟಿರುವವನೇನೋ ಎಂಬಂತೆ ತೀವ್ರವಾದ ಗಣಿಗಾರಿಕೆಯಲ್ಲಿ ತೊಡಗಿದ್ದ. ಏನನ್ನಾದರೂ ಆಳವಾಗಿ ಯೋಚಿಸುವಾಗ ಅವನು ಹಾಗೆ ಕಿವಿಯನ್ನು ಮೂಗನ್ನು ಶೋಧಿಸುವುದುಂಟು.

"ಒಂದೇ ಯಾಕೆ ಟೀಚರ್, ಎರಡು ಹೇಳ್ತೀನೆ, ಅದೇನ್ ಕೇಳು"

'ಟೀಚರ್' ತನ್ನ ದಪ್ಪ ಕನ್ನಡಕವನ್ನು ಸರಿಮಾಡಿಕೊಳ್ಳುತ್ತಾ "ನೀನು ಹ್ಯಾಗೆ ಇಷ್ಟುದ್ದ ಆದೆ ಅಂತ. ನಿಮ್ಮಪ್ಪಾಮ್ಮ ಅಷ್ಟೇನು ಲಂಬುಗಳಲ್ಲ. ನಿನ್ನ ಮುಖ ಸಹ ಅವರಿಗಿಂತ ಬೇರೆ ತರಹ ಕಾಣ್ಸುತ್ತಲ" ಎಂದು ಕೇಳಿದ. ಅವನು ಹಾಗೆ ಕೇಳುವಾಗ ತನ್ನ ದಪ್ಪ ತೊಡೆಗಳನ್ನು ಕುಣಿಸುತ್ತಿದ್ದ.

"ಅಯ್ಯೋ ಟೀಚರ್, ನಿನ್ನ ಅಪ್ಪಾಮ್ಮ ನೋಡಕ್ಕೆ ನರಪೇತಲ ಇದ್ದಂಗಿದಾರೆ ಮತ್ತೆ ನೀನು ಯಾಕೆ ಇಷ್ಟು ದಪ್ಪ ಆದೆ ಅಂತ?"

"ಹೇ ನೋಡೂ ನನ್ನನ್ನು ಟೀಚರ್ ಅಂತೆಲ್ಲ ಕರಿಬೇಡ"

"ಆಯ್ತು ಟೀಚರ್, ಇನ್ಮೇಲೆ ನಿನ್ನನ್ನು ಟೀಚರ್ ಅನ್ನಲ್ಲ ಟೀಚರ್. ಡುಮ್ಮ ಅಂತೀನಿ ಆಯ್ತ ಟೀಚರ್".

ಬಸ್ ತುಂಬ ಗೊಳ್ಳನೆ ನಗು.

"ಸಾಕು ಮುಚ್ಚಪ ಲಂಬೂದಾಸ"

"ಆಯ್ತು ಡುಮ್ಮಣ್ಣನವರೇ"

ಬಸ್ಸಿನಲ್ಲಿದ್ದವರೆಲ್ಲ– "ಡುಮ್ಮಣ್ಣಾ, ಡುಮ್ಮಣ್ಣಾ"

ಟೀಚರು ತನ್ನ ಪೆನ್ನನ್ನು ತೆಗೆದು ಸಿನ್ನಮಾನ್ ಕಡೆಗೆ ಎಸೆದ. ಸಿನ್ನಮಾನ್ ಬಗ್ಗಿದ. ಪೆನ್ನು ಸಿನ್ನಮಾನನ್ನು ತಪ್ಪಿಸಿಕೊಂಡು ಕಿಟಕಿಯಿಂದ ಹೊರಗೆ ಹಾರಿತು. ಸಿನ್ನಮಾನ್ ತನ್ನ ಕಿವಿಗೆ ಸಿಗಿಸಿಕೊಂಡಿದ್ದ ಪೆನ್ಸಿಲನ್ನು ತೆಗೆದು ಟೀಚರ್ ಕಡೆಗೆ ಎಸೆದ. ಅವನ ಅದೃಷ್ಟಕ್ಕೆ ಅದು ನೇರ ಹೋಗಿ ಟೀಚರಿಗೆ ಬಡಿಯಿತು. ಟೀಚರು ಪಾಪ ಅವನಿದ್ದ ಗಾತ್ರಕ್ಕೆ ಯಾರು ಏನು ಎಸೆದರೂ ತಪ್ಪಿಸಿಕೊಳ್ಳಲು ಸಾಧ್ಯವಿರಲಿಲ್ಲ.

"ಅಯ್ಯ್" ಎಂದ ಟೀಚರ್, ನೋವಿಗಿಂತ ಹೆಚ್ಚಾಗಿ ಆಶ್ಚರ್ಯದಿಂದ. ಹುಡುಗರೆಲ್ಲ ಗೊಳ್ಳೆಂದು ನಕ್ಕರು.

ಬಸ್ಸು ಸಿನ್ನಮಾನನ್ನು ಮನೆಯ ಬಳಿ ಇಳಿಸಿತು. ಅಲ್ಲಿ ಕೆಂಪು ಸೋಡಾ ಒಕ್ಟಾವಿಯಾ ಕಾರು ನಿಂತಿತ್ತು. ಅದನ್ನು ಕಂಡೊಡನೆ ಅವನ ಹೃದಯ ಕುಪ್ಪಳಿಸಿತು. ಮಾ ಇವತ್ತೇನೋ ಏಳು ಗಂಟೆಗೂ ಮೊದಲೇ ಬಂದು ಬಿಟ್ಟಿದ್ದಾರೆ. ಒಳಹೋಗುತ್ತಿದ್ದಂತೆ ಮಾ–ಬಾಬಾ ಬಾಬಾನ ಆಫೀಸಿನ ಕೋಣೆಯಲ್ಲಿ ಕಂಡರು. ಮಾ ತಾನು ಓದುತ್ತಿದ್ದ ಬೃಹತ್ತಾದ ಕೆಂಪು ಬಣ್ಣದ ಕಾನೂನು ಪುಸ್ತಕವನ್ನು ಪಕ್ಕಕ್ಕೆ ಎತ್ತಿಟ್ಟು ಸಿನ್ನಮಾನನ್ನು ಬರಸೆಳೆದು ಮೂಳೆಗಳು ಲಟಿ ಲಟಿ ಎನ್ನುವಷ್ಟು ಬಿಗಿಯಾಗಿ ತಬ್ಬಿಕೊಂಡರು.

"ಅಭಿನಂದನ್", ಬಾಬಾ ಹೈಫೈ ಮಾಡಿ ಬೆನ್ನು ತಟ್ಟಿದರು.

ರಾತ್ರಿ ಊಟಕ್ಕೆ ಪೂರಿ, ಆಮ್–ರಸ್, ಬಟಟ್ಯಾಚಿ ಭಜಿ. ಸಿನ್ನಮಾನ್ ಅಂದಿನ ಆಟವನ್ನು ಕಣ್ಣರಳಿಸಿಕೊಂಡು ವರ್ಣಿಸುತ್ತಿದ್ದ.

"ನಮಗೆ ಗೊತ್ತಿತ್ತು ಹೆಂಗಾದರೂ ಮಾಡಿ ರಿಶಬ್‌ನ ಕಟ್ಟಿಹಾಕಬೇಕು ಅಂತ. ಅದಕ್ಕೆ ನಮ್ಮ ಟೀಮು ಅವನನ್ನೇ ಗುರಿ ಮಾಡಿಕೊಂಡಿತ್ತು. ಮೊದಲಾರ್ಧಕ್ಕೂ ಮುಂಚೆನೇ ಹರ್ಪ್ರೀತ್ ಎರಡು ಗೋಲು ಹೊಡೆದ. ಆಮೇಲೆ ಅವರ ಕಡೆಯಿಂದ ರಿಶಬ್ ಒಂದು ಗೋಲ್ ಹೊಡೆದ. ನನಗಂತೂ ಮ್ಯಾಚು

ಮುಗಿಯುವ ತನಕ ಹೃದಯ ಬಾಯಲ್ಲಿತ್ತು ಗೊತ್ತ. ಪೆನಾಲ್ಟಿ ಕಿಕ್ ಮಾತ್ರ ಸಿಕ್ಕಾಪಟ್ಟೆ ಮಜಾ ಕೊಡ್ತು"

ಬಾಬಾ – "ಹರ್‌ಪ್ರೀತ್ ಎರಡು ಗೋಲು ಹೊಡೆದಿದ್ದೇನೊ ನಿಜ. ಆದರೆ ನೀನು ಅದಕ್ಕಿಂತ ಹೆಚ್ಚು ಗೋಲುಗಳನ್ನು ತಡೆದೆ. ಒಬ್ಬ ಸರ್ದಾರ ಇನ್ನೊಬ್ಬ ಅಸರ್ದಾರ, ಸರೀ ಇದೆ ನಿಮ್ಮ ವಿನ್ನಿಂಗ್ ಜೋಡಿ"

ಮಾ ಅವನ ತಲೆ ನೇವರಿಸುತ್ತ– "ಸ್ಕೂಲಲ್ಲಿ ನಾನೂ ಸಹ ಆಟದಲ್ಲಿ ಮುಂದಿದ್ದೆ ಗೊತ್ತ ಸಿನ್ನಮಾನ್. ಎಷ್ಟಾದರೂ ನೀನು ನನ್ನ ಮಗನಲ್ಲವಾ".

'ಮಾನ್ಯ ವಸುಂದರ ಘೋಶಾಲ ಪರಾಂಜಪೆ ಅವರೇ, ತಾವು ಸ್ಕೂಲಲ್ಲಿ ಪಾಠದಲ್ಲೂ ಮೊದಲಿದ್ದೆ, ಆಟದಲ್ಲೂ ಮೊದಲಿದ್ದೆ ಅಂತಿರ್ತೀರಿ.. ಸ್ವಲ್ಪ ಅದ್ಯಾವ ಸ್ಕೂಲು ಎಂದು ನೆನಪಿಸ್ತೀರ ದಯವಿಟ್ಟು.." ಬಾಬಾ ಮಾನನ್ನು ಅಣಕಿಸಿದರು.

ಮಾ ಬಾಬಾನ ಚೇಷ್ಟೆಯನ್ನು ನಿರ್ಲಕ್ಷಿಸುತ್ತ ಪೂರಿಯ ತುಣುಕಿಂದ ಆಮ್‌ರಸ್ ಎತ್ತಿಕೊಳ್ಳುವುದರಲ್ಲಿ ಮಗ್ನರಾಗಿದ್ದರು. ಆದರೆ ಟೇಬಲ್ ಕೆಳಗೆ ಅವರಿಬ್ಬರ ಕಾಲುಗಳು ಮಾತಾಡಿಕೊಳ್ತಿದ್ದುದು ಮಾತ್ರ ಬಾಬಾನ ಮುಖದಲ್ಲಿ ಎದ್ದು ಕಾಣಿಸುತ್ತಿತ್ತು.

"ಮಾ, ನನ್ನ ಮುಖ ಯಾರಂಗಿದೆ? ನಿನ್ನಂಗೊ ಬಾಬಾನಂಗೊ?"

ಮಾ ಸ್ವಲ್ಪ ಹೊತ್ತು ಯೋಚಿಸಿ "ಸ್ಕೂಲಲ್ಲಿ ಯಾರಾದರೂ ಏನಾದರೂ ಅಂದರಾ?" ಎಂದು ಕೇಳಿದರು. ಅವರದು ಕಪ್ಪು ಕೂದಲ ರಾಶಿ, ಅದರಲ್ಲೊಂದು ಬಿಳಿಗೂದಲಿನ ಗೆರೆ, ಹಣೆ ಮುಂದೆ ಕುದುರೆ ಜುಟ್ಟು, ಹೊಸ ಹೇರ್‌ಸ್ಟೈಲ್ ಮಾಡಿಸಿಕೊಂಡಿದ್ದರು. ಎಣ್ಣೆಗಪ್ಪಿನ ಚರ್ಮ, ಕುಳ್ಳಗಿದ್ದರು.

ಬಾಬಾ ನಗುತ್ತ ತನ್ನ ಉದ್ದನೆಯ ಸಣಕಲ ಕಾಲುಗಳನ್ನು ನೀಚುತ್ತಾ "ಅಲ್ವೋ, ನೀನು ಯಾಕೆ ನಮ್ಮ ಹಾಗಿರಬೇಕು ಅಂತ? ನೀನು ನೀನಾಗೇ ಚನ್ನಾಗಿದೀಯಲ್ಲ" ಎಂದರು. ಅವರದು ಕಂದು–ಹಸಿರು ಮಿಶ್ರಿತ ಕಣ್ಣುಗಳು. ಆ ಕಣ್ಣುಗಳಲ್ಲಿ ನಕ್ಷತ್ರಗಳ ಮಿನುಗು.

ಮಲಗುವ ಮುನ್ನ ಸಿನ್ನಮಾನ್ ಕನ್ನಡಿಯಲ್ಲಿ ನೋಡಿಕೊಂಡ. ಮುಖವನ್ನು ಹೆಂಗೆಂಗೋ ತಿರುಚಿದ. ಬಾಯಿ ಊರಗಲ ತೆರೆದ, ಕಣ್ಣುಗಳನ್ನು ಕಿರಿದು ಮಾಡಿದ, ಹಲ್ಲುಗಳನ್ನು ಹೊರತಂದು ಹುಬ್ಬಲ್ಲುಗಳಂತೆ ಮಾಡಿದ, ನಾಲಿಗೆಯನ್ನು ಉದ್ದಕ್ಕೆ ಹೊರಗೆಳೆದು ಎರಡೂ ಕಿವಿಗಳಲ್ಲಿ ಬೆರಳಿಟ್ಟು,

ಕೆನ್ನೆಗಳನ್ನು ಹಿಂಡಿಕೊಂಡು ಕಣ್ಣುಗಳನ್ನು ಗೋಲಿಗಳಂತೆ ತಿರುಗಿಸಿದ. ಮುಖವನ್ನು ಕಿವುಚಿದ. ಮೂಗನ್ನು ಹಂದಿಯ ಮೂತಿಯಂತೆ ಉದ್ದ ಮಾಡಿ ಹೊಳ್ಳೆಗಳನ್ನು ಅಗಲಿಸಿದ.

ಅವನು ತನ್ನ ಪ್ರತಿಬಿಂಬವನ್ನೇ ದಿಟ್ಟಿಸಿದ. ದಿನಾ ಬೆಳಗ್ಗೆ ನೋಡುತ್ತಿದ್ದ ಮುಖವೇ ಆಗಿದ್ದರೂ ಅದ್ಯಾಕೋ ಇತ್ತೀಚೆಗೆ ಪದೇ ಪದೇ ನೋಡಿಕೊಳ್ಳುತ್ತಿದ್ದ. ಚೌಕಾಕಾರದ ಗದ್ದ, ಕಪ್ಪು ಚರ್ಮ, ಗುಂಗುರುಗೂದಲು, ಚಾಕಲೇಟು ಬಣ್ಣದ ತುಂಟಾಟ ತುಂಬಿದ ಬೆರಗಿನ ಕಣ್ಣುಗಳು ಅವನನ್ನೇ ಮರುದಿಟ್ಟಿಸುತ್ತಿದ್ದವು. ಹೌದು, ಸಿನ್ನಮಾನ್, ಅಧಿಕೃತವಾಗಿ ರೋಶನ್ ರಿಶಿಕೇಶ್ ಪರಾಂಜಪೆ ತನ್ನ ಬಾಬಾ ಮತ್ತು ಮಾಗಿಂತ ಬಹಳ ಭಿನ್ನವಾಗಿ ಕಾಣಿಸುತ್ತಿದ್ದ. ಮುಖ್ಯವಾಗಿ ಬಾಬಾಗಿಂತ. "ನೀನು ಬಹಳ ಡಿಫರೆಂಟಾಗಿ ಕಾಣಿಸ್ತೀಯ', ಪದೇ ಪದೇ ಕಿವಿಗೆ ಬೀಳುತ್ತಿದ್ದ ಮಾತುಗಳು ಮನಸೊಳಗೆ ಗುಂಯ್‌ಗುಡುತ್ತಿದ್ದವು.

ಅದು ನಿಜವೂ ಆಗಿತ್ತು, ಅವನಿಗೆ ತನ್ನ ಬಾಬಾದ್ದಾಗಲಿ ಮಾ'ದ್ದಾಗಲಿ ಮುಖ ಹೋಲಿಕೆ ಇರಲಿಲ್ಲ. ಅದು ಆಶ್ಚರ್ಯಪಡುವಂಥದ್ದೂ ಆಗಿರಲಿಲ್ಲ. ಯಾಕಂದರೆ ಅವನು ದತ್ತು ಪಡೆದ ಮಗನಾಗಿದ್ದ. ನನಗೆ ನನ್ನದೇ ಆದ ಮುಖವಿದೆ, ಅಷ್ಟು ಸಾಕು ಅಂದುಕೊಂಡ ಸಿನ್ನಮಾನ್.

ಅಂದು ಮಲಗಿದಾಗ ಕನಸಿನಲ್ಲಿ ಅವನು ಭಾರತದ ಫುಟ್‌ಬಾಲ್ ತಂಡದ ಗೋಲ್‌ಕೀಪರ್ ಆಗಿದ್ದಾನೆ, ವರ್ಲ್ಡ್‌ಕಪ್ ಫೈನಲ್ ಪಂದ್ಯ, ಅದೂ ಬ್ರೆಜಿಲ್ ವಿರುದ್ಧ. ಪ್ರೇಕ್ಷಕರ ಗ್ಯಾಲರಿಯಲ್ಲಿ ದೇಶದ ಪ್ರಧಾನ ಮಂತ್ರಿ, ಇನ್ನಿತರ ಪ್ರಮುಖರು, ಬಾಲಿವುಡ್ ಸ್ಟೋರುಗಳು ಆಸೀನರಾಗಿದ್ದಾರೆ. ಬಾಬಾ, ಮಾ, ಪಲ್ಲವಿ ಅಲಿಯಾಸ್ ಪಲ್ಲಿ ಸಹ ಇದಾರೆ. ಪಲ್ಲಿ ನಮ್ಮ ದೇಶದ ಬಾವುಟ ಹಾರಿಸ್ತಿದಾಳೆ. ಪ್ರೇಕ್ಷಕರು ಒಂದೇ ಸಮನೆ ಪ್ಲೀ ಪ್ಲೀ ಎಂದು ತುತ್ತೂರಿಗಳನ್ನು ಊದುತ್ತಿದ್ದಾರೆ. ಅಂತ್ಯದಲ್ಲಿ, ಬ್ರೆಜಿಲ್ ತಂಡ ಒಂದು ಗೋಲ್ ಸಹ ಹೊಡೆಯಲಾಗದೆ ಸೋತುಬಿಡುತ್ತೆ, ಯಾಕಂದರೆ ಅವರ ಎದುರಿಗಿದ್ದದ್ದು ಸಿನ್ನಮಾನ್ ಎಂಬ ಹೆಸರಿನ ಗೋಲ್‌ಕೀಪರ್.

ಭಾರತ ತಂಡದ ಆಟಗಾರರಿಗೆ ಚಿನ್ನದ ಪದಕಗಳು, ಟ್ರೋಫಿಗಳು, ಆನೆ ಗಾತ್ರದ ಚೆಕ್ಕುಗಳು ಕೊಡುತ್ತಾರೆ. ಸಿನ್ನಮಾನಿಗೆಂದೇ ಒಂದು ವಿಶೇಷ ಬಹುಮಾನ ಕೊಡಲಾಗುತ್ತೆ. ಪ್ಲೇಯರ್ ಆಫ್ ದಿ ಮ್ಯಾಚ್. ಮಾನ್ಯ ಪ್ರಧಾನಮಂತ್ರಿಗಳು ಬಹುಮಾನವನ್ನು ಹಸ್ತಾಂತರಿಸುತ್ತಾರೆ. ಅವನನ್ನು ಎತ್ತಿ ತುಲಾಭಾರದ ತಕ್ಕಡಿಯಲ್ಲಿ ಕೂರಿಸುತ್ತಾರೆ. ಒಂದು ಕಡೆ ಅವನು ಇನ್ನೊಂದು ಕಡೆ ಅವನಷ್ಟೇ ತೂಕದ ಸಿಲ್ಕಿ ಫ್ರೂಟ್ ಅಂಡ್ ಚಾಕಲೇಟ್ ಬಾರ್. ಅಷ್ಟು ದೊಡ್ಡ ಚಾಕಲೇಟನ್ನು ಮನೆಗೆ ತರಲು ಅವರು ಒಂದು ಕಾರನ್ನು ಬಾಡಿಗೆ ಪಡೆಯಬೇಕಾಗುತ್ತದೆ.

ಹೊಟ್ಟೆನೋವು

ಕೋರೆಗಾಂವ್ ಪಾರ್ಕಿನ, ಬೆಲ್ವೆಡೆರ್ ಟವರಿನ ಎ–28 ಫ್ಲಾಟಿನಲ್ಲಿ ಮುಂಜಾನೆಗಳು ಪ್ರತಿದಿನ ಗಿಜಿಗುಡುತ್ತಿರುತ್ತವೆ.

ಅಂದು ಮುಂಜಾನೆ ಲಿವಿಂಗ್ ರೂಮಿನ ಬೋಸ್ ಸ್ಪೀಕರು ಮರಾಠಿ ಭಜನೆ 'ಉಠಾ ಉಠಾ ಹೋ ಸಕಾಲಿಕ್' ಎಂದು ರಾಗ ಶುರು ಮಾಡಿತ್ತು. ಅದು ಆ ಕುಟುಂಬದ ಬೆಳಗಿನ ಅಲಾರಾಂ ಎಂದರೆ ತಪ್ಪೇನಲ್ಲ. ಸಿನ್ನಮಾನ್ ಆಕಳಿಸುತ್ತ ಹಾಸಿಗೆಯಲ್ಲಿ ಒಂದು ಸುತ್ತು ಉರುಳಿ ಹೊದಿಕೆಯೊಳಗೆ ಹುದುಗಿಕೊಂಡ. ಇದಕ್ಕೊಂದು ಸ್ನೂಜ್ ಬಟನ್ ಇದ್ದಿದ್ದರೆ ಎಷ್ಟು ಚಂದಿತ್ತು ಅಂದುಕೊಂಡ.

'ಸಿನ್ನಮಾನ್ ಪುಟ್ಟೂ, ಬೆಳಗಾಯ್ತು ಏಳು!' ಮಾ ಅವನ ಮೇಲೆ ನೀರು ಚಿಮುಕಿಸುತ್ತ ಎಬ್ಬಿಸಿದರು.

'ಹಂಗೆ ಮಾಡ್ಬೇಡಮ್ಮಾ', ಸಿನ್ನಮಾನ್ ಗುರುಗುಟ್ಟಿದ. ಎದ್ದು ಅಂಗಾಲಿಗೆ ಕೆಂಪು ಚಪ್ಪಲಿಗಳನ್ನು ಏರಿಸಿಕೊಂಡ.

'ಪುಟ್ಟೂ, ಸ್ನಾನಕ್ಕೂ ಮುನ್ನ ಪ್ರೇಯರ್ ಹೇಳ್ಕೊಬೇಕು', ಮಾ ಎಚ್ಚರಿಸಿದರು. ಅವನು ಅವರಿಗೆ ತನ್ನನ್ನು ಪುಟ್ಟು ಎಂದು ಕರೆಯಬೇಡ ಎಂದು ಸಾಕಷ್ಟು ಸಲ ಹೇಳಿದ್ದ. ಮಾ ಅದಕ್ಕೆಲ್ಲ

ಕಿವುಡಿ. ಮುಂದಿನ ಸಲ ಸ್ವಲ್ಪ ಕಟ್ಟುನಿಟ್ಟಾಗಿ ಹೇಳಬೇಕು ಅಂದುಕೊಂಡ. 'ವಕ್ರತುಂಡ ಮಹಾಕಾಯ', 'ಸದಾ ಸರ್ವದಾ ಯೋಗ ತುರ್ಝಾ' ಎಂದೆಲ್ಲ ಪ್ರೇಯರನ್ನು ಹೇಳಿಕೊಂಡು ಸ್ನಾನಕ್ಕೆ ಹೊರಟ.

ಊದುಬತ್ತಿಗಳ ಸುವಾಸನೆ, ಪೂಜೆಯ ಕೋಣೆಯಲ್ಲಿ ಕುಳಿತು ಮಾ ಹೊರಡಿಸುತ್ತಿದ್ದ ಸಂಸ್ಕೃತ ಶ್ಲೋಕಗಳ ಪಠಣ ಫ್ಲಾಟನ್ನು ತುಂಬಿಕೊಂಡಿದ್ದವು. ಸಿನ್ನಮಾನ್ ಬ್ರೇಕ್‌ಫಾಸ್ಟ್ ಟೇಬಲ್ಲಿನ ಮೇಲೆ ಕುಳಿತು ನೆಸ್‌ಕ್ವಿಕ್ ಪೌಡರು ಬೆರೆಸಿದ ಹಾಲು ಕುಡಿಯುತ್ತ ಬಾಬಾಗೆ– 'ಬಾಬಾ, ನೀವು ಯಾಕೆ ಬೆಳಗ್ಗೆ ಎದ್ದು ಶಾಲೆಗೆ ಹೋಗಂಗಿಲ್ಲ?' ಎಂದು ಕೇಳಿದ. ಅಂದಿನ ಬೆಳಗಿನ ಉಪಹಾರಕ್ಕೆ ಅವಲಕ್ಕಿ, ಸಾಸೇಜು ಮತ್ತು ಜಾಮ್ ಟೋಸ್ಟು.

ಬಾಬಾ ತಾಜಾ ಕಿತ್ತಳೆ ಹಣ್ಣುಗಳನ್ನು ಹಿಂಡಿದ ಜ್ಯೂಸ್ ಕುಡಿಯುತ್ತಿದ್ದರು. ಗಾಜಿನ ಲೋಟದ ಮೂಲಕ ಅವನನ್ನು ನೋಡುತ್ತ 'ಅಷ್ಟೊಂದು ಬೆಣ್ಣೆ ಮತ್ತು ಜಾಮ್ ಹಾಕ್ಕೊಂಡಿದೀಯಲ ಅದಕ್ಕೆ ಬ್ರೆಡ್ ಬೇಡವಾ?' ಕೇಳಿದರು.

'ಬಾಬಾ ನಾನೂ ನಿನ್ನ ಹಾಗೆ ಯಾಕೆ ಮನೆಯಲ್ಲಿರಬಾರದು? '

'ನಾನೂ ನಿನ್ನ ಹಾಗೆ ಚಿಕ್ಕವನಿದ್ದಾಗ ಸ್ಕೂಲಿಗೆ ಹೋಗಿದ್ದೀನಿ ಆಯ್ತು. ಈಗ ಹೋಗುವ ಅಗತ್ಯವಿಲ್ಲ'

'ಹಾಗಾದರೆ ನಾನೂ ಎಷ್ಟೊಂದು ಸಲ ಸ್ಕೂಲಿಗೆ ಹೋಗಿದ್ದೀನಲ್ಲ. ನಾನು ಯಾಕೆ ಮನೆಯಲ್ಲೆ ಇರಬಾರದು? '

ಬಾಬಾ ಸ್ವಲ್ಪ ಸಿಟ್ಟು ಮಾಡಿಕೊಂಡು 'ನೀನು ಮನೆಯಲ್ಲೇ ಉಳಕೊಂಡರೆ ನಂದೇನೂ ಅಭ್ಯಂತರವಿಲ್ಲ,' ಎನ್ನುತ್ತ ಜ್ಯೂಸಿನಲ್ಲಿ ಮಗ್ನರಾದರು. ಸಿನ್ನಮಾನಿಗೆ ತಕ್ಷಣಕ್ಕೆ ಬಾಬಾನ ಮಸಲತ್ತು ಹೊಳೆಯಲಿಲ್ಲ.

'ನಿನ್ನ ಮಾ ಮತ್ತು ಟೀಚರ್ಸ್‌ನ್ನು ಒಪ್ಪಿಸಿಕೊ ಸಾಕು' ಎಂದಾಗ ಅರ್ಥವಾಯಿತು, ಅದೆಲ್ಲ ಅಗದ ಮಾತು ಎಂದು.

ಬಾಬಾ ಜ್ಯೂಸು ಮುಗಿಸಿ ಅಪಾರ್ಟ್‌ಮೆಂಟಿನ ಕೆಳಮಹಡಿಯಲ್ಲಿರುವ ಈಜುಕೊಳಕ್ಕೆ ಹೊರಟರು. ಸಾಮಾನ್ಯವಾಗಿ ಸ್ಕೂಲ್ ಬಸ್ಸು 7.30ಕ್ಕೆ ಬರುತ್ತಿತ್ತು. ಸಿನ್ನಮಾನ್, ಮಾ ಪ್ರತಿದಿನ 7.15ಕ್ಕೇ ರೆಡಿಯಾಗಿ ಗೇಟಿನ ಬಳಿ ನಿಂತುಬಿಡುತ್ತಿದ್ದರು. ಆದರೆ ಇವತ್ತು ಮಾತ್ರ ಸಂಗತಿ ಹೊಸ ತಿರುವು ಪಡೆಯುವುದರಲ್ಲಿತ್ತು.

ಸಿನ್ನಮಾನ್ ಇದ್ದಕ್ಕಿದ್ದಂತೆ ಹೊಟ್ಟೆ ಹಿಡಿದುಕೊಂಡು ಜೋರಾಗಿ 'ಅಯ್ಯೋ, ಅಮ್ಮಾ, ಹೊಟ್ಟೆನೋವೂ' ಎಂದು ಅಳಲು ಶುರುಮಾಡಿದ. ಮಾ ಅವನನ್ನು ತಕ್ಷಣ ಮೇಲುಪ್ಪರಿಗೆಯ ಬಾಥ್‌ರೂಮಿಗೆ ಕರೆದುಕೊಂಡು ಹೋದರು. ಅಲ್ಲಿ ಅವನು ಒಳಗೆ ಇಪ್ಪತ್ತು ನಿಮಿಷ ಕಾಲ ಕಳೆದ. ಹೊರಗೆ ಬಂದು 'ಮಾ, ಎಷ್ಟು ಹೊಟ್ಟೆ ನೋಯ್ತಿದೆ ಗೊತ್ತಾ, ಹೇಳಕ್ಕಾಗ್ತಿಲ್ಲ' ಎನ್ನುತ್ತ ಹಾಸಿಗೆ ಮೇಲೆ ಉರುಳಿಕೊಂಡ. ಬಿಗಿಯಾಗಿ ಹೊಟ್ಟೆ ಹಿಡಿದುಕೊಂಡು ನರಳಾಡಿದ. ನೋವು ಅವನ ಮುಖದ ಮೇಲೆಲ್ಲ ಬರೆದಿತ್ತು.

'ಸಿನ್ನಮಾನ್, ಏನಾಯ್ತು? ಈಗ ಹೆಂಗಿದೆ?' – ಮಾ.

'ಇಲ್ಲಾ ಇಲ್ಲಾ, ಆಆಆ'

ಮೀನಾಭಾಯಿ, ಅವರ ಅಡುಗೆಯವಳು ಸಹ ಓಡಿಬಂದಳು.

ಖೋಕಾ, ಏನಾಗ್ತಿದೆ ನಿನಗೆ?' ಎನ್ನುತ್ತ ಮಾ ಅವನ ಹಣೆ ಮೇಲೆ ಕೈಯಿಟ್ಟು ಪರೀಕ್ಷಿಸಿದರು.

ಸಿನ್ನಮಾನ್ ಯಾತನೆಯಿಂದ ನರಳುತ್ತ ತಲೆ ಅಲ್ಲಾಡಿಸಿದ. ಅವನ ನರಳಾಟವನ್ನು ಕೇಳಿ ಪಕ್ಕದ ಮನೆಯ ಮಿಸೆಸ್ ದಸ್ತೂರ್ ಸಹ ಓಡಿ ಬಂದರು. ಆಕೆ ತುಂಬಾ ಒಳ್ಳೆಯ ನೆರೆಮನೆಯವಳಾಗಿದ್ದಳು. ಸಕ್ಕರೆ, ಟೀಪುಡಿಯ ಸಹಾಯ ಮಾಡಲು ಸದಾ ರೆಡಿಯಿರುತ್ತಿದ್ದಳು. ಜೊತೆಜೊತೆಗೆ ಬಿಟ್ಟಿ ಉಪದೇಶಗಳನ್ನೂ ಸಹ.

'ಅಯ್ಯೋ ಕಂದ, ಈಗಿನ ಫುಡ್ಡಿನ ಬಗ್ಗೆ ಏನೂ ಹೇಳಕ್ಕೆ ಬರಲ್ಲ. ಹಾಲಿನ ಪುಡಿನೇ ಇರಬೇಕು. ಅಥವಾ ಯಾವುದೋ ಪ್ಲಾಸ್ಟಿಕ್ ಗೀಸ್ಟಿಕ್." – ದಸ್ತೂರ್ ಹೊಟ್ಟೆ ತಟ್ಟಿಕೊಂಡು ಹೇಳಿದರು.

ಫುಡ್ಡು ಎನ್ನುತ್ತಿದ್ದ ಹಾಗೆ ಮಾ ಮೀನಾಭಾಯಿಗೆ ಬೈದರು.

'ಅಕ್ಕಾ, ನಾನು ನಿಮ್ಮೆದುರಿಗೇ ಅಡುಗೆ ಮಾಡ್ತೇನೆ, ಅದು ಹೇಗೆ ಅಡುಗೆ ಕೆಟ್ಟಿತ್ತು ಅಂತ ಹೇಳ್ತೀರ? ನಾನೂ ಅದನ್ನೇ ತಾನೇ ತಿನ್ನೋದು?" ಮೀನಾ ತಿರುಗೇಟು ಕೊಟ್ಟು ಅಡುಗೆಮನೆಗೆ ಹೋದರು. ಕೋಪದಲ್ಲಿ ಪಾತ್ರೆಗಳನ್ನು ಲಡಬಡ ಅನ್ನಿಸುತ್ತಿದ್ದುದು ಕೇಳಿಸುತ್ತಿತ್ತು.

ಅಂದು ಸಿನ್ನಮಾನ್ ಮನೆಯಲ್ಲೇ ಉಳಿದುಕೊಂಡ, ಈನೋ ಪುಡಿ, ಮಜ್ಜಿಗೆ, ಮಾತ್ರೆಗಳೊಂದಿಗೆ.

ಕೆಲವು ದಿವಸಗಳ ನಂತರ ಅದು ಪುನರಾವರ್ತನೆಯಾಯಿತು, ಈ ಸಲ ಹಿಂದಿಗಿಂತಲೂ ಘೋರ. ಬಾಬಾ ಮಾ ಸಿನ್ನಮಾನನನ್ನು ಸಮೀಪದ ಡಾಕ್ಟರ್ ಉಬಲೇಯವರ ಕ್ಲಿನಿಕ್ಕಿಗೆ ಕರೆದುಕೊಂಡು ಹೋದರು. ಡಾಕ್ಟರು ಸಿನ್ನಮಾನನ್ನು ಕೂಲಂಕಷವಾಗಿ ಪರೀಕ್ಷಿಸಿದರು, ಅವನ ಹೊಟ್ಟೆಯನ್ನು ಅದುಮಿದರು, ದೇಹದ ತಾಪಮಾನ ಚೆಕ್ ಮಾಡಿದರು, ಅಗಲವಾಗಿ ಬಾಯಿ ತೆರೆಸಿ ನೋಡಿದರು, ದೀರ್ಘವಾಗಿ ಉಸಿರು ಎಳೆದುಕೊಳ್ಳಲು ಹೇಳಿದರು, ಎದೆ ಮೇಲೆ ಮತ್ತು ಬೆನ್ನಿನ ಮೇಲೆ ಸ್ಕೆತಸ್ಕೋಪನ್ನಿಟ್ಟು ಅವನಿಗೆ ಹಲವು ಬಾರಿ 'ಆಆ' ಅನ್ನಲು ಹೇಳಿದರು.

ಡಾಕ್ಟರ್ ಉಬಲೆ ಎತ್ತರಕ್ಕಿದ್ದ, ಬೆಳ್ಳಗಿನ ಚರ್ಮದ, ಸಂಪೂರ್ಣ ಬಕ್ಕತಲೆಯ ವ್ಯಕ್ತಿ. ಸಿನ್ನಮಾನಿಗೆ ಅವರ ಬೃಹತ್ತಾದ ದುಂಡನೆಯ ಬೊಕ್ಕತಲೆ ಬೇಯಿಸಿದ ಮೊಟ್ಟೆಯನ್ನು ನೆನಪಿಸುತ್ತಿತ್ತು. ಅವನು ಅವರಿಗೆ 'ಡಾಕ್ಟರ್ ಉಬಲೇಹುವಾ ಅಂಡಾ' ಎಂಬ ಅಡ್ಡಹೆಸರು ಇಟ್ಟಿದ್ದ. ಊದಿಕೊಂಡಿರುವ ಮೊಟ್ಟೆ ಅಂತ ಅರ್ಥ. ಉಬಲೇಹುವಾ ಅಂಡಾರವರು ಒಂದು ನೋಟ್‌ಪ್ಯಾಡಿನ ಮೇಲೆ ಅರ್ಥವಾಗದ ಅಕ್ಷರಗಳನ್ನು ಕೊರೆದು ತೃಪ್ತರಾಗಿ ಬಾಬಾನ ಕೈಗಿತ್ತರು. ಮಾತ್ರೆಚೀಟಿಯ ಗಾತ್ರವನ್ನು ನೋಡಿದ ತಕ್ಷಣ ಸದಾ ಮಲಗಿರುತ್ತಿದ್ದ ಬಾಬಾನ ಹುಬ್ಬುಗಳು ಸೆಟೆದು ನಿಂತವು. 'ಈ ರಸ್ತೆಗುಂಟ ನಡಕೊಂಡು ಹೋದರೆ ಕೆಳಗೆ ಕ್ಲಾಸಿಕ್ ಮೆಡಿಕಲ್ ಶಾಪ್ ಅಂತ ಇದೆ. ಇವೆಲ್ಲ ಅಲ್ಲಿ ಸಿಗ್ತವೆ. ನಾನು ಕಳಿಸಿದೆ ಅಂತೇಳಿ' ಎಂದರು ಡಾಕ್ಟರು.

'ನನ್ನ ಮಗನಿಗೆ ನಿಜಕ್ಕೂ ಇಷ್ಟೊಂದು ಮಾತ್ರೆಗಳು ಬೇಕಾ' ಬಾಬಾ ಸಂಶಯಾಸ್ಪದವಾಗಿ ಕೇಳಿದರು. 'ಇದು ಬರೀ ಹೊಟ್ಟೆನೋವಲ್ವಾ?'

ಡಾಕ್ಟರ್ ಉಬಲೇಹುವಾ ಅಂಡಾ ತನ್ನ ತುಟಿಗಳನ್ನು ಕಚ್ಚಿಕೊಂಡು 'ನಾನು ನಲವತ್ತು ವರುಷ ಮಣ್ಣು ಹೊತ್ತಿರುವ ಡಾಕ್ಟರು. ಏನು ಕೊಡಬೇಕು ಏನು ಕೊಡಬಾರದು ಅಂತ ನಂಗೆ ಬುದ್ಧಿ ಹೇಳಬೇಡಿ' ಕಡ್ಡಿ ಮುರಿದಂತೆ ಅಂದುಬಿಟ್ಟರು, ಮರಾಠಿಯಲ್ಲಿ. 'ಈ ಮಾತ್ರೆಗಳೆಲ್ಲವೂ ನಿಮ್ಮ ಮಗನಿಗಾಗಿಯೇ' ಎನ್ನುತ್ತ ಮಾತ್ರೆಚೀಟಿಯನ್ನು ಬಾಬಾ ಕೈಗೆ ಮರಳಿಸಿದರು.

ಆದರೆ ನಲವತ್ತು ವರುಷ ಮಣ್ಣೊತ್ತಿರುವ ವೈದ್ಯರು ಬರೆದುಕೊಟ್ಟ ಜೀವದಾತ ಮಾತ್ರೆಗಳೂ ಸಹ ಸಹಾಯ ಮಾಡಲಿಲ್ಲ. ಸಿನ್ನಮಾನಿಗೆ ಮಾತ್ರೆ ನುಂಗಿದ

ಮೇಲೂ ಮತ್ತೆ ಮತ್ತೆ ಹೊಟ್ಟೆನೋವು ಕಾಣಿಸಿಕೊಳ್ಳಲಾರಂಭಿಸಿತು. ತಿಂಡಿ ಏನೇ ಇರಲಿ– ಬೇಕನ್, ಬ್ರೆಡ್ಡು, ಸಾಬುದಾನ ಖಿಚಡಿ, ಚಿಕನ್ ಸಾಸೇಜ್, ಉಪ್ಪಿಟ್ಟು, ಪೋಹಾ, ಮೊಸರನ್ನ ಸಹ, ಏನು ಕೊಟ್ಟರೂ ಹೊಟ್ಟೆನೋವು ಮಾತ್ರ ನಿಲ್ಲುತ್ತಿರಲಿಲ್ಲ. ಈ ಹೊಟ್ಟೆನೋವಿನ ರಹಸ್ಯವನ್ನು ಬೇಧಿಸಲು ಷರ್ಲಾಕ್ ಹೋಮ್ಸ್ ಅಥವಾ ಹರ್ಕ್ಯೂಲ್ ಪೊಯಿರಾಟ್‌ರಂತವರೇ ಬರಬೇಕಿತ್ತು.

***

ಶನಿವಾರ ಉರುಳುರುಳಿ ಹೋಯ್ತು. ಸಿನ್ನಮಾನ್ ಬಿ ಆರ್ ಭಾಗ್ವತ್ ಅವರ `Fursungicha Faster Fene' ಎಂಬ ಅಡ್ವೆಂಚರ್ ಕತೆಯ ಪುಸ್ತಕದಲ್ಲಿ ಮುಳುಗಿದ್ದ. ಮೊದಲೆಲ್ಲ ಅವನಿಗೆ ಮರಾಠಿ ಬರಹಗಳು ತುಂಬ ಕಷ್ಟ ಅನಿಸುತ್ತಿತ್ತು. ಈಗೀಗ ಹಿಡಿತ ಸಿಗಲಾರಂಭಿಸಿತ್ತು. ಬಾಬಾ ಅವನಿಗೆ ಸಮಯ ಸಿಕ್ಕಾಗಲೆಲ್ಲ ಮರಾಠಿ ಪುಸ್ತಕಗಳನ್ನು ಓದುತ್ತಿರು ಎಂದು ಸೂಚಿಸಿದ್ದರು.

'ರೋಶನ್, ಬಾ ಇಲ್ಲಿ' ಮಾ ಅವನನ್ನು ಹೊರಗೆ ಕರೆದರು.

'ಮಾ, ಏನಾಯ್ತು ಮಾ? ಏನಾದರೂ ಬೇಕಿತ್ತಾ ಮಾ?' ಸಿನ್ನಮಾನ್ ಮಾನನ್ನು ಆಡಿಕೊಳ್ಳುತ್ತ ಉತ್ತರಿಸಿದ.

'ರೋಶನ್, ನಿನ್ನ ಈ ಮಾ–ಮಾ ತಮಾಷೆ ಸಾಕು. ಬೇಗ ಬಾ ಇಲ್ಲಿ,'

ಮಾ ಸಿನ್ನಮಾನನ್ನು ರೋಶನ್ ಅಂತ ಕರೀತಿದ್ದಾರೆ ಎಂದರೆ ಅವತ್ತು ವಿಷಯ ಏನೋ ಗಂಭೀರ ಇದೆ ಎಂದೇ ಅರ್ಥ.

ಸಿನ್ನಮಾನ್ ಒಲ್ಲದ ಮನಸಿನಿಂದ ಮಾ–ಬಾಬಾನ ಬೆಡ್‌ರೂಮಿಗೆ ಹೋದ. ಬಾಬಾ ತೆಳುವಾದ ತನ್ನ ತಲೆಗೂದಲನ್ನು ನೇವರಿಸುತ್ತ ಕುಳಿತಿದ್ದರು. ಇಬ್ಬರ ಮುಖದಲ್ಲಿಯೂ 'ನಿಂಜೊತೆ ಸ್ವಲ್ಪ ಮಾತಾಡೋದಿದೆ' ಎಂಬಂತಹ ಗಾಂಭೀರ್ಯ ಸೂಚನೆ. ಸಿನ್ನಮಾನಿನ ಹೃದಯ ತುಸುವೇ ಕುಸಿಯಿತು.

ಮಾ ಶುರು ಮಾಡಿದರು. 'ಸಿನ್ನಮಾನ್, ನಿಂಗೆ ಹೊಟ್ಟೆನೋವು ಬರೋದು, ಬೆಳಗ್ಗೆ ಹೊತ್ತು ಪದೇ ಪದೇ ಬಾಥ್‌ರೂಮಿಗೆ ಹೋಗೋದು ಸುಮಾರು ಸಲ ಆಗಿದೆ ಅಲ್ವ, ಸ್ಕೂಲ್

ತಲುಪುವಷ್ಟರಲ್ಲಿ ಎರಡು ಪಿರಿಯಡ್ ಮುಗಿದು ಹೋಗಿರುತ್ತೆ. ನಿನ್ನ ಪ್ರಿನ್ಸಿಪಾಲ್ ಎಲ್ಲ ಹೇಳಿದ್ದಾರೆ. ಇದು ಹೀಗೆ ಆಗ್ತಿದ್ದರೆ ನೀನು ಮಿಡ್-ಟರ್ಮ್ ಪರೀಕ್ಷೆ ಬರೆಯಕ್ಕಾಗಲ್ಲ ನೋಡು'

ಮಾ, ಒಳ್ಳೆ ಲಾಯರಿನಂತೆ ಪಾಯಿಂಟ್-ಟು-ಪಾಯಿಂಟು ಲೆಕ್ಕ ಕೊಡುತ್ತ ಹೋದರು.

'ತಾವು ಬರೀ ಸೋಮವಾರ, ಮಂಗಳವಾರ ಮತ್ತೆ ಶುಕ್ರವಾರ ಮಾತ್ರ ಹೊಟ್ಟೆನೋವು ಬರಿಸಿಕೊಳ್ಳುವುದನ್ನು ನಾವು ಗಮನಿಸಿದ್ದೇವೆ'

ಸಿನ್ನಮಾನ್ ಸಹಾಯಕ್ಕಾಗಿ ಮಾ ಬೆಳೆಸಿದ್ದ ಬೋನ್ಸಾಯಿ ಗಿಡಗಳತ್ತ ನೋಡಿದ. ಅವು ಅವನ ಕಡೆಗೆ ಕನಿಕರದಿಂದ ನೋಡಿದವು. ಆದರೆ ಸೈಲೆಂಟಾಗಿದ್ದವು. 'ಇಲ್ಲ, ಅದು ಸುಳ್ಳು ಆರೋಪ' ಅಂದ.

ಸುಳ್ಳಲ್ಲ ನಿಜಾನೇ. ಮತ್ತು ಕ್ಲಾಸಲ್ಲಿ ನಿನ್ನ ಮೊದಲ ಪಿರಿಯಡ್ ಮ್ಯಾಥ್ಸ್ ಎಂಬುದೂ ನಮಗೆ ಗೊತ್ತಿದೆ,' ಮಾ ತನ್ನ ಕೈಗಳಲ್ಲಿದ್ದ ಕೆಂಪು-ಬಿಳಿ ಶಾಖಾ-ಪೋಲಾಗಳನ್ನು ತಿರುವುತ್ತಾ ವಾದವನ್ನು ಬಲಗೊಳಿಸಿದರು.

'ಅದೂ... ಅದೂ...'

'ನಿನಗೆ ಗಣಿತ ಕಷ್ಟ ಅಂತ ನಮಗೆ ಗೊತ್ತಿದೆ. ನೀನು ಸರಿಯಾಗಿ ಕ್ಲಾಸ್ ಅಟೆಂಡ್ ಮಾಡ್ತಿಲ್ಲ ಅಂತ ಮಿಸಸ್ ಗೋಡ್ಬೋಲೆ ಹೇಳ್ತಿದ್ದರು. ಕೊಟ್ಟ ಹೋಮ್‌ವರ್ಕ್‌ನ್ನೂ ಪಲ್ಲಿಯಿಂದ ಕಾಪಿ ಮಾಡಿಕೊಂಡು ಸಬ್ಮಿಟ್ ಮಾಡ್ತೀಯಂತೆ. ಕ್ಲಾಸಲ್ಲಿ ಸ್ಕೆಚ್ ಮಾಡೋದು ಪದ್ಯ ಬರೆಯೋದು ಮಾಡ್ತಾ ಕೂರ್ತೀಯಂತೆ, ಅವರೇ ಹೇಳಿದರು'

'ಇಲ್ಲಮ್ಮಾ, ಅದೆಲ್ಲ ಸುಳ್ಳು,' ಸಿನ್ನಮಾನ್ ಗೋಳಾಡಿದ.

ಮಾ ಅವನ ಗಣಿತದ ನೋಟ್‌ಬುಕ್ ತೆರೆದು ಕಡೆಯ ಹಾಳೆಗಳ ಹೊರತು ಮಿಕ್ಕಿದ್ದೆಲ್ಲ ಖಾಲಿ ಇರುವುದನ್ನು ತೋರಿಸಿದರು. ಖಾಲಿ ಅಂದರೆ ಪೂರ್ತಿ ಖಾಲಿಯೇನಲ್ಲ. ಲೆಕ್ಕಗಳ ಬದಲಾಗಿ ಪೆನ್ಸಿಲ್ ಸ್ಕೆಚ್ಚುಗಳಿಂದ ತುಂಬಿದ್ದವು. ದುಂಡುಗೆನ್ನೆಯ ಸುಂದರ್‌ನ ಮುಖ, ಮುದ್ದಾದ ಮಚ್ಚೆಗಳಿದ್ದ ಪಲ್ಲಿಯ ಮುಖ, ಕುಳ್ಳ ಓಣಮ್ ಕುಟ್ಟಿಯ ಮುಖ. ತೆಳ್ಳಗೆ ಉದ್ದಕ್ಕಿದ್ದ ಕ್ಲಾಸಿನ ಟಾಪರ್ ರಾಶಿ ಕೈಯೆತ್ತಿ ಪ್ರಶ್ನೆ ಕೇಳುತ್ತಿದ್ದ ಚಿತ್ರ, ಕ್ಲಾಸುರೂಮಿನ ಚಿತ್ರ, ಮತ್ತು ಖುದ್ದು ಕೋಡುಬಳೆ ಮೇಡಮ್ಮಿನ ಚಿತ್ರ.

ಸಿನ್ನಮಾನ್ ತನ್ನ ಕಲಾಕೃತಿಗಳನ್ನು ಅಭಿಮಾನದಿಂದ ನೋಡಿದ. ಎಷ್ಟು ಚಂದ ಇದಾವೆ ಅಂತ ತನಗೇ ಅಭಿಮಾನ ಉಕ್ಕುತ್ತಿತ್ತು.

'ನಂಗೆ ಕೋಡುಬಳೆ ಮೇಮಿನ ಕ್ಲಾಸುಗಳಂದರೆ ಆಗಲ್ಲ' ಅಂದುಬಿಟ್ಟ ಸಿನ್ನಮಾನ್. 'ಓಣಮ್ ಕುಟ್ಟಿ, ಟೀಚರು, ಥಪಸ್ಯ ಬಿಟ್ಟರೆ ಯಾರಿಗೂ ಅವರನ್ನು ಕಂಡರೆ ಆಗಲ್ಲ', ನಿಂಬೆಹಣ್ಣು ಕಚ್ಚಿದವನಂಗೆ ಮುಖ ಹುಳ್ಳಗೆ ಮಾಡಿಕೊಂಡು ಹೇಳಿದ.

'ಸಿನ್ನಮಾನ್, ಟೀಚರ್ಸಿಗೆ ಹಾಗೆಲ್ಲ ಕೆಟ್ಟದಾಗಿ ಅಡ್ಡಹೆಸರಿಟ್ಟು ಕರೆಯಬಾರದು. ನನಗೆ ಗೊತ್ತಿದೆ ನಿನಗೆ ಮಿಸೆಸ್ ಗೋಡ್ಬೋಲೆ ಅಂದ್ರೆ ಆಗಲ್ಲ ಅಂತ. ಅದಕ್ಕೆ ಇನ್ನು ಮುಂದೆ ನಾನೇ ನಿನಗೆ ಟ್ಯೂಶನ್ ಮಾಡೋಣ ಅಂದುಕೊಂಡಿದ್ದೀನಿ'. ಅವನಿಗೆ ಅದು ತೀರಾ ಆಕರ್ಷಕವಲ್ಲದಿದ್ದರೂ ಸಧ್ಯ ಇನ್ನೊಬ್ಬ ಕೋಡುಬಳೆ ಅಲ್ಲವಲ್ಲ ಎಂದು ಸಮಾಧಾನವಾಯಿತು. ಬಾಬಾ ಆದರೂ ತನ್ನ ಸಹಾಯಕ್ಕೆ ನಿಲ್ಲಬಹುದಾ ಎಂದು ಅವರ ಕಡೆ ತಿರುಗಿದ. ಅವರ ಮುಖ ತನ್ನ ನೋಟ್ಬುಕ್ಕುಗಳಷ್ಟೇ ಖಾಲಿ ಖಾಲಿಯಾಗಿತ್ತು. ಬೋನ್ಸಾಯಿ ಗಿಡಗಳಿಗಿಂತ ಹೆಚ್ಚಿನ ಸಹಾಯ ಅವರಿಂದ ನಿರೀಕ್ಷಿಸುವಂತಿರಲಿಲ್ಲ.

'ನಿನ್ನಿಷ್ಟ ಸಿನ್ನಮಾನ್' ಎಂದು ನಿಟ್ಟುಸಿರಿಟ್ಟರು ಮಾ. ಅಪ್ಪಾಮ್ಮರ ಭಾಷೆಯಲ್ಲಿ ನಿನ್ನಿಷ್ಟ ಎಂದರೆ ತಮ್ಮಿಷ್ಟ ಎಂದೇ ಅರ್ಥ.

ಬಾಬಾಗೆ ಇದ್ದಕ್ಕಿದ್ದಂತೆ ಮಾತು ಬಂದಂತೆ– ನಿನಗೇನಾದರೂ ಸಮಸ್ಯೆ ಇದ್ದರೆ ಮಿಸೆಸ್ ಗೋಡ್ಬೋಲೆ ಸಹಾಯಕ್ಕೆ ನಾನಿರ್ತೀನಿ ಅಂತ ಅವರೇ ಹೇಳಿದ್ದಾರೆ'

ಸಮಸ್ಯೆ ಇರೋದೆ ಅದಲ್ವಾ, ಮಿಸಸ್ ಗೋಡ್ಬೋಲೆ ತನ್ನ ಬೆನ್ನಿಗೆ ಬಿದ್ದಿರುವುದೇ ಸಮಸ್ಯೆ, ಈ ಅಪ್ಪ ಅಮ್ಮನಿಗೆ ಯಾಕೆ ಅದು ಅರ್ಥವಾಗದೋ ಕಾಣೆ ಎಂದು ನಿಟ್ಟುಸಿರಿಟ್ಟ ಸಿನ್ನಮಾನ್.

ಸೋಮವಾರ ಸಿನ್ನಮಾನ್ ಕ್ಲಾಸಿಗೆ ಮರಳಿದಾಗ ಏನೇನೊ ಬದಲಾವಣೆಗಳನ್ನು ಕಂಡ. ಮುಂಚೆ ತಾನು ಹಿಂದೆ ಓಣಮ್

ಕುಟ್ಟಿ, ಹರ್ಪ್ರೀತ್ ಮತ್ತು ಪಲ್ಲಿಯೊಂದಿಗೆ ಕೂರುತ್ತಿದ್ದ. ಈಗ ಅವನ ಸೀಟನ್ನು ಮುಂದಿನ ಬೆಂಚಿಗೆ, ಗಣಿತದ ಟಾಪರ್ ಮಾರ್ತಾಂಡನ ಪಕ್ಕಕ್ಕೆ ಎತ್ತಿಹಾಕಲಾಗಿತ್ತು.

ಅವತ್ತು ಪರ್ಸೆಂಟೇಜುಗಳ ಬಗ್ಗೆ ಪಾಠ ನಡೆಯುತ್ತಿತ್ತು. ಸಿನ್ನಮಾನ್ ಮಾರ್ತಾಂಡನನ್ನು ಒತ್ತರಿಸಿಕೊಂಡು ಕೂತಿರುವುದನ್ನು ಮಿಸಸ್ ಗೋಡ್ಬೋಲೆ ಗಮನಿಸಿದರು. ಗೋಡ್ಬೋಲೆ ಕುಳ್ಳಗೆ, ದಪ್ಪಗೆ, ಗೋದಿ ಬಣ್ಣದವರಾಗಿದ್ದು ಕನ್ನಡಕ ಹಾಕುತ್ತಿದ್ದರು. ಅವರು ಯಾವಾಗಲೂ ಸೀರಿಯಸ್ಸಾಗಿದ್ದು ಆಗೆಲ್ಲ ಕನ್ನಡಕ ಹಾಕಿರುತ್ತಿದ್ದರು. ಅಪರೂಪಕ್ಕೆ ನಗುತ್ತಿದ್ದು ಅಂತಹ ಸಂದರ್ಭದಲ್ಲಿ ಕನ್ನಡಕ ತೆಗೆದಿರುತ್ತಿದ್ದರು. ನೀವು ಅವರ ಮುಖದ ಮೇಲೆ ಒಂದೋ ನಗುವನ್ನು ನೋಡಬಹುದಿತ್ತು, ಅಥವಾ ಕನ್ನಡಕವನ್ನು. ಎಂದಿಗೂ ಅವೆರಡೂ ಒಟ್ಟಿಗೆ ಕಂಡದ್ದಿಲ್ಲ.

ಗೋಡ್ಬೋಲೆ ಸಿನ್ನಮಾನನ್ನು ನೋಡಿ ನಕ್ಕರು. ಆ ನಗು ಒಂಥರಾ ದೀಪಾವಳಿಗೆ ವಾಟ್ಸಾಪಲ್ಲಿ ಫಾರ್ವರ್ಡ್ ಮಾಡುವ ಶುಭಾಶಯಗಳಂತೆ ಕೃತಕವಾಗಿತ್ತು. ‘ಇವತ್ತು ಆರಾಮಿದ್ದೀಯಾ?” ಎಂದು ಕೇಳಿದರು.

‘ಯೆಸ್ ಮೇಮ್, ಆರಾಮಿದ್ದೀನಿ’ ಎಂದನು ಸಿನ್ನಮಾನ್.

‘ಬೆಳಬೆಳಿಗ್ಗೆ ಬೇಧಿಯಾಗುವುದು ನಿಲ್ತಾ?’, ಅವರ ಮೂಗಿನ ಹೊಳ್ಳೆಗಳು ಸೆಟೆದುಕೊಂಡಿದ್ದವು. ಕ್ಲಾಸುರೂಮು ಮುಸಿಮುಸಿ ನಗಲಾರಂಭಿಸಿತು. ರೋಶನ್‌ಗೆ ಅವಮಾನ ಆಯಿತು. ಯಾರಾದರೂ ಇಡೀ ಕ್ಲಾಸುರೂಮಿನ ಮುಂದೆ ಒಬ್ಬರ ಬೇಧಿ ಬಗ್ಗೆ ಮಾತನಾಡಬಹುದೇ? ಟೀಚರ್ಸಿಗೆ ಇದು ಟ್ರೈನಿಂಗಿನಲ್ಲಿ ಹೇಳಿಕೊಟ್ಟಿರಲ್ವಾ?

‘ನಿಲ್ತು ಮೇಮ್’.

ಅವನ ಆಶ್ಚರ್ಯಕ್ಕೆ ಅವರು ಆ ವಿಷಯವನ್ನು ಮುಂದುವರೆಸಲಿಲ್ಲ. ಆ ವಾರ ಬಹುತೇಕ ನಿಶ್ಚಿಂತೆಯಿಂದ ಕಳೆಯಿತು.

***

ಶುಕ್ರವಾರ ಬೆಳಿಗ್ಗೆ ಬಂದೇ ಬಂತು, ಸಿನ್ನಮಾನ್ ಮೊದಲ ಬಾರಿಗೆ ಸ್ವಲ್ಪ ಸಡಿಲಗೊಂಡ. ಆದರೆ ಪಾಪ ಅವನಿಗೇನು ಗೊತ್ತಿತ್ತು ಅದು ಬೈಗುಳಕ್ಕೂ ಮುನ್ನ ಹಾಡುವ ಜೋಗುಳವೆಂದು.

ಸಾಮಾನ್ಯವಾಗಿ ಗೋಡ್ಬೋಲೆ ಮೇಮು ಬೋರ್ಡಿನ ಮೇಲೆ ಒಂದು ಲೆಕ್ಕ ಬರೆದು ಜೋರಾಗಿ ಓದುತ್ತಿದ್ದರು. ಆನಂತರ ಯಾರಾದರೂ ಅಮಾಯಕನನ್ನು ಕರೆದು ಲೆಕ್ಕವನ್ನು ಬಿಡಿಸಲು ಹೇಳುತ್ತಿದ್ದರು.

'ಶಾಶ್ವತ್‌ನ ಹತ್ತಿರ 400 ರುಪಾಯಿ ಇದೆ. ಅವನು ಅದರ ಮುಕ್ಕಾಲು ಹಣವನ್ನು ಮೀನುಗಳಿಗೆ ಕಾಲು ಭಾಗ ಹಣವನ್ನು ಸೀಗಡಿಕೊಳ್ಳಲು ಖರ್ಚು ಮಾಡುತ್ತಾನೆ. 1 ಕೆಜಿ ಸೀಗಡಿಗೆ 150 ರುಪಾಯಿ, 1 ಕೆಜಿ ಮೀನಿಗೆ 50 ರುಪಾಯಿ. ಅಲ್ಲಿಗೆ ನಾನ್ನೂರು ರುಪಾಯಿಗೆ ಒಟ್ಟು ಎಷ್ಟು ಕೇಜಿ ಮೀನು ಎಷ್ಟು ಕೇಜಿ ಸೀಗಡಿ ಬಂದವು? ಸಾಲ್ವ್ ದಿ ಫಾಲೋವಿಂಗ್ ಪ್ರಾಬ್ಲಮ್', ಎಂದರು ಕೋಡುಬಳೆ.

ಹಾಗನ್ನುತ್ತಾ ಕ್ಲಾಸುರೂಮಿನ ಸುತ್ತ ನೋಡಿದರು. ಕಣ್ಣುಗಳು ಸ್ಟುಡೆಂಟಿದ ಸ್ಟುಡೆಂಟಿಗೆ ಜಂಪು ಹೊಡೆಯುತ್ತಿದ್ದವು. ಎಲ್ಲರೂ ಆ ಕಣ್ಣುಗಳಿಂದ ತಪ್ಪಿಸಿಕೊಳ್ಳಲು ಪ್ರಯತ್ನಿಸುತ್ತಿದ್ದರು. ಸಿನ್ನಮಾನ್ ತನ್ನ ಉದ್ದನೆಯ ಕೈಕಾಲುಗಳನ್ನು ಹೇಗೋ ಮಾಡಿ ಬೆಂಚಿನೊಳಗೆ ಮುದುರಿಡಲು ಪ್ರಯತ್ನಿಸುತ್ತಿದ್ದ. ಸ್ವಲ್ಪವೂ ಕನಿಕರವಿರದ ಮೇಮು ಅವನ ನೆಮ್ಮದಿಯನ್ನು ನುಚ್ಚುನೂರು ಮಾಡಿಬಿಟ್ಟರು. 'ರೋಶನ್, ಬಾಯಿಲ್ಲಿ, ಇದನ್ನು ಸಾಲ್ವ್ ಮಾಡು'.

'ದಯವಿಟ್ಟು ನನ್ನನ್ನು ಬಿಟ್ಟುಬಿಡ್ತೀರಾ' ಎಂದು ಮನಸಿನಲ್ಲಿ ಬೇಡಿಕೊಂಡ ಸಿನ್ನಮಾನ್. ಬೇಡಿದರೆ ಬಿಟ್ಟುಬಿಡ್ತಾರೇನೊ ಎಂಬಂತೆ. ಎದ್ದು ಬಂದು ನಿಧಾನವಾಗಿ ಲೆಕ್ಕವನ್ನು ಓದಿದ. ಶಾಶ್ವತ್ ಮುಟ್ಠಾಳ ಅಂದುಕೊಂಡ. ರಬ್ಬರಿನಂಗಿರೊ ಮೀನುಗಳನ್ನು ಬಿಟ್ಟು ಪೂರ್ತಿ ಸೀಗಡಿಗಳನ್ನೆ ಯಾಕೆ ಕೊಂಡುಕೊಳ್ಳಲಿಲ್ಲವೋ ಅವನು. ಖಂಡಿತ ಅವನಿಗೆ ನಮ್ಮಮ್ಮ ಮಾಡುವ ಚೆಂಗ್ರಿ ಮಲಾಯಿ ಪ್ರಾನ್ ಕರಿಯ ರುಚಿ ಗೊತ್ತಿಲ್ಲ. ನೆನೆದ ಕೂಡಲೆ ಸಿನ್ನಮಾನಿನ ಬಾಯಿಯಲ್ಲಿ ನೀರು ಉಕ್ಕಿತು. ಮಿಸೆಸ್ ಕೋಡುಬಳೆ ಅವನ ಕೈಗೆ ಸೀಮೆಸುಣ್ಣ ಇಟ್ಟು ಕನಸಿನಿಂದ ಎಚ್ಚರಿಸಿದರು.

ಬಹಳಾನೆ ಯೋಚಿಸಿ– 'ಮೇಮ್ ಈ ಸಮ್ ಮೇಲೆ ನನಗೊಂದು ಡೌಟು.'

‘ಏನಪ್ಪ ರೋಶನ್, ಹೇಳು ಏನು ನಿನ್ನ ಡೌಟು?’

‘ಬರೀ ಮೀನು ಮತ್ತು ಸೀಗಡಿ ತಗೊಂಡ್ರೆ ಸಾಕಾ? ಅವನಿಗೆ ಅಕ್ಕಿ, ತರಕಾರಿ ಸಹ ಬೇಕಲ್ಲವಾ? ಮತ್ತು ಮೀನಿಗಿಂತ ಸೀಗಡಿ ರುಚಿಯಾಗಿರುತ್ತೆ, ಅವನು ಯಾಕೆ ಬರೀ ಸೀಗಡಿಯನ್ನೇ ಖರೀದಿಸಬಾರದು? ಅದು ಹೆಚ್ಚು ಸಮಂಜಸ ಅಲ್ಲವಾ’ ಇಡೀ ಕ್ಲಾಸುರೂಮು ತುಂಬ ನಗೆಯ ಅಲೆ ಎದ್ದಿತು. ಮಿಸೆಸ್ ಕೋಡುಬಳೆಯವರು ದುರುಗುಟ್ಟಿದ್ದರಿಂದ ಅಲೆ ಇಳಿಯಿತು.

ತನ್ನ ದೀಪಾವಳಿ ವಾಟ್ಸಾಪ್ ಫಾರ್ವರ್ಡಿನಂತಹ ನಗುವಿನೊಂದಿಗೆ ‘ರೋಶನ್ ಪರಾಂಜಪೆ, ಮೊದಲು ಕೊಟ್ಟಿರುವ ಪ್ರಾಬ್ಲಂ ಸಾಲ್ವ್ ಮಾಡು’ ಎಂದರು.

ಸಿನ್ನಮಾನ್ ಮೌನವಾಗಿ ಪ್ರಾರ್ಥಿಸಿದ. ಒಂದಷ್ಟು ಗಹನವಾದ ಲೆಕ್ಕಾಚಾರ ಮಾಡಿದ ಬಳಿಕ ಬೋರ್ಡಿನ ಮೇಲೆ ಉತ್ತರ ಬರೆದು ಸೀಮೆಸುಣ್ಣವನ್ನು ಮೇಡಮ್ಮಿನ ಕೈಗಿಟ್ಟ. ಮಿಸಸ್ ಗೋಡ್ಬೋಲೆ ಬೋರ್ಡನ್ನು ನೋಡಿದರು, ಅವರ ದವಡೆ ಪ್ರವಾಹಕ್ಕೆ ಸಿಲುಕಿದ ಸೇತುವೆ ಕುಸಿದಂತೆ ಅಗಲಿಸಿಕೊಂಡಿತು.

400/150+50=400/200= 2. ಈ ಎರಡರಲ್ಲಿ ಮುಕ್ಕಾಲು ಭಾಗ ಮೀನಿಗೆ, ಕಾಲು ಭಾಗ ಸೀಗಡಿಗೆ. ಅಲ್ಲಿಗೆ ಶಾಶ್ವತ್ ಖರೀದಿಸಿದ ಮೀನಿನ ತೂಕ 1.5 ಕೆಜಿ, ಸೀಗಡಿಯ ತೂಕ 0.5 ಕೆಜಿ.

ಸಿನ್ನಮಾನ್ ಎಷ್ಟು ಬೇಗ ಲೆಕ್ಕ ಬಿಡಿಸಿದೆ ಎಂದು ಖುಷಿಯಾಗಿದ್ದ. ಮಿಸೆಸ್ ಕೋಡುಬಳೆಯ ಬಾಯಿ ಇನ್ನೂ ತೆರೆದುಕೊಂಡಿದ್ದು ಕಂಡು ಅವನಿಗೆ ಎದೆ ತುಸು ಕುಸಿದಂತಾಯಿತು. ಕೆಲವು ಸ್ನೇಹಿತರು ಕುಸಕುಸ ನಗುತ್ತಿದ್ದುದು ಗೊತ್ತಾಯಿತು.

‘ಏನಾದರೂ ತಪ್ಪಿದೆಯಾ ಮೇಮ್?’ ಕೇಳಿದ.

ಗೋಡ್ಬೋಲೆ ‘ನ್ನೀ...ನ್ನೀನು ಹೋಗಿ ಕೂತ್ಕೋಪಾ ರೋಶನ್’ ಎಂದು ತೊದಲಿದರು.

ಸಿನ್ನಮಾನ್ ಭುಜಗಳನ್ನು ಇಳಿಸಿ ತನ್ನ ಡೆಸ್ಕಿಗೆ ಮರಳಿದ. ಅವನಿಗೆ ಈ ಗಣಿತದಷ್ಟು ತೊಂದರೆ ಕೊಟ್ಟ ಸಬ್ಜೆಕ್ಟ್ ಯಾವುದೂ ಇರಲಿಲ್ಲ. ಗಣಿತದ ಪೇಪರೆಂದರೆ ಅದರ ತುಂಬ ಕೆಂಪು ಇಂಕಿನ ಅಡ್ಡಗೆರೆಗಳೇ. ಹೋಳಿಯಲ್ಲಿ ಆಡಿದ ಬಿಳಿ ಟಿ ಶರ್ಟಿನಂತೆ. ಅವನಿಗೆ ಈ ಶಾಶ್ವತ್ ಮೇಲೆ ಎಷ್ಟು ಕೋಪ ಬಂದಿತ್ತೆಂದರೇ! ಆ ರಾಮನ್ ಮೇಲೂ ಅಷ್ಟೇ. ಶೇಖಡಾ 9ರಷ್ಟು ಬಡ್ಡಿ ಮೇಲೆ 9768 ರೂಪಾಯಿ ಸಾಲ ತಗೊಂಡು ವರ್ಷಕ್ಕೆ ಎಷ್ಟು ಬಡ್ಡಿ

ಬರುತ್ತೆ ಅಂತ ಲೆಕ್ಕ ಮಾಡೋದನ್ನೆ ಮರೆತಿದ್ದ. ಇನ್ನು ಆ ಇಪ್ಪತ್ತೆರೆಡು ಮೀನುಗಾರರೋ, ಬ್ಯಾಂಕಲ್ಲಿ ದುಡ್ಡಿಟ್ಟು ವಾಪಸ್ ಎಷ್ಟು ಬರುತ್ತೆ ಅಂತ ಲೆಕ್ಕ ಮಾಡಕ್ಕಾಗದಿರೋರು ಥತ್. ಅಲ್ಲಾ ಇವರ ಪರವಾಗಿ ನಾನು ಯಾಕೆ ಲೆಕ್ಕ ಮಾಡಬೇಕು ಅಂತ? ಸಿನ್ನಮಾನ್ ಸಿಟ್ಟಾಗಿದ್ದ.

***

ಪಲ್ಲವಿ ಜೊತೆ ಸ್ಕೂಲ್ ಗ್ರೌಂಡಿನಲ್ಲಿ ನಡೆದುಕೊಂಡು ಹೋಗುತ್ತಿರುವಾಗ 'ಈ ಮ್ಯಾತ್ಸನ್ನು ನಮಗೆ ಹಿಂಸೆ ಕೊಡಲೆಂದೇ ಕಂಡುಹಿಡಿದಿರೋದು ಅಲ್ವಾ?' ಎಂದ ಸಿನ್ನಮಾನ್.

'ನಿಜ್ಜಾ ಕಣೋ. ಈಗ ಎಲ್ಲಾರತ್ರಾನೂ ಕ್ಯಾಲ್ಕುಲೇಟರ್ ಇದೆ. ಯಾಕೆ ನಾವು ಅಷ್ಟು ವರ್ಷ ಗಣಿತ ಕಲಿಬೇಕೊ ಗೊತ್ತಿಲ್ಲಪ್ಪ' ಪಲ್ಲಿ ಅವನ ಬೆನ್ನ ಮೇಲೆ ಕೈಹಾಕಿ ಹ್ಲೂಗುಟ್ಟಿದಳು.

ಸ್ವಲ್ಪ ದಿವಸಗಳ ನಂತರ ಒಮ್ಮೆ ಸಿನ್ನಮಾನ್ ಮನೆಗೆ ಬಂದಾಗ ಡೆಸ್ಕಿನ ಮೇಲೆ ಕೆಲವು UAOs (Unattractive Academic Objects) ಗಳನ್ನು ನೋಡಿದ. ಅವು ಕೋಡುಬಳೆಯವರ ಗಣಿತದ ಲೆಕ್ಕಗಳಷ್ಟೇ ಬೋರಿಂಗಾಗಿದ್ದವು, ಮಾರಣಾಂತಿಕವಾಗಿದ್ದವು. ಇವುಗಳಿಂದ ತನ್ನ ದಿನವನ್ನು ಯಾಕೆ ಹಾಳುಮಾಡಿಕೊಳ್ಳಬೇಕು ಅಂದುಕೊಂಡು ಅವನ್ನೆಲ್ಲ ಯಾರಿಗೂ ಕಾಣದಂತೆ ಡೆಸ್ಕಿನ ಡ್ರಾಯರೊಳಗೆ ಸೇರಿಸಿಬಿಟ್ಟ.

ಮಾರನೆ ದಿವಸ ಸ್ಕೂಲಿಗೆ ಹೋಗುವ ಮುನ್ನ ಅವನೊಳಗೆ ಆಳವಾಗಿ ಬೆಳೆದಿದ್ದ ಬೀಭತ್ಸ ಸಂಶಯಗಳು ನಿಜ ಎಂಬುದು ಖಾತ್ರಿಯಾಯಿತು. 'ಸಿನ್ನಮಾನ್, ಡೆಸ್ಕಿನ ಮೇಲೆ ಇಟ್ಟಿದ್ದ ಪುಸ್ತಕಗಳನ್ನು ನೋಡಿದೆಯಾ?' ಮಾ ಉಪ್ಪಿಟ್ಟಿನ ಮೇಲೆ ಸೇವ್ ಸುರಿದುಕೊಳ್ಳುತ್ತ ಕೇಳಿದರು. ಸಿನ್ನಮಾನ್ ಇಷ್ಟಗಲ ಕಣ್ಣು ಬಿಟ್ಟ, 'ಯಾವ ಬುಕ್ಸಮ್ಮ?' ಏನೂ ಗೊತ್ತಿಲ್ಲದವನಂತೆ ನಟಿಸಿದ. ಮಾ ಅದಕ್ಕೆ ಸೊಪ್ಪು ಹಾಕಲಿಲ್ಲ. 'ಟೇಬಲ್ ಮೇಲಿಟ್ಟಿದ್ದ ಬುಕ್ಸು ಪುಟ್ಟೂ'. ತನಗೆ ಇಷ್ಟವಿಲ್ಲದ್ದನ್ನು ತನ್ನಿಂದ ಮಾಡಿಸುವಾಗ ಮಾ ಬಳಸುತ್ತಿದ್ದ ತಂತ್ರವದು, 'ಪುಟ್ಟೂ' ಎಂದು ಸೇರಿಸುವುದು. ಅದೊಂದು ರೀತಿಯ ಕುಟಿಲ ವಂಚನೆ, ಅನೀತಿ.

ಒಂಚೂರೂ ಕನಿಕರವಿಲ್ಲದ ಮಾ ಅಸಹಾಯಕ ನಿಂಬೆಹಣ್ಣನ್ನು ಉಪ್ಪಿಟ್ಟಿನ ಮೇಲೆಲ್ಲಾ ಹಿಂಡುತ್ತಿದ್ದರು. ಅಷ್ಟೇ ನಿಷ್ಕರುಣೆಯಿಂದ ಅವನ ಸಂತೋಷವನ್ನೂ ಹನಿ ಹನಿಯಾಗಿ ಹಿಂಡುತ್ತಿದ್ದರು. 'ಆ ಪುಸ್ತಕಗಳಿಂದ ನಾವಿಬ್ಬರೂ ಒಟ್ಟಿಗೆ ಮ್ಯಾಥ್ಸ್ ಕಲಿಯೋಣ. ಅವು ಮ್ಯಾಥ್ಸ್‌ನ್ನು ಮೋಜಿನಿಂದಲೂ ಕಲೀಬಹುದು ಅಂತ ಹೇಳಿಕೊಡ್ತವೆ. ನಿನ್ನ ಸ್ಕೂಲಿನ ಪಠ್ಯಪುಸ್ತಕಗಳಂತಲ್ಲ ಅವು'

'ವೋಕೇ'

ಮಜವಾಗಿರುತ್ತಲ್ವ?

'ಹ್ಞೂ ಮಾ. ಬಹಳಾ ಮಜವಾಗಿರುತ್ತೆ! ಯೇ' ಸಿನ್ನಮಾನ್ ವ್ಯಂಗ್ಯವಾಗಿ ನಟಿಸಿದ.

'ಸಿನ್ನಮಾನ್, ನಿನ್ನ ಈ ವರ್ತನೆ ಇಷ್ಟ ಆಗ್ತಿಲ್ಲ'

'ವೋ-ಕೇ ಮಾ. ಹಹಾ'.

***

ಮಾ ಸಿನ್ನಮಾನೊಂದಿಗೆ ಪಟ್ಟಾಗಿ ಕುಳಿತು ಗಣಿತ ಕಲಿಸುವ ನಿರ್ಧಾರ ಮಾಡಿದ್ದರು. ಭಾನುವಾರದ ಸಂಜೆಗಳಂದು ಮುಂದಿನ ಒಂದು ವಾರ ಏನೇನು ಕಲಿಯಬೇಕೆಂಬುದನ್ನು ಪಟ್ಟಿ ಮಾಡುತ್ತಿದ್ದರು. ಸಿನ್ನಮಾನಿಗೆ ಏನಾದರೂ ಅರ್ಥವಾಗದಿದ್ದಾಗ ಮಾತ್ರ ಬಾಬಾ ಸಹಾಯಕ್ಕೆ ಬರುತ್ತಿದ್ದರು. ಅಮ್ಮನ ಶ್ರಮ, ಬಾಬಾ ಮತ್ತು ಮೀನಾಭಾಯಿ ತಂದುಕೊಡುತ್ತಿದ್ದ ಲೆಕ್ಕವಿಲ್ಲದಷ್ಟು ಚಾಕಲೇಟು ಹಾಲಿನ ಸಹಾಯದಿಂದ ಸಿನ್ನಮಾನ್ ಗಣಿತದ ಪರೀಕ್ಷೆಯಲ್ಲಿ ಪಾಸಾಗುವಷ್ಟು ಅಂಕಗಳನ್ನು ಪಡೆದ. ಮೊದಲಿನಂತೆ ಉತ್ತರಪತ್ರಿಕೆಗಳಲ್ಲಿ ಕೇವಲ ಕೆಂಪು ಗೀಟುಗಳಲ್ಲದೆ ಈಗೀಗ ನೀಲಿ ಗೀಟುಗಳು ಸಹ ಕಾಣಿಸಲಾರಂಭಿಸಿದ್ದವು.

ಸಿನ್ನಮಾನಿಗೆ ಒಂದೊಂದು ಸಲ ಮಾ-ಬಾಬಾಗೆ ಇಷ್ಟು ಸುಲಭವಿರುವ ಗಣಿತ ನನಗಷ್ಟೇ ಯಾಕೆ ಕಷ್ಟ ಎಂದು ಯೋಚಿಸುತ್ತಿದ್ದ.

ಒಂದು ಭಾನುವಾರದ ಮಧ್ಯಾಹ್ನ ಅವನು ಊಟ ಮಾಡಿ ಮಲಗಿದ್ದ. ಬಾಬಾನ ಬೆಡ್ ರೂಮಿನಿಂದ ಗುಸುಗುಸು ಕೇಳಿಸಿತು. ಬೀಗದ ಕೀಲಿಯ ಸಂದಿಯಲ್ಲಿ ಕಣ್ಣಿಟ್ಟು ನೋಡುತ್ತಾ ಏನು ಮಾತನಾಡುತ್ತಿದ್ದಾರೆ ಎಂದು ಕೇಳಿಸಿಕೊಳ್ಳಲು ಪ್ರಯತ್ನಿಸಿದ. ಬಾಬಾ ಎಂದಿನಂತೆ ಕಾಲು ನೀಡಿಕೊಂಡು ಕುಳಿತಿದ್ದರು. ಮಾ ಅವರ ಎದುರು ಖುರ್ಚಿಯಲ್ಲಿ ಕುಳಿತಿದ್ದರು. ಬಾಬಾನ ಬೆನ್ನು ಬಾಗಿಲಿನ ಕಡೆಗಿತ್ತು. ಅವರ ತಲೆಯ ಕಪ್ಪುಗೂದಲು ಕಾಣಿಸುತ್ತಿತ್ತು.

ಮಾ– 'ಸಿನ್ನಮಾನಿಗೆ ಮ್ಯಾಥ್ಸ್ ತುಂಬಾ ಹಿಂಸೆಯಾಗಿದೆ. ಸರಳ ಲೆಕ್ಕಗಳೂ ಅವನಿಗೆ ಅರ್ಥವಾಗುತ್ತಿಲ್ಲ. ಅವನ ಮ್ಯಾಥ್ಸ್ ಟೀಚರು ಅವನಿಗೆ ಆ ಸಬ್ಜೆಕ್ಟ್ ಬಗ್ಗೆ ಹೆದರಿಕೆ ಇದೆ ಎಂದು ಫೋನಲ್ಲಿ ತಿಳಿಸಿದರು. ನಾನು ಸ್ಕೂಲಲ್ಲಿದ್ದಾಗ ಮ್ಯಾತ್ಸಲ್ಲಿ ಯಾವಾಗಲೂ ಮೊದಲಿರ್ತಿದ್ದೆ. ಅವನು ಕ್ಲಾಸಲ್ಲಿ ಪಾಠ ಮಾಡುವಾಗ ಗಮನ ಕೊಡುತ್ತಿಲ್ಲ ಅಂತ ಅವನ ಟೀಚರ್ ಕಂಪ್ಲೇಂಟ್ ಮಾಡ್ತಿದ್ದಾರೆ'

ಸಿನ್ನಮಾನ್ ಬಾಬಾ ಏನು ಹೇಳುವರೆಂದು ಕೇಳಲು ಕಿವಿಯನ್ನು ಬಾಗಿಲಿಗೆ ಒತ್ತಿ ಹಿಡಿದ. 'ಒಂದು ಸಬ್ಜೆಕ್ಟಿಗಾಗಿ ನಾವು ಅಷ್ಟು ತಲೆಕೆಡಿಸಿಕೊಳ್ಳಬೇಕಿಲ್ಲ. ನಾವೂ ಹೇಳಿಕೊಡ್ತಿದ್ದೀವಲ್ಲ, ಕಲೀತಾನೆ. ಅವನು ಇಂಗ್ಲೀಷು, ಹಿಸ್ಟರಿ, ಸೋಶಿಯಲ್ ಸ್ಟಡೀಸು, ಸ್ಪೋರ್ಟ್ಸು, ಆರ್ಟು ಇವುಗಳಲ್ಲೆಲ್ಲ ಚಾಂಪಿಯನ್ ಇದಾನೆ' ಎನ್ನುತ್ತಿದ್ದರು ಬಾಬಾ.

'ನಾನೂ ಮುಂಚೆ ಇಂಗ್ಲೀಷಲ್ಲಿ ತಿಣುಕ್ತಿದ್ದೆ. ಸ್ಪೆಷಲಿ ಇಂಗ್ಲೀಷಲ್ಲಿ ಮಾತಾಡುವಾಗ. ನಾನು ಮರಾಠಿ ಮೀಡಿಯಮ್ಮಿನಿಂದ ಬಂದಿರೋನು. ಈಗ ನಾನೇನಾದರೂ ಇಂಗ್ಲೀಷಲ್ಲಿ ಮಾತಾಡಿದರೆ ನೀವು ಕಾನ್ವೆಂಟಲ್ಲಿ ಓದಿದ್ರಾ ಎಂದು ಕೇಳ್ತಾರೆ ಗೊತ್ತಾ' ಬಾಬಾ ಎದೆಯುಬ್ಬಿಸಿ ಹೇಳ್ತಿದ್ದರು.

'ಈ ಹಂತದ ಗಣಿತ ತುಂಬಾ ಸುಲಭ ಇರುತ್ತೆ. ಅವನಿಗೆ ಇದೇ ಕಷ್ಟ ಅನಿಸಿದರೆ ಮುಂದೆ ಏನು ಮಾಡ್ತಾನೆ? ಅವನು ಇನ್ನೂ ಚನ್ನಾಗಿ ಓದಬಹುದು. ಇಂಗ್ಲೀಷು ಮತ್ತು ಮ್ಯಾತ್ಸು ಈ ಎರಡೂ ಉಳಿದೆಲ್ಲ ಸಬ್ಜೆಕ್ಟುಗಳಿಗೆ ತಳಪಾಯ. ಈ ಎರಡಲ್ಲಿ ಪಂಟನಾದರೆ ಸಾಕು ಮಿಕ್ಕ ಯಾವುದನ್ನಾದರೂ ಪಾಸ್ ಮಾಡಿಬಿಡಬಹುದು.' ಮಾ ಎದುರುತ್ತರ ನೀಡಿದರು.

'ನಾ ಹೇಳಿದ್ನಲ ಮ್ಯಾಥ್ಸ್ ಒಂದು ಸಬ್ಜೆಕ್ಟಷ್ಟೇ. ಅದು ಅಷ್ಟು ಸುಲಭದ ಸಬ್ಜೆಕ್ಟಲ್ಲ ವಸುಂದರಾ. ನಾನು ಈಗ ಎಂಜಿನಿಯರ್ ಆಗಿದ್ದೂ ಕೆಲವು ಕಾಂಪ್ಲೆಕ್ಸ್ ಕ್ಯಾಲ್ಕುಲೇಶನ್ಸ್ ಬಂದಾಗ ತಿಣುಕ್ತೀನಿ ಗೊತ್ತಾ. ಉದಾಹರಣೆಗೆ ನಾವು ಮದುವೆಯಾದಾಗಿಂದ ನೀನು ಅದೆಷ್ಟು ಸಲ ಫಿಶ್ ಕರಿ ಮತ್ತು ಕೋಶಾ ಮಾನ್ಸಶೋ ಮಾಡಿದ್ದೀಯ ಅಂತ ನನಗೆ

ಲೆಕ್ಕ ಮಾಡಕ್ಕೆ ಬರಲ್ಲ. ಮತ್ತು ಅದೆಷ್ಟು ಸೀರೆ ತಗೊಂಡಿದ್ದೀಯ, ಇನ್ನೆಷ್ಟು ತಗೊಬೇಕು ಅಂತಿದ್ದೀಯ ಅನ್ನೋದು ಸಹ. ಒಂದೆರಡು ಸಲ ಲೆಕ್ಕ ಮಾಡಲು ಪ್ರಯತ್ನಿಸಿ ಸೋತಿದ್ದೇನೆ. ತುಂಬಾ ಕಷ್ಟದ ಕೆಲಸ,' ಬಾಬಾ ಗಂಭೀರವಾಗಿ ಹೇಳುತ್ತಿರುವಂತೆ ನಟಿಸಿದರು.

ಮಾ ಬಾಬಾನ ಭುಜಕ್ಕೆ ಒಂದು ಕೊಟ್ಟು 'ಎಲ್ಲಾನೂ ತಮಾಷೆ ಮಾಡೋದು ನಿಲ್ಲಿಸಿ ಮೊದಲು' ಎಂದರು.

ಬಾಬಾ ಸ್ವಲ್ಪ ಹೊತ್ತು ಸುಮ್ಮನಿದ್ದು 'ಗಣಿತ ಮುಖ್ಯವಾದ ವಿಷಯ ಅಂತ ನನಗೆ ಗೊತ್ತಿದೆ. ನಾವು ಒಳ್ಳೆ ಸ್ಕೂಲು ಒಳ್ಳೆ ಟ್ಯೂಶನ್ನು ಎಂದು ನಮ್ಮ ಕೈಲಾದಷ್ಟು ಮಾಡಬಹುದು. ನೀನೂ ಸಹ ಹೇಳಿಕೊಡ್ತಿದ್ದೀಯ. ಹೋಗ್ತಾ ಹೋಗ್ತಾ ಇಂಪ್ರೂ ಆಗ್ತಾನೆ. ಆದರೆ ಒಂದು ತಿಳಿದುಕೊ. ಅವನಿಗೆ ಅವನದೇ ಆದ ಶಕ್ತಿಗಳು ಮಿತಿಗಳು ಇರ್ತವೆ. ಕೊನೆಗೆ ಅದೇ ಮುಖ್ಯವಾಗುವುದು. ನಾವು ಮ್ಯಾತ್ಸಲ್ಲಿ ಮೊದಲಿದ್ದೆವು ಅಂತ ಅವನಿಂದಲೂ ಅದನ್ನೇ ಬಯಸೋದು ತಪ್ಪಾಗುತ್ತೆ. ಅವನು ಬೇರೆ ಎಷ್ಟೊಂದು ವಿಷಯಗಳಲ್ಲಿ ಮೊದಲಿರಬಹುದು. ಇದಾನೆ ಸಹ'.

'ಅವನು ಗಣಿತದಲ್ಲೂ ಸಹ ಬೇರೆಯವರಷ್ಟೇ ಮುಂದೆ ಬರಲು ಸಾಧ್ಯ ಇದೆ. ತುಂಬಾ ಇಂಟಲಿಜೆಂಟ್ ಇದಾನೆ,' ಮಾ ಹೆಮ್ಮೆಯಿಂದ ಹೇಳ್ತಿದ್ದರು.

ಪದೇ ಪದೇ ಬರುತ್ತಿದ್ದ ಟ್ಯೂಶನ್ನು ಎಂಬ ಪದ ಸಿನ್ನಮಾನಿಗೆ ಭೂತದಂತೆ ಕೇಳಿಸುತ್ತಿತ್ತು. ಅವನು ತನ್ನ ರೂಮಿಗೆ ಓಡಿದ. ಇದನ್ನೆಲ್ಲ ಕೇಳಿಸಿಕೊಳ್ಳಲೇಬಾರದಿತ್ತು ಅಂದುಕೊಂಡ. ಅದು ನಿಜ, ಗಣಿತ ಅಂದರೆ ಯಾವುದೊ ರಶಿಯನ್ ಅಥವಾ ಅರೇಬಿಕ್ ಭಾಷೆ ಓದಿದಂತೆ ಅನಿಸುತ್ತಿತ್ತು ಅವನಿಗೆ. ಅದರಲ್ಲಿ ಬರುವ ಚಿನ್ಹೆಗಳು ಸಂಖ್ಯೆಗಳು ಕಂಡರೆ ಸಾಕು ತಲೆ ತಿರುಗುತ್ತಿತ್ತು. ನೋಟ್ ಬುಕ್ ತೆರೆದು ಕೆಲವು ಸಾಲುಗಳನ್ನು ಗೀಚಿದ.

ಟೀಚರ್ ಟೀಚರ್ ಬೋರಿಂಗ್ ಅಲ್ವಾ?

ಕ್ಲಾಸ್ ರೂಮ್ ಅನ್ನೋದು ಭೂತ ಅಲ್ವಾ?

ಯಾವ ದುಷ್ಟ ಕೈಗಳು ಬರೆದವೊ

ಚಿಟ್ಟು ಹಿಡಿಸೊ ಸಿಲೆಬಸ್ಸನ್ನು, ಅಲ್ವಾ?

***

ಒಮ್ಮೊಮ್ಮೆ ಹೋಮ್ ವರ್ಕ್ ಮಾಡುತ್ತಿರುವಾಗ, ಪಠ್ಯಪುಸ್ತಕ ಓದುತ್ತಿರುವಾಗ, ಟೇಬಲ್ ಮೇಲಿದ್ದ ಭೂಮಿಯ ಗೋಳವನ್ನು ನೋಡುತ್ತಿರುವಾಗ ಸಿನ್ನಮಾನಿಗೆ ಕೆಲವು ಪ್ರಶ್ನೆಗಳು ಹುಟ್ಟುತ್ತಿದ್ದವು.

ದತ್ತು ಪಡೆದ ಮಗನಾದ್ದರಿಂದ ಆಗಾಗ್ಗೆ ತನ್ನ ನಿಜವಾದ ಅಪ್ಪ ಅಮ್ಮ ಹುಡುಗರಾಗಿದ್ದಾಗ ಹೇಗಿದ್ದರು ಎಂಬ ಕುತೂಹಲ ಮೂಡುತ್ತಿತ್ತು. ಅವರೂ ಅವನ ಹಾಗೆ ಗಣಿತದಲ್ಲಿ ಹಿಂದಿದ್ದರಾ? ಮುಂದಿದ್ದರಾ? ಇಂಗ್ಲೀಷ್, ಇತಿಹಾಸ, ಡ್ರಾಯಿಂಗಿನಲ್ಲಿ? ಅವರಿಗೂ ನಾಟಕಗಳಲ್ಲಿ ಕ್ರೀಡೆಗಳಲ್ಲಿ ಆಸಕ್ತಿಯಿತ್ತಾ? ಅವರು ಹೇಗಿದ್ದರು? ತಾನು ಇದನ್ನೆಲ್ಲ ಅವರಿಗೆ ಕೇಳಬೇಕು ಎಂದು ಅನಿಸುತ್ತಿತ್ತು. ಯಾವತ್ತಾದರೂ ಒಂದಿನ ಅಂತಹ ಅವಕಾಶ ಒದಗಿ ಬಂದರೆ ಇದನ್ನೂ ಮತ್ತು ಇನ್ನೂ ಏನೇನೊ ಕೇಳಬೇಕು ಅನಿಸುತ್ತಿತ್ತು.

ಕೃಷ್ಣ ಮತ್ತು ಕರ್ಣ

ಯಾವುದೇ ಪ್ರೈಮರಿ ಸ್ಕೂಲಿನ ಕ್ಲಾಸ್ ರೂಮಿನಿಂದ ಟೀಚರು ಒಂದು ಸ್ವಲ್ಪ ಹೊತ್ತು ಆಚೆ ಹೋಗಿದ್ದಾರಂದರೆ ಯಾರಾದರೂ ಹಾಡಲು ಶುರು ಮಾಡುತ್ತಾರೆ ಎಂಬುದು ನ್ಯೂಟನ್ನಿನ ಐದನೇ ನಿಯಮ. ಕೋರೆಗಾಂವ್ ಪಾರ್ಕಿನ ಡೈಮಂಡ್ ಇಂಟರ್‌ನ್ಯಾಶನಲ್ ಸ್ಕೂಲ್‌ನ ಆರನೆಯ ತರಗತಿ ಸಹ ಈ ನಿಯಮದಿಂದ ಹೊರತಾಗಿರಲಿಲ್ಲ.

ಸಿನ್ನಮಾನ್ ಉದ್ದನೆಯ ಸ್ಟೇನ್‌ಲೆಸ್ ಸ್ಟೀಲಿನ ಸ್ಕೇಲನ್ನು ಮೈಕಿನಂತೆ ಹಿಡಿದು 'ಲಡ್ಕೀ ಕಿ ಕಥೀ' ಎಂಬ ಹಾಡಿನ ಹೊಡ್ತ ಹೊಡಿತಿದ್ದ. ಅಲ್ಲಿನ ಇಪ್ಪತ್ತು ಮಕ್ಕಳು ಅವನೊಂದಿಗೆ ಕೋರಸ್ ಸೇರಿಸುತ್ತಿದ್ದರು. ಎನ್ವಿರಾನ್ಮೆಂಟಲ್ ಕ್ಲಾಸ್ ಮುಗಿದು ಒಂದು ಸಣ್ಣ ಬ್ರೇಕ್ ಸಿಕ್ಕಿತ್ತು. ಪಲ್ಲವಿ ನಾಯಕಿಯ ಧ್ವನಿಯಾಗಿ ಹಾಡುತ್ತಿದ್ದಳು.

ಕುದುರೆಗಳು ಎರ್ರಾಬಿರ್ರಿ ಓಡುತ್ತಿರುವಾಗಲೆ ಇವಿಎಸ್ ಟೀಚರ್ ಮಿಸೆಸ್ ಅರೋರಾ ಕ್ಲಾಸ್‌ರೂಮಿಗೆ ಮರಳಿದರು. 'ಕೂತ್ಕೊಳ್ಳಿ

ಕುದುರೆಗಳಾ! ರೋಶನ್, ಪಲ್ಲೀ, ಹೋಗಿ ನಿಮ್ಮ ಸೀಟುಗಳಿಗೆ' ಎಂದು ಗದರಿದರು. ಕ್ಲಾಸ್ರೂಮು ಅರ್ಧಕ್ಕೆ ನಿಲ್ಲಿಸಿದ್ದ ಪಾಠಕ್ಕೆ ಮರಳಿತು.

ಕ್ಲಾಸ್ ಮುಗಿದ ಕೂಡಲೆ ಮಕ್ಕಳು ಕೂಗಾಡುತ್ತಾ ಹೊರಗೆ ಓಡಿದರು. ಸಿನ್ನಮಾನ್ ಇನ್ನೇನು ತಾನೂ ಹೊರಡಬೇಕು ಅಷ್ಟರಲ್ಲಿ ಟೀಚರ್ 'ರೋಶನ್.' ಎಂದು ಕರೆದರು.

'ಯೆಸ್ ಮೇಮ್?'

'ನಿಮ್ಮನೆ ಎಲ್ಲಿರೋದು?'

'ಕೋರೆಗಾಂವ್ ಪಾರ್ಕ್ ಮೇಮ್'

'ವಾಹ್. ನಿಂಗೆ ಹಾಡುವುದು ಇಷ್ಟಾನಾ?'

'ಮ್ಮ್... ಹೌದು ಮೇಮ್. ನಂಗೆ ಹಾಡೋದಂದ್ರೆ ಇಷ್ಟ'.

'ಗುಲ್ಜಾರ್ ಸಹ ಮುಂಬೈಯಲ್ಲಿ ಕೂತು ನೀನು ಅವರ ಹಾಡನ್ನು ಹಾಡ್ತಿರೋದು ಕೇಳಿಸಿಕೊಂಡಿರ್ತಾರೆ'

'ನಿಜಾ ಮೇಮ್?'

'ಹ್ಞಾಜೀ'.

ಸಿನ್ನಮಾನ್ ನಾಚಿಕೆಯಿಂದ ತಲೆ ತಗ್ಗಿಸಿದ. 'ಥ್ಯಾಂಕ್ಯೂ ಮೇಮ್' ಎಂದು ಬಡಬಡಿಸಿದ.

ಮಿಸೆಸ್ ಅರೋರಾ ಇದ್ದಕ್ಕಿದ್ದ ಹಾಗೆ ಏನೋ ಹೊಳೆದಂತೆ 'ನಿನಗೆ ಸಿನ್ನಮಾನ್ ಅನ್ನೊ ಹೆಸರು ಹೇಗೆ ಬಂತು? ಎಲ್ಲರೂ ಹಾಗೆ ಕರಿತಾರಲ್ವ?'

'ಓ ಅದಾ. ನಮ್ಮನೆಯಲ್ಲಿ ಎಲ್ಲಾ ಅಡುಗೆಗೂ ಸಿನ್ನಮಾನ್ ಹಾಕ್ತಾರೆ. ಟೀ, ಕೇಕ್, ಪೇಸ್ಟ್ರಿ, ಚಪಾತಿ ಏನೇ ಇರಲಿ. ನನಗೆ ಮುಂಚೆ ಸಿನ್ನಮಾನ್ ಅನ್ನಲು ಬರುತ್ತಿರಲಿಲ್ಲ. ಸಿಮ್ಮನಮ್ ಅಂತಲೊ ಸಿನ್ನಮಮ್ ಅಂತಲೊ ಕರಿತಿದ್ದೆ. ಒಂದೊಂದು ಸಲ ಸಿಮ್ಮಮಾಮ್ ಅಂತಲೂ ಅಂದುಬಿಡ್ತಿದ್ದೆ. ಅದಕ್ಕೆ ಮನೇಲಿ ಎಲ್ಲರೂ ನನ್ನನ್ನು ಸಿನ್ನಮಾನ್ ಎಂದು ಕರೆಯಲು

ಶುರು ಮಾಡಿದರು. ನಂಗೆ ಆ ಅಡ್ಡಹೆಸರು ಇಷ್ಟ ಇಲ್ಲ. ಬದಲಾಯಿಸಬೇಕು ಅಂದ್ಕೊಳ್ತೀನಿ ಆದರೆ ಈಗ ತುಂಬಾ ಲೇಟ್ ಆಗಿಬಿಟ್ಟಿದೆ ಅನ್ಸುತ್ತೆ'

ಅರೋರಾ ಹ್ಹೂಗುಟ್ಟುತ್ತಾ 'ಸಂಗೀತ ಅಂದರೆ ನಿನ್ನ ಹಾಗೆ ಅವರಿಗೂ ಇಷ್ಟಾನಾ?'

'ಇಲ್ಲ ಮೇಮ್ ಅವರಿಗೆ ಸಂಗೀತ ಇಷ್ಟ ಇಲ್ಲ. ಇಷ್ಟ ಇದೆ ಆದರೆ ಆದರೆ ಈ ತರಹದ ಸಂಗೀತ ಇಷ್ಟ ಇಲ್ಲ ಅಂದೆ'

ಈ ತರಹ ಅಂದರೆ ಯಾವ ತರಹ ಎಂದು ತೋರಿಸಲು ಅವನು ಕೈಗಳನ್ನು ಹೆಂಗೆಂಗೋ ಆಡಿಸಿದ. ಟೀಚರ್ ತನಗೆ ಅರ್ಥವಾಯಿತು ಎಂಬಂತೆ ನಕ್ಕರು.

'ನಂಗಷ್ಟೆ ಇಂತಹ ಹಾಡು ಇಷ್ಟ. ಬಹುಶಃ ನನ್ನನ್ನು ಹೊಟ್ಟೇಲಿಟ್ಟುಕೊಂಡಿದ್ದ ಅಮ್ಮನಿಗೆ ಇದು ಇಷ್ಟ ಆಗ್ತಿತ್ತು ಅನಿಸುತ್ತೆ'

'ಹೊಟ್ಟೇಲಿಟ್ಟುಕೊಂಡಿದ್ದ ಅಮ್ಮ ಅಂದರೆ? '

'ಹೌದು. ನಾನು ದತ್ತು ತಗೊಂಡಿರೋ ಮಗ'

ಮಿಸೆಸ್ ಅರೋರ ಕಿವಿಯಲ್ಲಿನ ಝುಮುಕಿಗಳೊಂದಿಗೆ ಆಡುತ್ತಿದ್ದರು. ಸ್ವಲ್ಪ ಜಾಸ್ತಿ ಹೊತ್ತೇ ನಸುನಗುತ್ತ 'ಸರಿ ರೋಶನ್, ಒಳ್ಳೇದಾಗಲಿ. ನೀನಿನ್ನು ಹೊರಡಬಹುದು' ಎಂದರು.

ಬಾಬಾ ಮತ್ತು ಮಾ ಯಾವತ್ತೂ ಸಿನ್ನಮಾನಿಂದ ಏನನ್ನೂ ಮುಚ್ಚಿಟ್ಟಿರಲಿಲ್ಲ. ಅವನು ದತ್ತು ಪಡೆದ ಮಗ ಎಂಬುದನ್ನೂ. ಸಿನ್ನಮಾನ್ ತನಗಿರುವ ಕಂದುಬಣ್ಣದ ಕಣ್ಣುಗಳಂತೆ ಉದ್ದನೆಯ ಕಾಲುಗಳಂತೆ ಇದನ್ನೂ ಒಪ್ಪಿಕೊಂಡಿದ್ದ. ಅವನು ಎರಡು ವರ್ಷದವನಾಗಿದ್ದಾಗ ಮಾ ಅವನನ್ನು ಕೂರಿಸಿಕೊಂಡು ಒಂದು ಸುಂದರವಾದ ಕತೆ ಹೇಳಿದ್ದರು. ಒಂದು ಪುಟ್ಟ ಬಂಗಾಳಿ ಪುಸ್ತಕದಿಂದ ಓದಿದ್ದರು. ಅವತ್ತು ಬಾಬಾ ಸಹ ಇದ್ದರು. ಕತೆ ದೆಹಲಿ ಬಳಿಯಿರುವ ಮಥುರಾ ಎಂಬ ಪುರಾತನ ನಗರದಲ್ಲಿ ವಾಸಿಸುತ್ತಿದ್ದ ವಸುದೇವ ಮತ್ತು ದೇವಕಿ ಎಂಬ ದಂಪತಿಗಳ ಬಗ್ಗೆ; ಅವರಿಗೆ ಎಂಟು ಮಕ್ಕಳಿದ್ದರು. ಎಂಟನೆಯ ಮಗು ಕೃಷ್ಣ. ಕೃಷ್ಣ ಹುಟ್ಟಿದಾಗ ಜೋರು ಮಳೆ ಸುರಿಯುತ್ತಿತ್ತಂತೆ. ವಸುದೇವ ಕೃಷ್ಣನನ್ನು ಒಂದು ಬುಟ್ಟಿಯಲ್ಲಿಟ್ಟುಕೊಂಡು ನಂದನ ಮನೆಗೆ ತೆಗೆದುಕೊಂಡು ಹೋದನಂತೆ. ನಂದನದ್ದು ದನ ಮೇಯಿಸುವ ಕೆಲಸ. ಅವನ ಬಳಿ ಕೃಷ್ಣನನ್ನು ಸುರಕ್ಷಿತವಾಗಿಟ್ಟುಕೊಳ್ಳಲು ಬಿಟ್ಟನಂತೆ. ಭಗವಾನ್ ಕೃಷ್ಣ ತನ್ನ ಮಲತಂದೆತಾಯಿಯರೊಂದಿಗೆ ಬೆಳೆದದ್ದು ಗೊತ್ತೇ ಎನ್ನುತ್ತ ಮಾ ಧ್ವನಿಯ

ಏರಿಳಿತ, ಕೈಗಳ ಹಾವಭಾವಗಳಿಂದ ಬಹಳ ಆಕರ್ಷಕವಾಗಿ ಕತೆಯನ್ನು ಓದಿದ್ದರು.

ಬಾಬಾ ಮರಾಠಿಯ ಇನ್ನೊಂದು ಕತೆ ಹೇಳಿದ್ದರು. ಆ ಕತೆಯಲ್ಲಿ ಒಬ್ಬ ರಥ ಓಡಿಸುವ ಸಾರಥಿಗೆ ನದಿಯಲ್ಲಿ ತೇಲುತ್ತಿದ್ದ ಒಂದು ಬುಟ್ಟಿ ಕಂಡಿದಂತೆ. ಅದರೊಳಗೊಂದು ಮಗು ಇತ್ತಂತೆ. ಸಾರಥಿ ಅತಿರಥ ಮತ್ತು ಆತನ ಹೆಂಡತಿ ರಾಧ, ಅವರಿಗೆ ಮಕ್ಕಳಿರಲಿಲ್ಲವಂತೆ. ಬುಟ್ಟಿಯೊಳಗಿದ್ದ ಮಗು ರಾಣಿ ಕುಂತಿ ಮತ್ತು ಸೂರ್ಯದೇವನಿಗೆ ಹುಟ್ಟಿದ್ದು ಎಂದು ಅವರಿಗೆ ಹೇಗೆ ಗೊತ್ತಿರತ್ತೆ? ಮಗುವಿಗೆ ಕರ್ಣ ಎಂದು ಹೆಸರಿಟ್ಟು ಸಾಕಿ ಬೆಳೆಸಿದಿರಂತೆ. ಕರ್ಣ ದೊಡ್ಡವನಾಗಿ ವೀರನೂ ಶೂರನೂ ಧೈರ್ಯವಂತನೂ ಎಂದು ಹೆಸರುವಾಸಿಯಾದ ಎನ್ನುತ್ತ ಕತೆ ಮುಗಿಸಿದ್ದರು ಬಾಬಾ.

'ಹಿಂಗಾಗಿ ನೋಡು ಸಿನ್ನಮಾನ್, ಕೆಲವು ಮಕ್ಕಳು ಒಂದು ರೀತಿ ಇನ್ನು ಕೆಲವು ಮಕ್ಕಳು ಬೇರೊಂದು ರೀತಿ ಮನೆಗೆ ಬರುತ್ತವೆ. ಆದರೆ ಆ ಎಲ್ಲ ಮಕ್ಕಳೂ ಸಮಾನವಾಗಿ ಪ್ರೀತಿಗೆ ಪಾತ್ರರು' ಎಂದಿದ್ದರು ಮಾ.

'ನಾವು ಅಡಾಪ್ಷನ್ ಏಜೆನ್ಸಿಗೆ ಹೋಗಿದ್ದಾಗ ಅಲ್ಲಿನ ಅಧಿಕಾರಿಗಳು ಈ ಮಗು ನೋಡಲು ನಿಮ್ಮಂಗಿಲ್ಲ ಎಂದಿದ್ದರು. ಅದೇನು ನಮಗೆ ತೊಂದರೆ ಅನಿಸಲಿಲ್ಲ' ಎಂದಿದ್ದರು ಬಾಬಾ.

***

ಸಿನ್ನಮಾನ್ ನಾಲ್ಕನೇ ವರ್ಷದಲ್ಲಿದ್ದಾಗ ಮಾ ಬಾಬಾ ಅವನು ಹುಟ್ಟಿದ ಆಸ್ಪತ್ರೆಗೆ ಕರೆದುಕೊಂಡು ಹೋಗಿದ್ದರು. ಆ ಆಸ್ಪತ್ರೆ ಪುಣೆಯ ಕಿಕ್ಕಿರಿದಿರುವ ಕುಸಲ್ಕರ್ ರಸ್ತೆಯಲ್ಲಿತ್ತು. ಅವನು ಐದನೆಯ ವರ್ಷದಲ್ಲಿದ್ದಾಗ ಅವರು ಅವನನ್ನು ದತ್ತು ಕೇಂದ್ರಕ್ಕೂ ಕರೆದುಕೊಂಡು ಹೋಗಿದ್ದರು. ಅದು ಪುಣೆಯ ಬಹುದೊಡ್ಡ ಆಸ್ಪತ್ರೆಯ ಬಳಿಯಿತ್ತು. ಆನಂತರ ಆರನೆಯ ವರ್ಷದಲ್ಲಿ ಇನ್ನೊಮ್ಮೆ ಕರೆದುಕೊಂಡು ಹೋಗಿದ್ದರು.

ಬಾಬಾ ಅವನನ್ನು ದತ್ತು ಪಡೆದ ದಿವಸದ ಕತೆ ಹೇಳಿದ್ದರು. 'ಸಿನ್ನಮಾನ್, ನಾವು ನಿನ್ನನ್ನು ಮನೆಗೆ ಕರೆದುಕೊಂಡು ಬರಲು

ಹೋದ ದಿವಸ ನಮ್ಮ ಬದುಕಿನಲ್ಲಿ ಮರೆಯಲಾಗದ ದಿನ. ಅಲ್ಲಿಗೆ ನಾವಷ್ಟೇ ಅಲ್ಲ, ನಮ್ಮೊಂದಿಗೆ ಆಜಿ, ಆಜೋಬಾ, ದಾದಾ ಮೊಶಾಯ್ ಮತ್ತು ದೀದಿ ಮಾ ಸಹ ಬಂದಿದ್ದರು. ಅವತ್ತು ನನಗೆ ಇಂಡಿಯಾ ಟೀಮಿನ ಕ್ಯಾಪ್ಟನ್ ಆಗುವ ಕಷ್ಟ ಏನೆಂದು ಗೊತ್ತಾಯಿತು. ನಮ್ಮತ್ರ ಆಗ ಇದ್ದಿದ್ದು ಮಾರುತಿ ಜೆನ್ ಕಾರು. ಆದ್ದರಿಂದ ಇನ್ನೆರಡು ಆಟೋರಿಕ್ಷಾ ಬುಕ್ ಮಾಡಿಕೊಂಡು ಹೋಗಿದ್ವಿ.'

ಕತೆ ಹೇಳುವಾಗ ಬಾಬಾ ಕಣ್ಣುಗಳಲ್ಲಿ ಹೊಳಪಿತ್ತು. 'ಹಿಂದಿನ ರಾತ್ರಿ ಮತ್ತು ಅವತ್ತಿನ ಬೆಳಗ್ಗೆ ಜೋರು ಮಳೆ. ನಾವು ಅದನ್ನು ಶುಭ ಸೂಚಕ ಎಂದೇ ಭಾವಿಸಿದ್ವಿ. ನೀನು ಮನೆಗೆ ಬಂದ ದಿವಸ ಒಂದು ಸಣ್ಣ ಪಾರ್ಟಿ ಹಾಲಿನಲ್ಲಿ ಸಂತೋಷಕೂಟ ಇಟ್ಟುಕೊಂಡಿದ್ವಿ. ಅದೆಷ್ಟು ಜನ ಬಂದಿದ್ದರು ಅಂದರೆ ನಾವು ಸಮಾರಂಭವನ್ನು ದೊಡ್ಡ ಹಾಲಿಗೆ ಶಿಫ್ಟ್ ಮಾಡಬೇಕಾಯ್ತು'

ಸಿನ್ನಮಾನಿಗೆ ಈ ಕತೆಯನ್ನು ಮತ್ತೆ ಮತ್ತೆ ಕೇಳಬೇಕೆನಿಸುತ್ತಿತ್ತು, ಮತ್ತು ಪ್ರತಿ ಸಲ ಬಾಬಾ ಇನ್ನಷ್ಟು ವಿವರಗಳನ್ನು ಸೇರಿಸಿ ಹೇಳುತ್ತಿದ್ದರು.

ಮಾ ಬಾಬಾ ಸದಾ ಅವನ ಬೆಂಬಲಕ್ಕಿದ್ದರು. ಎಲ್ಲರಿಗೂ ಇವನು ತಮ್ಮ ದತ್ತುಮಗನೆಂದು ತಾವಾಗಿಯೆ ತಿಳಿಸಿದ್ದರು, ಆ ಸಂಗತಿ ಅವನಿಗೆ ಅವಮಾನ ಅಥವಾ ಮುಜುಗರ ಉಂಟುಮಾಡದಿರಲಿ ಎಂದು. ಅವನು ಅದನ್ನು ತನ್ನ ಸ್ವಾಭಾವಿಕ ಗುರುತನ್ನಾಗಿ ತೆಗೆದುಕೊಂಡಿದ್ದ. ಸಿನ್ನಮಾನ್ ಬೆಳೆಯುತ್ತಾ ಕೆಲವು ಸಲ ಕನ್ನಡಿ ಎದುರು ನಿಂತು ತನ್ನ ನಿಜವಾದ ಅಪ್ಪ ಅಮ್ಮ ಹೇಗಿದ್ದಿರಬಹುದು ಎಂದು ಯೋಚಿಸುತ್ತಿದ್ದ. ತನ್ನ ಕಪ್ಪು ಮೈಬಣ್ಣ, ಎತ್ತರದ ಮೈಕಟ್ಟು, ಚೂಪಾದ ಮೂಗು, ಗದ್ದ ಇವೆಲ್ಲ ಅಪ್ಪನಿಂದ ಬಂದಿರಬಹುದೇ? ತಾನು ಗಹಗಹಿಸಿ ನಗುವುದು, ತನ್ನ ಜೋರು ಗಂಟಲು ಇದೆಲ್ಲ ಅಮ್ಮನಿಂದ ಬಂದಿರಬಹುದೇ? ಅವರು ಈಗ ಎಲ್ಲಿರಬಹುದು ಏನು ಮಾಡುತ್ತಿರಬಹುದು?

ಸಿನ್ನಮಾನ್ ಹೋದ ಕಡೆಗೆಲ್ಲ ಸುತ್ತಲಿನ ಜನರಲ್ಲಿ ಇವರು ತನ್ನ ಅಪ್ಪ ಇರಬಹುದೇ ಇವರು ತನ್ನ ಅಮ್ಮ ಇರಬಹುದೇ ಎಂದು ಹುಡುಕುತ್ತಿದ್ದ.

ಒಂದು ಸಲ ಅವನು ಆರನೇ ವರ್ಷದಲ್ಲಿದ್ದಾಗ 'ಬಾಬಾ, ಒಂದು ವೇಳೆ ನನ್ನ ಹೆತ್ತ ಅಮ್ಮ ಬಂದು ನನ್ನನ್ನು ವಾಪಸ್ ಕೊಡಿ ಎಂದು ಕೇಳಿದರೆ ಏನು ಮಾಡ್ತೀಯಾ?' ಎಂದು ಕೇಳಿದ್ದ.

'ನಮಗೆ ಆಕೆ ಎಲ್ಲಿದ್ದಾರೆ ಎಂದು ಗೊತ್ತಿಲ್ಲ, ಆಕೆಗೂ ನಾವು ಎಲ್ಲಿದ್ದೇವೆ ಎಂದು ಗೊತ್ತಿಲ್ಲ. ಆದ್ದರಿಂದ ಅಂತಹ ಸಂದರ್ಭ ಬರುವುದೇ ಇಲ್ಲ. ಮೇಲಾಗಿ ನಾವು ನಿನ್ನನ್ನು ತುಂಬಾ ಪ್ರೀತಿಸುತ್ತೇವೆ. ಎಂದಿಗೂ ನಿನ್ನನ್ನು ಹೋಗಲು ಬಿಡಲ್ಲ' ಎನ್ನುತ್ತಿದ್ದರು ಬಾಬಾ.

ಅವನು ಏಳನೆಯ ವರ್ಷದಲ್ಲಿದ್ದಾಗ ಅವನ ಪ್ರಶ್ನೆಗಳು ಹೆಚ್ಚಾಗತೊಡಗಿದ್ದವು. 'ನನ್ನ ಹೆತ್ತವರು ನೋಡಲು ಹೇಗಿದ್ದರು, ನನ್ನ ಹಾಗೇ ಎತ್ತರಕ್ಕಿದ್ದರಾ ಹೇಗೆ?' ಎಂದು ಕೇಳುತ್ತಿದ್ದ.

ಮಾ ಬಾಬಾ 'ನಮಗೆ ಗೊತ್ತಿಲ್ಲ ಮಗೂ' ಎಂದು ತಾಳ್ಮೆಯಿಂದ ಉತ್ತರಿಸುತ್ತಿದ್ದರು.

'ಯಾಕೆ ಗೊತ್ತಿಲ್ಲ?'

'ಯಾಕಂದರೆ ನಾವು ಅವರನ್ನು ನೋಡಿಯೇ ಇಲ್ಲ'

'ಅವರು ಯಾಕೆ ನನ್ನನ್ನು ಬಿಟ್ಟುಹೋದದ್ದು? ಯಾಕೆ ಹಾಗೆ ಮಾಡಿದರು?' ಸಿನ್ನಮಾನ್ ದುಃಖಿಸುತ್ತಿದ್ದ. ಮಾ ಬಾಬಾ ಅವನನ್ನು ತಬ್ಬಿ ಮುದ್ದುಗರೆದು ಸಂತೈಸುತ್ತಿದ್ದರು. 'ನನ್ನೊಳಗೆ ಏನಾದರೂ ಸಮಸ್ಯೆ ಇತ್ತಾ?' ಅವನ ಪ್ರಶ್ನೆಗಳು ನಿಲ್ಲುತ್ತಿರಲಿಲ್ಲ.

'ಅವರು ನಿನ್ನನ್ನು ಬಿಟ್ಟುಹೋಗಲಿಲ್ಲ. ಮತ್ತು ನಿನ್ನಲ್ಲಿ ಆಗಲೂ ಈಗಲೂ ಯಾವುದೇ ಸಮಸ್ಯೆಯಿಲ್ಲ. ನಿನ್ನ ಹೆತ್ತವರಿಗೆ ಏನೋ ಬಲವಾದ ಕಾರಣವಿದ್ದಿರಬೇಕು ಹಾಗಾಗಿ ಈ ನಿರ್ಧಾರ ತಗೊಂಡಿರಬೇಕು.'

ಇಷ್ಟೆಲ್ಲ ಹೇಳಿಯೂ ಸಿನ್ನಮಾನನ ಮನಸಿನ ಮೂಲೆಯಲ್ಲಿ ಇದೊಂದು ಪ್ರಶ್ನೆ ಉಳಿದುಬಿಟ್ಟಿತ್ತು.

***

ನಿವೇದಿತಾ ತಾಯಿ ಮತ್ತು ಯತಿನ್ ದಾದಾ ಮೊದಲ ಮಹಡಿಯಲ್ಲಿ ವಾಸವಿದ್ದರು. ಅವರಿಬ್ಬರೂ ಬಾಬಾನೊಂದಿಗೆ ಪ್ರತಿದಿನ ಜಾಗಿಂಗಿಗೆ ಹೋಗುತ್ತಿದ್ದರು. ಅನೇಕ ಸಲ ಒಟ್ಟಿಗೆ ಸೆಕೆಯಿಂದ ಒದ್ದೆಮುದ್ದೆಯಾಗಿ ಬಾಬಾ ಹೇಳಿದ್ದ ಯಾವುದೋ ಕತೆಗೆ ನಗಾಡುತ್ತಾ ಮನೆಗೆ ಬರುತ್ತಿದ್ದರು.

ಒಂದು ದಿನ ತಿಂಡಿ ತಿನ್ನುತ್ತ ಮಾ 'ವಿಷಯ ಗೊತ್ತಾಯ್ತಾ, ನಿವೇದಿತಾ ಎಕ್ಸ್‌ಪೆಕ್ಟ್ ಮಾಡ್ತಿದಾರೆ' ಎಂದು ಬಾಬಾನಿಗೆ ಹೇಳಿದರು.

ಬಾಬಾ 'ಓಹ್ ಇಷ್ಟು ಬೇಗ,' ಎನ್ನುತ್ತ ಫಕ್ಕನೆ ನಕ್ಕರು.

ಸಿನ್ನಮಾನಿಗೆ ನಿವೇದಿತಾ ಏನನ್ನು ಎಕ್ಸಪೆಕ್ಟ್ ಮಾಡ್ತಿದಾರೆ ಗೊತ್ತಾಗಲಿಲ್ಲ. ಆದರೆ ದಿನೇ ದಿನೇ ಅವರ ಹೊಟ್ಟೆ ಮುಂದೆ ಬರುತ್ತಿರುವುದನ್ನು ಮಾತ್ರ ಗಮನಿಸಿದ್ದ. ಇದ್ಯಾಕೆ ಹೀಗೆ ಎಂದು ಕಳವಳಗೊಂಡಿದ್ದ ಉಳಿದವರಾರೂ ಅದರ ಬಗ್ಗೆ ತಲೆ ಕೆಡಿಸಿಕೊಂಡಿರಲಿಲ್ಲ. ಬದಲಾಗಿ ಅವರೆಲ್ಲ ಅದರ ಬಗ್ಗೆ ಬಹಳ ಖುಷಿಯಿಂದಿದ್ದು ಒಂದೊಂದ ಸಲ ಆಕೆಯ ಹೊಟ್ಟೆ ಮೇಲೆ ಕೈ ಸವರುತ್ತಿದ್ದರು.

'ಮಾ, ನಿವೇದಿತಾ ತಾಯಿಗೆ ಏನಾಗಿದೆ? ಯಾಕೆ ಅವರು ಅದರ ಬಗ್ಗೆ ಏನೂ ಮಾಡ್ತಿಲ್ಲ? ಅವರ ಹೊಟ್ಟೆ ಒಡೆದು ಹೋದರೆ ಏನು ಗತಿ?' ಎಂದು ಮುಗ್ಧವಾಗಿ ಕೇಳಿದ.

'ಪುಟ್ಟೂ, ಅವಳು ಏನಾದರೂ ಮಾಡ್ತಾಳೆ ತಾಳು.'

ಒಂದಿನ ನಿವೇದಿತಾ ತಾಯಿ ಮತ್ತು ಯತಿನ್ ದಾದಾ ಇದ್ದಕ್ಕಿದ್ದಂತೆ ಕಾಣೆಯಾಗಿಬಿಟ್ಟರು. ಅವರ ಫ್ಲಾಟಿಗೆ ಬೀಗ ಹಾಕಿತ್ತು. ಒಂದು ವಾರದ ನಂತರ ಡೋರ್ ಬೆಲ್ ರಿಂಗಾಯಿತು. ಯತಿನ್ ದಾದಾ ಕೈಯಲ್ಲಿ ಪೇಢಾಗಳಿದ್ದ ದೊಡ್ಡ ಬಾಕ್ಸನ್ನು ಹಿಡಿದು ಬಂದಿದ್ದರು. ಒಳ್ಳೆ ಕೌನ್ ಬನೇಗಾ ಕರೋಡ್ ಪತಿ ಗೆದ್ದಿರುವವರಂತೆ ಅಥವಾ ಪ್ರಧಾನಮಂತ್ರಿ ಆಗಿಬಿಟ್ಟಿರುವಂತೆ ಬೀಗುತ್ತಿದ್ದರು.

ಮಾ ಬಾಗಿಲ ಬಳಿ ಬಂದವರೇ 'ಓಹೋ ಕಂಗ್ರಾಜುಲೇಶನ್ಸ್' ಎಂದು ಆನಂದದಿಂದ ಅವರನ್ನು ತಬ್ಬಿಕೊಂಡರು. ಬಾಬಾನೂ ಹೋಗಿ ತಬ್ಬಿಕೊಂಡರು.

'ಏನು ಹೆಸರು ಇಟ್ಟಿದ್ದೀರಿ ಮಗಳಿಗೆ?'

'ಅನ್ವೀ.'

'ಚಂದದ ಹೆಸರು. ಪೇರೆಂಟ್ಸ್ ಕ್ಲಬ್ಬಿಗೆ ಸ್ವಾಗತ ಸಾರ್. ಇನ್ನೊಮ್ಮೆ ಶುಭಾಶಯಗಳು,' ಎಂದರು ಬಾಬಾ. ಸಿನ್ನಮಾನಿಗೆ ಅನ್ವೀ ನಿವೇದಿತಾ ತಾಯಿ ಹೊಟ್ಟೆಯಿಂದ ಹೊರಗೆ ಬಂದಿದ್ದರೆ ಇವರೆಲ್ಲ ಯತಿನ್ ದಾದಾಗೆ ಯಾಕೆ ಶುಭಾಶಯ ಹೇಳ್ತಿದ್ದಾರೆ ಗೊತ್ತಾಗಲಿಲ್ಲ. ದಾದ ಪಾತ್ರವೇನು ಅರ್ಥವಾಗಲಿಲ್ಲ.

ಪ್ರತಿ ಭಾನುವಾರ ಸಂಜೆ ಮಾ ಸಿನ್ನಮಾನಿನ ತಲೆಗೆ ಸಾಸಿವೆ ಎಣ್ಣೆ ಹಚ್ಚಿ ಮಸಾಜು ಮಾಡುತ್ತಿದ್ದರು. ಬಾಬಾ ತೆಂಗಿನ ಎಣ್ಣೆ ಬಳಸು ಎಂದು ಎಷ್ಟು ಹೇಳಿದರೂ ಪ್ರಯೋಜನವಾಗಿರಲಿಲ್ಲ. ಸಿನ್ನಮಾನಿಗೆ ಸಾಸಿವೆ ಎಣ್ಣೆಯ ವಾಸನೆ ಆಗುತ್ತಿರಲಿಲ್ಲವಾದರೂ ಮಸಾಜ್ ನಂತರ ಉಂಟಾಗುತ್ತದ್ದ ಬೆಚ್ಚನೆಯ ಅನುಭವ ಮುದ ನೀಡುತ್ತಿತ್ತು.

'ತಲೆಗೆ ಮಸಾಜು ಮಾಡೋದು ರಕ್ತ ಸಂಚಲನಕ್ಕೆ ಮತ್ತು ಬುದ್ಧಿವಂತಿಕೆಗೆ ಬಹಳ ಒಳ್ಳೆಯದು ಗೊತ್ತಾ. ನಾವು ಚಿಕ್ಕವರಿದ್ದಾಗ ನಿಮ್ಮ ದಾದೂ ಮತ್ತು ದೀದಿ ಮಾ ನಮಗೆ ಹರಳೆಣ್ಣೆಯಲ್ಲಿ ಮಸಾಜು ಮಾಡ್ತಿದ್ದರು. ಹಾಗಾಗಿಯೇ ನಾವೆಲ್ಲ ಚೆನ್ನಾಗಿ ಬೆಳೆದದ್ದು. ಮಕ್ಕಳಿಗೆ ಎಣ್ಣೆ ಮಸಾಜು ಬಹಳ ಮುಖ್ಯ.'

ಈ ಮಾತುಕತೆ ಯಾವ ದಿಕ್ಕಿಗೆ ಹೊರಳುತ್ತಾ ಇದೆ ಎಂದು ಸಿನ್ನಮಾನಿಗೆ ಗೊತ್ತಾಗಿ ವಿಷಯ ಬದಲಾಯಿಸಿದ. 'ಮಾ ಒಂದು ಪ್ರಶ್ನೆ,'

'ಕೇಳು'

'ಅನ್ವೀ ನಿವೇದಿತಾ ತಾಯಿ ಹೊಟ್ಟೆಯಿಂದ ಬಂದಿದ್ದಾ?'

'ಹೌದು ಕಂದ'

'ಹಾಗಾದರೆ ನೀನು ದೀದೀ ಮಾ ಹೊಟ್ಟೆಯಿಂದ ಬಾಬಾ ಆಜಿ ಹೊಟ್ಟೆಯಿಂದ ಬಂದಿರೋದು?'

'ಹೌದು ನಾವೂ ಸಹ'.

'ಆದರೆ ನಾನು ಮಾತ್ರ ಇಲ್ಲಿಂದ ಬಂದಿಲ್ಲ ಅಲ್ವ?' ಎನ್ನುತ್ತ ಅವನು ಆಕೆಯ ಹೊಟ್ಟೆ ಮುಟ್ಟಿದ. 'ನಾನು ಇದರ ಒಳಗೆ ಇರಲಿಲ್ಲ ಅಲ್ವ?'

'ನೀನು ನನ್ನ ಹೊಟ್ಟೆ ಒಳಗೆ ಇರಲಿಲ್ಲ. ಆದರೆ ನನ್ನ ಮನಸಿನೊಳಗೆ ಇದ್ದೆ', ಮಾ ಟಾಗೋರರ ಮಾತೊಂದನ್ನು ಹಂಚಿಕೊಂಡರು.

'ಹಾಗಾದರೆ ನಾನು ಯಾರ ಹೊಟ್ಟೆ ಒಳಗಿಂದ ಬಂದೆ?'

'ನಿನ್ನ ಹೆತ್ತಮ್ಮನ್ನ ಹೊಟ್ಟೆಯಿಂದ'

ಸಿನ್ನಮಾನ್ ತನ್ನ ಹೊಟ್ಟೆ ನೋಡಿಕೊಳ್ಳುತ್ತ ಅದರೊಳಗೆ ಒಂದು ಮಗು ಇರುವುದನ್ನು ಕಲ್ಪಿಸಿಕೊಂಡ. ತಾನು ಇನ್ನೊಬ್ಬರ ಹೊಟ್ಟೆಯೊಳಗೆ ಮಗುವಾಗಿ ಕೈಕಾಲು ಬಡಿಯುತ್ತಿರುವುದುನ್ನು ಕಲ್ಪಿಸಿಕೊಂಡ. ಅದು ನೋಡಲು ಎಷ್ಟು ಅಸಹ್ಯವಾಗಿರಬಹುದು ಅನಿಸಿತು. 'ಮಾ, ಅದು ತುಂಬಾ ನೋವಿರುತ್ತಲ್ವ,' ಎಂದ.

'ಹೌದು. ಮಗು ಹೊಟ್ಟೆ ಒಳಗೆ ಇದ್ದಾಗ ತುಂಬಾ ನೋವಿರುತ್ತೆ. ಆದರೆ ಮಗು ಹೊರಬಂದ ಕೂಡಲೆ ನೋವು ಮಾಯವಾಗುತ್ತೆ'

'ನಿಂಗನ್ನಿಲ್ವಾ ನಾನು ಎಷ್ಟು ಒಳ್ಳೆಯವನು ಅಂತ? ನಾನು ನಿನಗೆ ನೋವು ಕೊಡದೇ ಹೊರಗೆ ಬಂದಿದ್ದೀನಿ.'

ಮಾ ಅವನ ಕೆನ್ನೆ ಹಿಂಡಿ ನಕ್ಕರು. ಹಾಡೊಂದನ್ನು ಗುನುಗುತ್ತ ತಲೆಗೆ ಎಣ್ಣೆ ಮಸಾಜನ್ನು ಮುಂದುವರೆಸಿದರು.

ಬ್ಯಾಟ್‌ಮ್ಯಾನ್ ಮತ್ತು ಕೋಶಾ ಮಾಂಗ್ಗೋ

ಸೋಮವಾರದಿಂದ ಶುಕ್ರವಾರದವರೆಗೆ ಆ ಮನೆಯನ್ನು ಮೀನಾಭಾಯಿ ನಡೆಸುತ್ತಿದ್ದರು. ಶನಿವಾರ ಮತ್ತು ಭಾನುವಾರ ಮಾತ್ರ ಮಾ ನೋಡಿಕೊಳ್ಳುತ್ತಿದ್ದರು.

ಶನಿವಾರ ಬೆಳಬೆಳಗ್ಗೆ ಕೇಳಿಸುತ್ತಿದ್ದ ಅದು ಮಾಡು ಇದು ಮಾಡು ಎಂಬಂತಹ ಸುಪ್ರಭಾತಗಳು ವಾರಾಂತ್ಯವು ಮಾ ಕೈಗೆ ಹಸ್ತಾಂತರ ಆಗುತ್ತಿದೆ ಎಂಬುದನ್ನು ಸೂಚಿಸುತ್ತಿದ್ದವು. 'ಸಿನ್ನಮಾನ್, ಬ್ರಷ್ ಮಾಡಿ ರೆಡಿಯಾದ ಕೂಡಲೇ ಅಡುಗೆ ಮನೆಗೆ ಬಂದು ಮಸಾಲೆ ರುಬ್ಬಲು ಸಹಾಯ ಮಾಡಬೇಕು. ಮೀನಾಭಾಯ್, ಮಟನ್ ನೆನೆಸಲು ಹುಳಿನೀರನ್ನು ರೆಡಿ ಮಾಡು. ಸಾಹೇಬರಿಗೆ ಊಟ ರೆಡಿ ಮಾಡು. ರಿಶಿ, ವಾಶಿಂಗ್ ಮಶೀನಿಗೆ ಬಟ್ಟೆ ಹಾಕು, ಇಸ್ತ್ರಿಯವನಿಂದ ಬಟ್ಟೆ ಇಸಕೊಂಡು ಬಾ,'

'ಯೆಸ್ ಬಾಸ್', ಬಾಬಾ.

'ಮೀನಾ ಭಾಯಿ, ಮಟನ್ ಸರಿಯಾಗಿ ನೆಂದಿದೆಯಾ? ನಾ ಹೇಳಿದ ಹಾಗೆ ಈರುಳ್ಳಿ, ಟೊಮೆಟೋ, ಆಲೂಗಡ್ಡೆಗಳನ್ನು ಚಿಕ್ಕ ಚಿಕ್ಕದಾಗಿ ಕತ್ತರಿಸಿದ್ದೀಯಾ?'

'ಹೌದಮ್ಮ,' ಮೀನಾಭಾಯಿ.

'ಮಟನ್ನನ್ನು ಕುಕ್ಕರಿನಲ್ಲಿ ಕನಿಷ್ಠ ಏಳು ಸುತ್ತು ಕೂಗಿಸಿದ್ದೀಯಾ?'

'ಹೌದು ಅಮ್ಮೋರೆ'

'ತರಕಾರಿ ತಿಂಡಿಗಳನ್ನು ಸಪರೇಟು ಪಾತ್ರೆಗಳಲ್ಲಿ ಬೇಯಿಸಿದ್ದೀ ತಾನೆ? ಇಲ್ಲಾಂದರೆ ಸಾಹೇಬರು ಕೆಂಡಾಮಂಡಲ ಅಗಿಬಿಡುತ್ತಾರೆ'.

'ಹೌದು ಅಮ್ಮೋರೆ.' ಸಾಹೇಬರು ಇನ್ನೊಬ್ಬರ ಮೇಲೆ ಕೆಂಡಾಮಂಡಲವಾಗುವುದನ್ನು ಕಲ್ಪಿಸಿಕೊಂಡು ಮೀನಾಭಾಯಿ ಕಿಸಿಕಿಸಿ ನಕ್ಕಳು.

ಆ ಮನೆಯ ವಾರಾಂತ್ಯಗಳು ಇನ್ನೊಂದು ಕಾರಣಕ್ಕೂ ವಿಶೇಷವಾಗಿರುತ್ತಿದ್ದವು. ಪ್ರತಿ ಭಾನುವಾರ ಮಾ ಅಡುಗೆ ಮಾಡುತ್ತಿದ್ದರು. ಅದಕ್ಕಾಗಿ ಮನೆಯವರೆಲ್ಲರೂ ಕಾಯುತ್ತಿದ್ದರು. ಮೀನಾಭಾಯಿ ಮಸಾಲೆ ರುಬ್ಬುವುದು ಈರುಳ್ಳಿ ಹೆಚ್ಚುವುದರಲ್ಲಿ ಸಹಾಯ ಮಾಡುತ್ತಿದ್ದರಾದರೂ ಮಾ ಅವತ್ತಿನ ಅಡುಗೆ ಮನೆಯ ಬಾಸ್. ಅಂದಿನ ಖಾದ್ಯಪಟ್ಟಿಯಲ್ಲಿ ತರಹೇವಾರಿ ಐಟಮ್ಸ್ ಇರುತ್ತಿದ್ದವು. ತಾಮ್ಡಾ ಅಥವಾ ಪಾಂದ್ರ ರಸ್ಸಾ, ಪೋರ್ಕ್ ವಿಂಡಾಲೂ, ಚಿಂಗ್ರಿ ಮಲಾಯಿ ಕರಿ, ಅದರ ಜೊತೆಗೆ ಬಾಬಾಗೆಂದು ರುಚಿ ರುಚಿಯಾದ ಸಸ್ಯಾಹಾರಿ ತಿಂಡಿಗಳು ಇರುತ್ತಿದ್ದವು. ಅವುಗಳಲ್ಲಿ ಕೋಶಾ ಮಾಂಗ್ಶೋ ಮಾತ್ರ ನನ್ನ ಮತ್ತು ಮಾಗೆ ಫೇವರಿಟ್. ಮೀನಾಭಾಯಿಗೂ ಸಹ.

ಆದರೆ ಮಾ ಮನೆ ಜವಾಬ್ದಾರಿ ವಹಿಸಿಕೊಂಡ ದಿನ ಮಾತ್ರ ಎಲ್ಲರೂ ಒಂದಲ್ಲಾ ಒಂದು ಕೆಲಸದಲ್ಲಿ ತೊಡಗಿಸಿಕೊಳ್ಳಬೇಕಾಗಿತ್ತು. ಮಾ ಬೋನ್ಸಾಯಿ ಗಿಡಗಳ ಧೂಳು ಕೊಡವಿ ನೀರು ಹುಯ್ಯುತ್ತಿದ್ದರು. ಬಾಬಾ ಬಟ್ಟೆ ಒಗೆಯುತ್ತಿದ್ದರು. ಸಿನ್ನಮಾನ್ ಬಟ್ಟೆ ಮಡಚಿ ಕಬೋರ್ಡಿನಲ್ಲಿ ಇಡುತ್ತಿದ್ದ. ಮೀನಾಭಾಯಿ ನೆಲ ಫಳಫಳ ಹೊಳೆಯುವ ತನಕ ಒರೆಸುತ್ತಿದ್ದರು. ಆ ದಿನದ ಸಂಜೆ ಬಾನ್ಸುರಿ ಕಲಾವಿದರೊಬ್ಬರು ಮನೆಗೆ ಬಂದು ಬಾಬಾಗೆ ಪಿಳ್ಳಂಗೋವಿ ನುಡಿಸುವುದು ಹೇಳಿಕೊಡುತ್ತಿದ್ದರು. ಸಿನ್ನಮಾನ್ ಫುಟ್‌ಬಾಲ್ ತರಬೇತಿಗೂ ಆರ್ಟ್ ಕ್ಲಾಸುಗಳಿಗೂ ಹೋಗಿಬಿಡುತ್ತಿದ್ದ.

ಆ ಭಾನುವಾರ ಮನೆಗೆ ಮಾಣಿಕ್ ಬಂದ. ಮಾಣಿಕ್ ಸಿನ್ನಮಾನ್ ಹೋಗುತ್ತಿದ್ದ ಡ್ರಾಯಿಂಗ್ ಕ್ಲಾಸಿಗೆ ಹೋಗುತ್ತಿದ್ದ, ಸಿನ್ನಮಾನಿಗಿಂತ ಒಂದು ವರ್ಷ ದೊಡ್ಡವನಿದ್ದ. ಬೆಳಗ್ಗೆ ಎಲ್ಲರೂ ಕೂಡಿ ಸ್ಕ್ರಾಬಲ್ ಆಟ ಆಡಿದರು. ಮಾ, ಮಾಣಿಕ್ ಒಂದು ತಂಡ, ಬಾಬಾ ಸಿನ್ನಮಾನ್ ಎದುರಾಳಿ ತಂಡ. ಮೊದಮೊದಲು ಮಾ ತಂಡ ಮುಂದಿತ್ತು, ಆನಂತರ ಇದ್ದಕ್ಕಿದ್ದಂತೆ ಬಾಬಾ ಒಂದು ಉದ್ದ ಪದವನ್ನು ಜೋಡಿಸಿಬಿಟ್ಟರು. ಸಿನ್ನಮಾನಿಗೆ ಬಾಬಾ ಜೋಡಿಸಿದ್ದ ಪದ ಓದಲು ಆಗಲೇ ಇಲ್ಲ. 'Dis.. combo... bulate' ಎಂದು ತಿಣುಕಿದ.

‘ಓ ಮೋಸ. ಇದು ಮೋಸ ರಿಶಿ! Discombobulate ಅನ್ನೊ ಪದವೇ ಇಲ್ಲ ಈ ಜಗತ್ತಿನಲ್ಲಿ,’ ಮಾ ಕಿರುಚಿದರು. ಮಾ ಕೈಯೆತ್ತಿ ಗಾಳಿಯಲ್ಲಿ ಗುದ್ದಿ ನಮ್ಮ ತಂಡ ಗೆದ್ದಿದ್ದು ಎಂದು ಘೋಷಿಸಿದರು.

‘ಹೇ ನಿಜಾ ಆ ಪದ ಇದೆ.’ ಬಾಬಾ ಫೋನನ್ನು ತೆರೆದು ಮಾಗೆ ತೋರಿಸಿದರು.

ಮಾ ಫೋನಿನಲ್ಲಿ ಪದವನ್ನು ಓದಿ ಮೂತಿ ತಿರುವಿದರು. ಅವರಿಗೆ ಅದು ಇರೋದು ಇನ್ನೂ ನಂಬಿಕೆ ಬಂದಿರಲಿಲ್ಲ.

‘ಪರವಾಗಿಲ್ಲವೇ, ಫೋನಲ್ಲಿ One Word Per Day ಸಬ್‌ಸ್ಕ್ರೈಬ್ ಮಾಡಿಕೊಂಡಿದ್ದೀರಿ’ –ಮಾ.

‘ಆಹಾ ನಿಂಗಷ್ಟೇ ಅಲ್ಲ ಉದ್ದುದ್ದ ಇಂಗ್ಲೀಷ್ ಪದಗಳು ಗೊತ್ತಿರೋದು ಮಿಸೆಸ್ ಘೋಶಾಲ್. ನಾವು ಮರಾಠಿ ಮೀಡಿಯಮ್ಮಾದರೂ ನಿಮಗಿಂತ ಕಮ್ಮಿಯೇನಲ್ಲಮ್ಮ.’ –ಬಾಬಾ.

ಕೊನೆಗೂ ಬಾಬಾ, ಸಿನ್ನಮಾನ್ ಗೆದ್ದರು.

ಮಧ್ಯಾಹ್ನ ಊಟದ ಸಮಯ, ಸಿನ್ನಮಾನ್ ತಿಂಡಿ ಪಾತ್ರೆಗಳನ್ನು ಟೇಬಲ್ ಮೇಲೆ ಜೋಡಿಸಿದ. ಬಾಬಾನ ಪ್ಲೇಟನ್ನು ಬಹಳ ಜಾಗರೂಕನಾಗಿ ಮಟನ್ನು ಮತ್ತು ಮೀನುಗಳಿಂದ ದೂರ ಇಡುವುದು ಮರೆಯಲಿಲ್ಲ. ಬಾಬಾನಿಗಾಗಿ ಕಪ್ಪು ಶೇಂಗಾ ಮಸಾಲ, ಭೇಗುನ್ ಬಜಾ, ಬಿಸಿಬಿಸಿಯಾದ ಹಳದಿ ವರನ್ ಅದರೊಂದಿಗೆ ಮಸಾಲಾ ಭಾತ್.

‘ಮೀನಾಭಾಯಿ ಇವತ್ತೂ ಬಂದಿಲ್ವಾ?’ ಬಾಬಾ ಕೇಳಿದರು.

‘ಅಕೆಯ ಅಳಿಯನಿಗೆ ಹುಷಾರಿಲ್ವಂತೆ’, ಮಾ ಗೊಣಗಿದರು.

‘ಓ ಇನ್ನೊಂದು ಸಲ? ಹೋದ ಸಲ ಆಕೆ ಅಜ್ಜನಿಗೆ ಏನೊ ತೊಂದರೆ ಅಂದಿದ್ದ ನೆನಪು. ಅದಕೂ ಮೊದಲು ಗಂಡನಿಗೇನೊ ಮಾರಣಾಂತಿಕ ಖಾಯಿಲೆ ಅಂತ. ಈಗ ಅಳಿಯ. ಏನು ಅವರ ಮನೇಲಿ ಬರೀ ಗಂಡಸರಿಗೇ ಖಾಯಿಲೆ ಬರ್ತಿರುತ್ತದಲ್ಲಾ? ಅದೂ ಭಾನುವಾರಗಳು, ರಜಾ ದಿನಗಳು ಮಾತ್ರ.’

‘ರಿಶಿ, ನಮ್ಮೆಲ್ಲರಿಗೂ ವಾರಕ್ಕೆ ಒಂದೊ ಎರಡೋ ದಿವಸ ರಜ ಬೇಕಿರುತ್ತೆ. ಹೋಗಲಿ ಬಿಡು. ಇಲ್ನೋಡು, ನಿನ್ನ ಸಸ್ಯಾಹಾರಿ ತಿಂಡಿಗಳು ರೆಡಿಯಾಗಿದಾವೆ, ನಾವು ಮಿಶ್ರಹಾರಿಗಳು ಎಷ್ಟು ಅದೃಷ್ಟವಂತರು, ಇದನ್ನೂ ತಿನ್ನಬಹುದು ಅದನ್ನೂ ತಿನ್ನಬಹುದು.’

'ಮಿಸೆಸ್ ಘೋಶಾಲ್ ಅವರೇ, ನಮಗೆ ನಮ್ಮ ಹುಲ್ಲುಸೊಪ್ಪಿನಲ್ಲೇ ತೃಪ್ತಿಯಿದೆ. ನಿಮ್ಮ ಗಬ್ಬು ನಾರುವ ಮೀನು ಮಟನ್ನು ನನ್ನನ್ನು ಕೆಣಕಲಾರವು.'

ಮಧ್ಯಾಹ್ನದ ಭೂರಿಭೋಜನದ ನಂತರ ಇನ್ನೊಂದಕ್ಕೆ ಸ್ವಲ್ಪ ಜಾಗ ಮಿಕ್ಕಿತ್ತು, ಸಿಹಿ ತಿನಿಸುಗಳಿಗಾಗಿ. ಬಾಬಾ ಎಲ್ಲರಿಗೂ ತನ್ನ ಫೇವರಿಟ್ ಸ್ಯಾಂಡ್‌ವಿಚ್ ಐಸ್‌ಕ್ರೀಮನ್ನು 'ತಗೊಳಿ ಡೆಸರ್ಟ್' ಎಂದು ಕೊಟ್ಟರು. ಗಟ್ಟಿ ಚಾಕಲೇಟಿನ ಹೊರಮೈ, ಒಳಗೆ ಮಂಜಿನಂತೆ ಕರಗುತ್ತಿರುವ ವೆನಿಲ್ಲಾ, ಆಹಾ ಸ್ವರ್ಗಾನಂದ. ಮಾ ಬಾಬಾ ಅವರ ಕೋಣೆಗೆ ಹೋದರು. ಸಿನ್ನಮಾನ್ ಮಾಣಿಕ್ ಬಾಲ್ಕನಿಗೆ ತೆರಳಿದರು. ಸಿನ್ನಮಾನ್ ಬಾಲ್ಕನಿಯ ತಡೆಗೋಡೆ ಮೇಲೆ ಮಾಣಿಕ್ ಅವನ ಎದುರಿನ ಚೇರಿನ ಮೇಲೆ ಕೂತರು. ಸಿನ್ನಮಾನಿಗೆ ಮಾ ಗೊರಕೆಯ ಸದ್ದು ಕೇಳಿಸುತ್ತಿತ್ತು. ಈ ರಾಕೆಟ್ ಸದ್ದಿನ ನಡುವೆ ಬಾಬಾ ಅದು ಹೇಗೆ ಗಾಢನಿದ್ದೆ ತೆಗೆಯಬಲ್ಲರು ಅಂದುಕೊಂಡ ಅವನು. 'ಆಮೇಲೆ ಕೇಳಬೇಕಾದ ಪ್ರಶ್ನೆಗಳು' ಎಂಬ ಮನಸಿನ ಪಟ್ಟಿಗೆ ಸೇರಿಸಿದ.

'ಇತ್ತೀಚೆಗೆ ಮಾ ನಂಗೆ ಬಟ್ಟೆ ಒಣಗಿ ಹಾಕಲು ಹೇಳಿದ್ದರು. ಈಗಾಗಲೆ ತರಕಾರಿ ಕಟ್ ಮಾಡಿಸುತ್ತಾರೆ, ಆದರೆ ಇದೇನು ಬಟ್ಟೆ ಒಣಗಿ ಹಾಕೋದೆಲ್ಲ? ಅದೂ ಬನಿಯನ್ನು ಅಂಡರ್‌ವೇರುಗಳು?' ಸಿನ್ನಮಾನ್ ಮಾಣಿಕ್‌ನ ಬಳಿ ಗೋಳು ತೋಡಿಕೊಂಡ. ಮಾಣಿಕ್ ಕೇಳಿಸಿಕೊಳ್ಳುತ್ತಿದ್ದ. 'ಅವತ್ತು ಏನಾಯ್ತು ಗೊತ್ತಾ ಮಾಣಿಕ್ ದಾ, ನಾನು ಅಂಡರ್‌ವೇರಿಗೆ ಕ್ಲಿಪ್ ಹಾಕೋದು ಮರೆತಿದ್ದೆ. ವಿಪರೀತ ಗಾಳಿ. ನಿಮಗೇ ಗೊತ್ತಲ್ಲ ಹೇಗಿರುತ್ತೆ ಅಂತ. ಜೀನ್ಸು ಬೆಡ್‌ಶೀಟುಗಳಾದರೆ ಅಷ್ಟು ಸುಲಭವಾಗಿ ಹಾರುವುದಿಲ್ಲ, ಆದರೆ ಈ ಸಣ್ಣ ಬಟ್ಟೆಗಳು...' ಮಾಣಿಕ್ ಕಿಸಿಕಿಸಿ ನಕ್ಕ. ಸಿನ್ನಮಾನಿಗೆ ಇನ್ನಷ್ಟು ಹೇಳಬೇಕು ಅನಿಸಿತು. 'ಒಣಗಿ ಹಾಕಿ ಮಲಗಲು ಹೋಗಿದ್ದೆ. ಎದ್ದು ನೋಡಿದಾಗ ಒಂದಷ್ಟು ಬಟ್ಟೆಗಳು ಗಾಳಿಗೆ ಹಾರಿ ಹೋಗಿದ್ದವು. ಅಪಾರ್ಟ್‌ಮೆಂಟ್ ಪಕ್ಕದಲ್ಲಿರೊ ಮೋರಿಯಲ್ಲಿ ಬಿದ್ದಿದ್ದವು. ಅಲ್ಲಿ ಹೋಗಿ ಎಲ್ಲರೆದುರು ಅವನ್ನು ಎತ್ತಿಕೊಂಡು ಬರುವುದು ತುಂಬಾ ಮುಜುಗರ ಅನ್ನಿಸಿತು'.

'ಹೋಗ್ಲಿ ಬಿಡು ಸಿನ್ನಮಾನ್. ಅದು ನಿನ್ನದೇ ಅಂಡರ್‌ವೇರ್ ತಾನೆ. ಬೇರೇನಲ್ಲ' ಎಂದ ಮಾಣಿಕ್.

'ಅದು ಹಾಗಲ್ಲ. ಪೂರ್ತಿ ಕೇಳಿಸಿಕೊ. ನನ್ನ ಗೋಳು ಇಲ್ಲಿಗೆ ಮುಗೀಲಿಲ್ಲ. ಎರಡು ಚಿಕ್ಕ ವಿಐಪಿ ಫ್ರೆಂಚಿ ಅಂಡರ್‌ವೇರುಗಳು ಒಂದು ದೊಡ್ಡ ಕೆಂಪು-ಕಪ್ಪು ಪಟ್ಟಿಗಳಿರುವ ಬಾಕ್ಸರು ಮೋರಿಯಲ್ಲಿ ಬಿದ್ದಿತ್ತಾ. ಆ ಬಾಕ್ಸರ್ ಮೇಲೆ ಬ್ಯಾಟ್‌ಮ್ಯಾನ್ ಚಿತ್ರಗಳು ಪ್ರಿಂಟಾಗಿದ್ದವಾ. ನನ್ನ ಅದೃಷ್ಟಕ್ಕೆ ಅವೆಲ್ಲವೂ ಒಣಗಿದ್ದವು. ಚಿಕ್ಕವು ನನ್ನವೆಂದು ನನಗೆ ಗೊತ್ತಿತ್ತು, ದೊಡ್ಡ ಬಾಕ್ಸರು ಬಾಬಾದಿರಬಹುದು ಅಂದುಕೊಂಡೆ. ಎಲ್ಲಾನೂ ಎತ್ತಿಕೊಂಡು ಬಂದು ಬಾಕ್ಸರನ್ನು ತಿರುಗಿ ತಂತಿ ಮೇಲೆ ಒಣಗಿಹಾಕಿದೆ. ಮಾರನೇ ದಿವಸ ಬಾಬಾ ಅಹ್ಮದಾಬಾದಿಗೆ ಹೋಗಲು ಬ್ಯಾಗನ್ನು ಪ್ಯಾಕ್ ಮಾಡ್ತಿದ್ದರು. ನಾನು ನನ್ನ ರೂಮಲ್ಲಿದ್ದೆ. ಅವರು ತಂತಿ ಮೇಲಿನ ಬಟ್ಟೆ ಎತ್ತಿಕೊಳ್ತಾ ಜೋರಾಗಿ ಕೂಗಿದರು' ಸಿನ್ನಮಾನ್ ಬಾಬಾನ ಸಿಂಡರಿಸಿದ ಮುಖವನ್ನು ಅಣಿಕಿಸಿ ತೋರಿಸಿದ.

'ಈ ಕೋಡಂಗಿ ಬಾಕ್ಸರುಗಳು ಎಲ್ಲಿಂದ ಬಂದವು? ನಾನು ಇಂತಹ ಚಡ್ಡಿಗಳನ್ನು ಹಾಕೋದೆ ಇಲ್ಲ? ಯಾರು ತಂದಿದ್ದು? ಅಂತ ಆಮೇಲೆ ಮಾ ಬಾಬಾ ಜೊತೆಜೊತೆಗೆ ನಗ್ತಿರುವುದು ಕೇಳಿಸಿತು. ಸತ್ತೇಹೋಗಿಬಿಡುತ್ತಾರೇನೊ ಅಂದುಕೊಂಡೆ ಅಷ್ಟು ನಗ್ತಿದ್ದರು. ನಾನೆಲ್ಲೋ ತಪ್ಪಾಗಿ ಎತ್ತಿಕೊಂಡು ಬಂದಿರಬಹುದು ಅಂತ ಬಾಬಾ ಹೇಳ್ತಿದ್ದರು. ಆಮೇಲೆ ಮಾ ನೀನಾ ಎತ್ತಿಕೊಂಡು ಬಂದಿದ್ದು ಅಂತ ನನ್ನ ಕೇಳಿದರು. ನಾನು ಇಲ್ಲಾ ನಾನಲ್ಲಾ ಅಂತಲೇ ವಾದಿಸ್ತಿದ್ದೆ. ನನಗಂತೂ ಎಷ್ಟು ಅವಮಾನ ಆಗಿತ್ತೆಂದರೇ...'

ಮಾಣಿಕ್ ಸಹ ಜೋರಾಗಿ ನಕ್ಕುಬಿಟ್ಟ. 'ಅಲ್ವೊ ಬುದ್ದೂ, ಎತ್ತಿಕೊಂಡು ಬರೋ ಮುಂಚೆ ಸರಿಯಾಗಿ ನೋಡಬೇಕಲ್ವ?'

'ನಗಬೇಡ ಮಾಣಿಕ್ ದಾ! ನಂಗೆ ಎಷ್ಟು ಬೇಜಾರಾಗಿತ್ತು ಗೊತ್ತಾ.'

ಸ್ವಲ್ಪ ಹೊತ್ತು ಸುಮ್ಮನಿದ್ದ ಮಾಣಿಕ್ 'ಚಾಂಪಿಯನ್, ಆಮೇಲಾದರೂ ಆ ಚಡ್ಡಿಗಳು ಯಾರದೆಂದು ಗೊತ್ತಾಯ್ತಾ?'

'ನಂಗನ್ಸುತ್ತೆ ಅದು ನಮ್ಮ ಪಕ್ಕದ ಫ್ಲಾಟಿನ ಪ್ರಶಾಂತಣ್ಣನದು ಅಂತ. ಎ-30, ಡುಮ್ಮಕಿದಾರಲ್ಲಾ, ಯಾವಾಗಲೂ ಕಿವಿಯಲ್ಲಿ ಹ್ಯಾಂಡ್ಸ್-ಫ್ರೀ ಸಿಗಿಸಿಕೊಂಡು ಮಾತಾಡ್ತಿರತಾರಲ್ಲಾ. ನಿಂಗೊತ್ತಾ ಅವರು?'

ಮಾಣಿಕ್ ಹೌದೆಂದು ತಲೆದೂಗಿದ. 'ಹೌದು ಅವನು ಐ ಟಿ ನಲ್ಲಿ ಕೆಲಸ ಮಾಡ್ತಾನೆ. ಆದರೆ ನಿನಗೆ ಹೇಗೆ ಗೊತ್ತಾಯ್ತು ಅದು ಅವನದೇ ಅಂತ? ಅವನನ್ನು ಕೇಳಿದ್ಯಾ?'

'ಸ್ವಲ್ಪ ದಿವಸ ಆದ ನಂತರ ಅವರು ಎಲ್ಲೋ ಹೊರಗೆ ಹೊರಟಿದ್ದರಿಂದ ನಮ್ಮನೆಗೆ ಕೀ ಕೊಡಲು ಬಂದಿದ್ದರು. ಬಂದು ಬಾಬಾನಿಗೆ ನಮ್ಮ ಸೊಸೈಟಿನಲ್ಲಿ ಯಾರೋ ಕಳ್ಳ ಸೇರ್ಕೊಂಡಿದಾನೆ, ಸೊಸೈಟಿ ಮೀಟಿಂಗಲ್ಲಿ ಈ ವಿಷಯ ಎತ್ತುತ್ತೇನೆ ಅಂತಿದ್ದರು. ನಮ್ಮ ಅಪಾರ್ಟ್‌ಮೆಂಟ್‌ಗೆ ಇನ್ನು ಮುಂದೆ ಬಂದೂಕಿನ ಸೆಕ್ಯೂರಿಟಿ ಗಾರ್ಡು, ಬಯೋಮೆಟ್ರಿಕ್ ಸ್ಕ್ಯಾನಿಂಗು, ಸಿಸಿ ಟಿವಿಗಳು, ಆಂಟಿ-ಟೆರರಿಸ್ಟ್ ಸಾಫ್ಟ್‌ವೇರುಗಳು ಇವನ್ನೆಲ್ಲ ತರಬೇಕು ಅಂತ ಹೇಳ್ತಿದ್ದರು. ಫ್ಲಾಟಿಗೆ ಕಳ್ಳ ಬಂದಿದ್ದ, ಸದ್ಯ ಎರಡು ಚಡ್ಡಿಗಳನ್ನಷ್ಟೇ ಕದ್ದುಕೊಂಡು ಹೋಗಿದ್ದಾನೆ ಅಂತ. ಮುಂದಿನ ಸಲ ಬಂದಾಗ ಬೇರೇನು ಕದಿತಾನೋ ಅಂತೆಲ್ಲ ಭಯಪಡ್ತಿದ್ದರು.'

'ಅಂಕಲ್ ಏನು ಹೇಳಿದರು?'

'ಅದೇ, ಯಾವಾಗಲೂ ಹೇಳ್ತಾರಲ್ಲ ಹಾಗೆ. ಕಾಲ ಬದಲಾಗಿದೆ, ಯಾವಾಗ ಏನಾಗುತ್ತೋ ಹೇಳಕ್ಕಾಗಲ್ಲಾ, ಹುಷಾರಾಗಿರಿ...'

'ಸರಿ ಈಗ ಚಡ್ಡಿಗಳು ಎಲ್ಲಿದಾವೆ? ನೀನೆ ಇಟ್ಕೊಂಬಿಟ್ಯಾ ಹೇಗೆ?'

'ನಂಗೊತ್ತಿಲ್ಲಪ್ಪ. ಎರಡೂ ಹರದೋಗಿರೊ ಚಡ್ಡಿಗಳು, ಅವೇನು ಕೋಹಿನೂರ್ ಡೈಮಂಡುಗಳ. ಇರಲಿ ನಾವು ಏನೋ ಮಾತಾಡ್ತಾ ಬೇರೆಲ್ಲಿಗೋ ಹೋದ್ವಿ, ಈಗ ಹೇಳು ನಮ್ಮ ಪೇರೆಂಟ್ಸು ಯಾಕೆ ನನ್ನಿಂದ ಇಷ್ಟೆಲ್ಲ ಕೆಲಸ ಮಾಡಿಸ್ತಾರೆ ಅಂತ?'

'ನಿಜವಾಗಲೂ ನಿಂಗೆ ಅವರು ಯಾಕೆ ಕೆಲಸ ಮಾಡಿಸ್ತಾರೆ ಅನ್ನೋದು ಗೊತ್ತಾಗಬೇಕಾ?'

ಸಿನ್ನಮಾನ್ ಹೌದೆಂದು ತಲೆ ಗುಣುಕು ಹಾಕಿದ.

ಮಾಣಿಕ್ ಮೆಲ್ಲಗೆ, 'ಆಕ್ಚುವಲಿ ನಿನ್ನ ಅಪ್ಪಾಮ್ಮಂಗೆ ಮಕ್ಕಳೇ ಬೇಕಿರಲಿಲ್ಲ. ಮನೇಲಿ ಕೆಲಸ ಮಾಡಲು ಯಾರಾದರೂ ಬೇಕಿತ್ತಲ್ಲ ಅದಕ್ಕಾಗಿ ನಿನ್ನ ತಂದಿದ್ದಾರೆ. ನೀನು ಬೆಳೆದಂಗೆಲ್ಲ ನಿನಗೆ ಚೆನ್ನಾಗಿ

ತಿನ್ನಿಸಿ ಡುಮ್ಮ ಮಾಡ್ತಾರೆ, ಆನಂತರ ಒಂದಿನ ನಿನ್ನನ್ನು ಗುಳುಂ ಮಾಡಿಬಿಡ್ತಾರೆ, ಜೋಂಬಿ ಮೂವಿಗಳಲ್ಲಿ ನರಭಕ್ಷಕರನ್ನು ನೋಡಿದ್ದೀಯಲ್ಲ ಹಾಗೆ'

'ಮನೆ ಕೆಲಸಕ್ಕೆ ಅವರು ಯಾರಾದರೂ ಕೆಲಸದವರನ್ನ ಹುಡ್ಕಿಕೊಳ್ಳಬಹುದಿತ್ತಲ್ವಾ?'

'ಯಾಕೆ ಹಾಗೆ ಮಾಡ್ತಾರೆ, ನೀನು ಫುಲ್ ಫ್ರೀಯಾಗಿ ಸಿಕ್ಕಿದಿಯಲ್ಲ!', ಮಾಣಿಕ್ ಉಚಿತ ಅನ್ನೋದನ್ನು ಹೆಬ್ಬೆರಳು ಮತ್ತು ತೋರುಬೆರಳನ್ನು ಪರಸ್ಪರ ಉಜ್ಜಿ ತೋರಿಸಿದ. 'ಬೇಗ ಬೇಗ ದಪ್ಪ ಆಗಬೇಡ ಮಗನೇ, ಇಲ್ಲಾಂದರೆ ಡುಮ್ಮ ಆದಕೂಡಲೇ ನಿನ್ನನ್ನು ಗಬಕ್ಕನೆ ತಿಂದು ಮುಗಿಸಿಬಿಡ್ತಾರೆ.'

ಸಿನ್ನಮಾನ್ ತನ್ನ ಮಾಂಸಲ ತೋಳುಗಳನ್ನು ಕಾಲುಗಳನ್ನು ನೋಡಿಕೊಂಡ. ಇದಕ್ಕಾಗಿನಾ ಮಾ ಬಾಬಾ ನನಗೆ ಚೆನ್ನಾಗಿ ತಿನ್ನಿಸುತ್ತಿರುವುದು? ಎಂದು ಚಿಂತೆಗೀಡಾದ. ಮೀನಾಭಾಯಿ ನೆನಪಾದರು. ಅವರೂ ಸಹ ಬರ್ತಾ ಬರ್ತಾ ಬಲೂನಿನಂಗೆ ದುಂಡಗಾಗ್ತಾ ಇದಾರೆ. ತಡ ಆಗೋಕು ಮುಂಚೆ ಅವರಿಗೂ ಎಚ್ಚರಿಸಿಬಿಡಬೇಕು!

'ನಾನೊಂದ್ಸಲ ಮಾ ಬಾಬಾರನ್ನ ಕೇಳ್ತೀನಿ ಇದರ ಬಗ್ಗೆ,' ಧೈರ್ಯ ತಗೊಂಡು ಹೇಳಿದ.

'ಹೇ ಬೇಡಾ... ಹಂಗೆಲ್ಲ ಮಾಡಿಬಿಟ್ಟೀಯ ಮತ್ತೆ!' ಮಾಣಿಕ್ ಅವಾಕ್ಕಾದ. ಸಿನ್ನಮಾನಿಗೆ ಆಶ್ಚರ್ಯ. ಈ ಮಾಣಿಕ್‌ದಾಗೆ ಯಾಕೆ ಇದ್ದಕ್ಕಿದ್ದಂಗೆ ಭಯ ಆಯ್ತು ಅಂತ.

ಆ ಸಂಜೆ ಟೀ ಸಮಯದಲ್ಲಿ ಸಿನ್ನಮಾನ್ 'ಸ್ಲೇವ್ ಅಂದ್ರೆ ಏನು?' ಕೇಳಿಬಿಟ್ಟ.

'ವಾ ಸಿನ್ನಮಾನ್, ನಿನ್ನ ವೊಕ್ಯಾಬುಲರಿ ಬಹಳಾ ಇಂಪ್ರೂ ಆಗ್ತಿದೆ' ಎಂದರು ಮಾ.

'ಹೇಳಮ್ಮಾ'

'ಯಾರು ನಿಂಗೆ ಈ ಪದ ಹೇಳ್ಕೊಟ್ಟಿದ್ದು?'

'ಮಾಣಿಕ್‌ದಾ. ನೀನು ನನ್ನನ್ನು ದತ್ತು ತಗೊಂಡಿದ್ದು ಮನೆಗೆಲಸ ಮಾಡುವ ಸ್ಲೇವ್ ಆಗಿಟ್ಟುಕೊಳ್ಳಲು ಅಂತೆ. ಮತ್ತೆ ನೀನು ನನಗೆ ಚೆನ್ನಾಗಿ ತಿನ್ನಿಸಿ ದಪ್ಪ ಮಾಡ್ತಿರೋದೂ ಆಮೇಲೆ ಗುಳುಂ ಅಂತ ತಿಂದುಹಾಕೋಕಂತೆ'

'ಅವ ಮಾಣಿಕ್‌ದಾ ಸಿನಿಮಾಗಳ ಹುಚ್ಚ. ಯಾವುದೋ ಸಿನಿಮಾ ನೋಡಿ ಹಾಗಂದಿರ್ತಾನೆ' ಎಂದರು ಬಾಬಾ.

ಕೋಪದಲ್ಲಿ ಮಾ ಮೂಗಿನ ಹೊಳ್ಳೆಗಳು ಸೆಟೆದುಕೊಂಡವು. 'ಇಂಥಾ ಕೆಟ್ಟ ಮಾತುಗಳನ್ನು ನಾನು ಇಲ್ಲಿವರೆಗೂ ಕೇಳಿರಲಿಲ್ಲ' ಅವರ ತುಟಿಗಳೂ ಕೆಂಪಾಗಿಬಿಟ್ಟಿದ್ದವು.

'ನಾನು ಅವನ ಜೊತೆ ಮಾತಾಡ್ತೀನಿ ವಸುಂದರ', ಬಾಬಾ ಮಾ ಭುಜದ ಮೇಲೆ ಕೈಯಿಟ್ಟರು.

'ಇಲ್ಲಾ ನಾನೇ ಮಾತಾಡ್ತೀನಿ' ಎಂದರು ಮಾ.

ಬಾಬಾ ನಸುನಗುತ್ತ 'ಆ ಶಾಣ್ಯಾನೊಂದಿಗೆ ನಾನೇ ಮಾತಾಡಿ ರಿಪೇರಿ ಮಾಡ್ತೇನೆ ಸುಮ್ನಿರು,' ಎಂದರು ಖಡಾಖಂಡಿತವಾಗಿ.

ಸಿನ್ನಮಾನಿಗೆ ಮಾರನೆಯ ದಿವಸ ಬಾಬಾ ಅದು ಹೇಗೆ ಮಾಣಿಕ್‌ದಾನನ್ನು ರಿಪೇರಿ ಮಾಡಿದರು ಗೊತ್ತಾಗಲಿಲ್ಲ, ಅದೇ ಕೊನೆ ಮಾಣಿಕ್‌ದಾ ಇನ್ನೆಂದೂ ಅಂತಹ ಜೋಕ್ ಮಾಡಲೇ ಇಲ್ಲ. ಅವತ್ತಿನಿಂದ ಸಿನ್ನಮಾನಿನ ಎದುರು ಏನಾದರೂ ಹೇಳಲಿಕ್ಕೆ ಬಹಳಾ ಯೋಚಿಸುತ್ತಿದ್ದ ಅವನು.

ಆನಂತರ ಬಾಬಾ ಮಾ ಸಿನ್ನಮಾನನ್ನು ಕೂರಿಸಿಕೊಂಡು ಅವನನ್ನು ದತ್ತು ತೆಗೆದುಕೊಂಡ ಸಂಪೂರ್ಣ ಕತೆ ಹೇಳಿದರು. ಅವರ ಬಳಿ ಒಂದು ಫೋಟೋ ಅಲ್ಬಮ್ ಇತ್ತು. ಅದನ್ನು ತೆಗೆದು ತೋರಿಸಿದರು. ಅದರಲ್ಲಿ ಸಿನ್ನಮಾನ್ ಪುಟ್ಟ ಪಾಪು ಆಗಿದ್ದ. 'ಈ ಫೋಟೋಗಳನ್ನು ಅಡಾಪ್ಷನ್ ಏಜೆನ್ಸಿನಲ್ಲಿ ತೆಗೆದದ್ದು' ಎಂದರು ಬಾಬಾ. ಇನ್ನೊಂದು ಆಲ್ಬಮ್ ತೋರಿಸುತ್ತ 'ಇವು ನೀನು ಮನೆಗೆ ಬಂದಾಗ ತೆಗೆಸಿದ್ದ ಫೋಟೋಗಳು' ಎಂದರು. ಮಕ್ಕಳು ಯಾವೆಲ್ಲ ವಿಧಗಳಲ್ಲಿ ಮನೆಗೆ ಬರಬಹುದು, ಜಗತ್ತಿನಲ್ಲಿ ಎಷ್ಟೊಂದು ಬಗೆಯ ಕುಟುಂಬಗಳು ಇರುವುವು, ಪ್ರತಿ ಮಗುವೂ ಉಳಿದೆಲ್ಲ ಮಕ್ಕಳಷ್ಟೇ ಪ್ರೀತಿಗೆ ಪಾತ್ರವಾದುದು ಎಂದು ವರ್ಣಿಸಿದರು.

ಸಿನ್ನಮಾನಿಗೆ ತನ್ನನ್ನು ಮನೆಗೆ ಕರೆದು ತಂದ ದಿವಸದ ಕತೆ ಕೇಳುವುದು ತುಂಬಾ ಇಷ್ಟವಾಗುತ್ತಿತ್ತು. 'ಅವತ್ತಿನ ದಿವಸ ಏನೇನಾಯ್ತಮ್ಮ?' ಎಂದು ಮಾಳನ್ನು ಇನ್ನೊಮ್ಮೆ ಪುಸಲಾಯಿಸುತ್ತಿದ. ಅವರು ಪ್ರತಿ ಸಲವೂ ಸ್ವಲ್ಪಾನೂ ಬೇಜಾರು ಮಾಡಿಕೊಳ್ಳದೆ ಅದೇ ಕತೆಯನ್ನು ಹೇಳುತ್ತಿದ್ದರು.

***

ಕಾಲ ಉರುಳಿದಂತೆ ಸಿನ್ನಮಾನಿಗೆ ತಾನು ದತ್ತುಮಗ ಎಂಬ ಸತ್ಯದೊಂದಿಗೆ ಬದುಕುವುದು ಸುಲಭವಾಗತೊಡಗಿತು. ಮಾ ಬಾಬಾ ದತ್ತು ಎಂಬುದು ಬಹಳ ಸಹಜ ಎಂಬುದನ್ನು ಮನಗಾಣಿಸಲು ಏನೆಲ್ಲ ಪ್ರಯತ್ನ ಮಾಡಬೇಕೊ ಮಾಡಿದ್ದರು. ಪ್ರತಿ ವರ್ಷ ನವೆಂಬರ್ 9ಕ್ಕೆ 'ವರ್ಲ್ಡ್ ಅಡಾಪ್ಷನ್ ಡೇ'ಯನ್ನು ಆಚರಿಸುತ್ತಿದ್ದರು. ತಮ್ಮಂತೆ ದತ್ತು ಪಡೆದಿರುವ ತಂದೆತಾಯಿಯರೊಂದಿಗೆ ಸೇರುತ್ತಿದ್ದರು. ಆ ಗುಂಪು ತಿಂಗಳಿಗೊಮ್ಮೆ ಶನಿವಾರ ವಾಡಾ, ಆಘಾಖಾನ್ ಪ್ಯಾಲೇಸ್, ಲಾಲ್‌ಮಹಲ್, ಕೇಲ್ಕರ್ ಮ್ಯೂಜಿಯಂ ಮುಂತಾದ ಐತಿಹಾಸಿಕ ಮತ್ತು ಸಾಂಸ್ಕೃತಿಕ ಸ್ಥಳಗಳಿಗೆ ಭೇಟಿ ಕೊಡುತ್ತಿದ್ದರು. ತನ್ನಂತಿರುವ ಅನೇಕ ದತ್ತು ಮಕ್ಕಳೊಂದಿಗೆ ಬೆರೆತ ನಂತರ ಸಿನ್ನಮಾನಿಗೆ ಅದೇನು ಅಸಹಜ ಸಂಗತಿಯಲ್ಲ ಅನಿಸತೊಡಗಿತ್ತು. ಆದರೂ ಆಗೊಮ್ಮೆ ಈಗೊಮ್ಮೆ ಯಾರಿಂದಲಾದರೂ ಏನಾದರೊಂದು ಆಗಿ ಜನರಲ್ಲಿರುವ ದತ್ತು ಬಗೆಗಿನ ತಪ್ಪು ಕಲ್ಪನೆಗಳು ಹೊರಗೆ ಬರುತ್ತಿದ್ದವು.

ಒಂದು ಸಂಜೆ, ಸಿನ್ನಮಾನ್ ಗೆಳೆಯರೊಂದಿಗೆ ಬಾಸ್ಕೆಟ್ ಬಾಲ್ ಆಡಿ ಮನೆಗೆ ಮರಳಿದಾಗ ಮನೆಯಲ್ಲಿ ಏನೋ ಚರ್ಚೆ ನಡೆಯುತ್ತಿರುವುದನ್ನು ಗಮನಿಸಿದ. ಸುಜಿತ್ ಕಾಕ ಬಂದಿದ್ದರು. ಕಾಕ ಅದೇ ರಸ್ತೆಯಲ್ಲಿರುವ ಇನ್ನೊಂದು ಸೊಸೈಟಿಯಲ್ಲಿ ವಾಸವಾಗಿದ್ದರು. ಅವರು ಆಗೊಮ್ಮೆ ಈಗೊಮ್ಮೆ ಬರುತ್ತಿದ್ದರು, ಅವರು ಬಂದಾಗೆಲ್ಲ ಸಿನ್ನಮಾನ್ ತಲೆಮರೆಸಿಕೊಳ್ಳುತ್ತಿದ್ದ.

'ಸುಜಿತ್, ಈ ಬೇಕರಿ ಬ್ಲಾಸ್ಟಿನ ಬಗ್ಗೆ ನೀವು ಹಾಗೆಲ್ಲ ಜೆನರಲೈಸ್ ಮಾಡಕ್ಕಾಗಲ್ಲ. ತನಿಖೆ ನಡೀತಿದೆ. ಕಾದು ನೋಡೋಣ ಬಿಡಿ,' ಎನ್ನುತ್ತಿದ್ದರು ಮಾ.

ಕಾಕ 'ವಸುಂದರಾ, ಮೀಡಿಯಾಗಳು ಹೇಳೋದನ್ನ ಬದಿಗಿಡು, ನಾ ಹೇಳ್ತೀನಿ ಕೇಳಿಲ್ಲಿ...' ಅಂತಿರುವಾಗಲೇ ಸಿನ್ನಮಾನನ್ನು ಕಂಡು ಮಾತು ಮರೆತು 'ಅರೆ ಚಾಂಪಿಯನ್!, ಆಡ್ಲಿಕ್ಕೆ ಹೋಗಿದ್ಯಾ? ನಾ ಯಾರು ಗುರುತು ಸಿಗ್ತಾ?', ಕೇಳಿದರು.

ಸಿನ್ನಮಾನ್ ದುರದೃಷ್ಟವಶಾತ್ ನೆನಪಿದೆ ಎಂಬಂತೆ ತಲೆ ಗುಣುಕು ಹಾಕಿದ.

'ಹ್ಯಾಂಡ್‌ಸಮ್ ಇದೀಯಲ. ಮೈ ಡಿಯರ್ ರಿಶಿಕೇಶ್ ನನ್ನ ಪ್ರಕಾರ ನೀನು ಬಹಳಾನೆ ಅದೃಷ್ಟವಂತ ಹಾಹಾಹಾ'

'ಅದೃಷ್ಟ ಯಾಕೆ?' ಮಾ ಮಧ್ಯ ಬಾಯಿ ಹಾಕಿದರು.

ಕಾಕ ತಕ್ಷಣ ಮಾತು ಬದಲಿಸಿ 'ಹೋಗಲಿ ಬಿಡಿ. ಇಲ್ಕೇಳಿ ಇಬ್ಬರೂ. ನಮ್ಮನೇಲಿ ಒಂದು ಗೆಟ್ ಟುಗೆದರ್ ಇಟ್ಟುಕೊಂಡಿದ್ದೀವಿ. ಅಪ್ಪ ಅಮ್ಮನ ಮದುವೆ ವಾರ್ಷಿಕೋತ್ಸವ ಪ್ರಯುಕ್ತ. ಪುಣೇಲಿರೋರೆಲ್ಲ ಬರ್ತಿದಾರೆ.' ಎಂದು ಮರಾಠಿಯಲ್ಲಿ ಬರೆದಿದ್ದ ದುಬಾರಿ ಇನ್ವಿಟೇಶನ್ ಕಾರ್ಡನ್ನು ಮಾ ಕೈಗೆ ಕೊಟ್ಟರು.

'ನೀನು ಬರಬೇಕು ವಸುಂದರಾ'

'ಇಬ್ಬರಲ್ಲೊಬ್ಬರು ಬರ್ತೀವಿ ಬಿಡಿ', ಮಾ.

'ಇಲ್ಲಾ ಇಬ್ಬರೂ ಬರಬೇಕು. ನಿಮ್ಮ ಈ ದತ್ತುಪುತ್ರನನ್ನೂ ಕರೆದುಕೊಂಡು ಬನ್ನಿ. ಮನೇಲಿ ಬಿಟ್ಟು ಬರಬೇಡಿ ಮತ್ತೆ.' ಎನ್ನುತ್ತ ಮೌನ ನಗೆ ನಕ್ಕರು ಕಾಕ.

ಬಾಬಾ ಟೀ ಕಪ್ಪನ್ನು ಕೆಳಗಿಳಿಸಿ ದುರುಗುಟ್ಟಿದರು. ಸಿನ್ನಮಾನಿಗೆ ಮುಂದೇನಾಗಲಿದೆ ಎಂದು ಗೊತ್ತಾಯ್ತು.

'ಸುಜಿತ್ ಎಲ್ಲಿ ಇನ್ನೊಂದು ಸಲ ಹೇಳು?' ಬಾಬಾ ಸಿಟ್ಟಾಗಿ ಕೇಳಿದರು.

ಸುಜಿತ್ ಕಾಕ ವ್ಯಂಗ್ಯವಾಗಿ 'ನಿಮ್ಮ ದತ್ತುಪುತ್ರನನ್ನೂ ಕರಕೊಂಡು ಬನ್ನಿ ಅಂದೆ'

'ನೋಡು, ನನಗೆ ನಿನ್ನ ಭಾಷೆ ಒಂಚೂರೂ ಇಷ್ಟ ಆಗ್ತಿಲ್ಲ. ಅವನು ನನ್ನ ದತ್ತುಪುತ್ರನಲ್ಲ. ನನ್ನ ಸ್ವಂತ ಮಗ', ಬಾಬಾ. ಅವರು ತುಂಬಾ ಸಿಟ್ಟಾಗಿದ್ದಾಗ ಅಪ್ಪಟ ಮರಾಠಿ ಹೊರಬರುತ್ತಿತ್ತು.

'ನನ್ನ ಮಗನ ಬಗ್ಗೆ ಯಾವನೂ ಕೇವಲವಾಗಿ ಮಾತಾಡಂಗಿಲ್ಲ. ನನ್ನ ಮನೇಲಂತೂ ಸಾಧ್ಯವೇ ಇಲ್ಲ. ತಾವಿನ್ನು ದಯಮಾಡಿ ಹೊರಡಬಹುದು, ನಿಮ್ಮನೇಲಿ ಕಾಯ್ತಿರ್ತಾರೆ'

ಕಾಕ ಹೆದರಿ ಹಿಂದೆ ಸರಿದರು. ಮಾ ಅವರನ್ನು ಬಾಗಿಲಿನ ತನಕ ಬೀಳ್ಕೊಟ್ಟರು. ಬಾಬಾ ಇನ್ವಿಟೇಶನ್ ಕಾರ್ಡನ್ನು ಓದುತ್ತ 'ಸುಜಿತ್ ಗಾವ್ಡೇಕರ್ ಅಂತೆ. ಇಂತಹ ಕತ್ತೆಯನ್ನು ಗಧಾವ್ಕರ್ ಎಂದು ಕರೀಬೇಕು'. ಸಿನ್ನಮಾನಿನ ಹೆಗಲ ಮೇಲೆ ಕೈಯಿಟ್ಟು

'ನೋಡು, ಯಾರೂ ನಿನಗೆ ಅವಮಾನ ಆಗುವ ಹಾಗೆ ಮಾತಾಡಲು ಅವಕಾಶ ಮಾಡಿಕೊಡಬೇಡ ತಿಳೀತ. ನಿನಗಿಂತ ದೊಡ್ಡವರಾದರೂ ಸರಿ. ನಮ್ಮ ಕುಟುಂಬದವರೇ ಆಗಿದ್ದರೂ ಸರಿ. ಯಾರಿಗೂ ಆ ಹಕ್ಕಿಲ್ಲ. ಅಂಥೋರು ಎದುರಾದರೆ ಮೊದಲು ಮನೆಯಿಂದ ಹೊರಗೆ ಹಾಕು. ಮನಸಿಂದಲೂ ಹೊರಗೆ ಹಾಕು'.

ಮಾ ವಾಪಸ್ ಬಂದು ಕಾರ್ಡನ್ನು ಕಸದ ಬುಟ್ಟಿಗೆ ಎಸೆದರು.

ರಸಗುಲ್ಲಾ ಡಬ್ಬಿ

ಅವತ್ತು ಹಿಸ್ಟರಿ ಸಬ್ಜೆಕ್ಟಿನ ಎಗ್ಸಾಮಿನ ದಿವಸ. ಹುಡುಗ ಹುಡುಗಿಯರಿಗೆಲ್ಲರಿಗೂ ಸಿನ್ನಮಾನಿನ ಪಕ್ಕ ಕೂರುವ ಆಸೆಯ ದಿವಸ.

ವರ್ಗೀಸ್ ಮೇಡಮ್ಮು ಪ್ರಶ್ನೆ ಪತ್ರಿಕೆ, ಉದ್ದನೆಯ ಉತ್ತರ ಪತ್ರಿಕೆಯನ್ನು ಹಂಚುತ್ತಾ ಬಂದರು. ಸಿನ್ನಮಾನಿಗೆ ಪ್ರಶ್ನೆಪತ್ರಿಕೆ ಕೈಗೆ ಸಿಗುತ್ತಿದ್ದಂತೆ ತವಕ ಶುರುವಾಯ್ತು. ಚನ್ನಾಗಿ ಓದಿಕೊಂಡು ಬಂದಾಗ ಎಷ್ಟು ಬೇಗ ಆಗತ್ತೋ ಅಷ್ಟು ಬೇಗ ಉತ್ತರ ಇಳಿಸುವ ತವಕ ಅದು. ಅವನಿಗೆ ಹಿಸ್ಟರಿ ಅಂದರೆ ಪ್ರಾಣ. ಹಿಸ್ಟರಿ ಅಂದರೆ ಪುರಾತನ ಕಾಲದಲ್ಲಿ ತನ್ನಂತೆ ಮತ್ತು ತನ್ನ ಸ್ನೇಹಿತರಂತಿದ್ದವರ ಬಗ್ಗೆ; ಪ್ರೀತಿಸಿ ಹೋರಾಡಿ ಮಡಿದವರ ಬಗ್ಗೆ ಇರುವ ಸಬ್ಜೆಕ್ಟು ಎಂದು.

ಖುಷಿಯಾಗಿ ಹೆಸರು ಬರೆದ, ರೋಶನ್ ರಿಶಿಕೇಶ್ ಪರಾಂಜಪೆ, ಆರನೆಯ ತರಗತಿ–ಸಿ ವಿಭಾಗ. ಟಕಟಕನೆ ಉತ್ತರ ಪತ್ರಿಕೆ

ತುಂಬಿಸಿಬಿಟ್ಟ. 'ಮಿಸ್, ಎಕ್ಸ್‌ಟ್ರಾ ಶೀಟು' ಎಂದು ಕೂಗಿದ. ಕ್ಲಾಸಿಗೆ ಕ್ಲಾಸೇ ಅವನ ಕಡೆ ತಿರುಗಿತು.

ಆ ಕ್ಷಣ ಓಣಮ್ ಕುಟ್ಟಿ ಅಲಿಯಾಸ್ ರಾಘವ್ ಮೆನನ್ ತನ್ನ ಕಡೆಗೆ 'ಉತ್ತರ ಹೇಳೋ' ಎಂಬ ಲುಕ್ಕು ಕೊಡುತ್ತಿದ್ದುದು ಗಮನಕ್ಕೆ ಬಂತು. ವರ್ಗೀಸ್ ಮೇಡಂ ತಿರುಗಿದ ತಕ್ಷಣ ತಲೆ ತಗ್ಗಿಸಿ ಏನೇನೊ ಮಣಮಣ ಅನ್ನಲಾರಂಭಿಸಿದ ಓಣಮ್ ಕುಟ್ಟಿ. ಸಿನ್ನಮಾನಿಗೆ ಸಡನ್ನಾಗಿ ಯಾಕೆ ಇವನು ಸೈಲೆಂಟಾದ ಗೊತ್ತಾಗಲಿಲ್ಲ. ಅಫ್‌ಕೋರ್ಸ್ ಕಾಪಿ ಹೊಡೆಯುವಾಗ

ಸೈಲೆಂಟಾಗೇ ಇರಬೇಕು. ಆದರೆ ದನಿಯೇ ಕೇಳಿಸದ ಹಾಗೆ ತುಟಿಗಳು ಮಾತ್ರ ಮಣಮಣ ಅಂತಿರುವುದು ಏನೆಂದು ಅರ್ಥವಾಗದೆ ಸಿನ್ನಮಾನಿಗೆ ಕಷ್ಟವಾಯಿತು. ಓಣಮ್ ಕುಟ್ಟಿ ಕಾಪಿ ಹೊಡೆಯುವ ಪ್ರಯತ್ನ ಕೈಬಿಟ್ಟು ತಾನೇ ಬರೆಯಲು ಮುಂದಾದ.

ಪರೀಕ್ಷೆ ಮುಗಿದ ನಂತರ, ಸಿನ್ನಮಾನ್ ರಸ್ತೆಯ ಮೂಲೆಯಲ್ಲಿದ್ದ ಕಿರಾಣಿ ಅಂಗಡಿಯಲ್ಲಿ ಟೀ ಮತ್ತು ವಡಾಪಾವ್ ತಗೊಳ್ತಿದ್ದ. ಅಷ್ಟರಲ್ಲಿ ಹಿಂದಿಂದ ಭಾರದ ಹೆಜ್ಜೆಗಳ ಸದ್ದು. ಅದು ಓಣಮ್ ಕುಟ್ಟಿಯದೇ ಎಂದು ಗೊತ್ತಾಯಿತು.

'ಓಯ್ ರೋಶನ್, ಖುಷ್ಯಾಗಿ ವಡಾಪಾವ್ ತಿಂತಿದ್ಯಲ್ವ? ಎಷ್ಟು ಸಲ ಕೂಗಿದೆ, ಕೇಳಿಸ್ಲೇ ಇಲ್ಲ ಅಲ್ವ?'

'ಅರೇ ಓಣಮ್, ನೀನು ಅಷ್ಟು ಮೆತ್ತಗೆ ಕೂಗಿದರೆ ಹೆಂಗೆ ಕೇಳಿಸುತ್ತೆ?'

ಬಾಯಲ್ಲಿದ್ದ ವಡಾಪಾವ್ ಜರುಗಿಸುತ್ತ 'ಹೋಗ್ಲಿ ಯಾವ ಪ್ರಶ್ನೆಗೆ ಉತ್ತರ ಕೇಳ್ತಿದ್ದೆ?'

'ಏನು ಮೆತ್ತಮೆತ್ತಗೆ? ಲೋತಲ್ ಎಲ್ಲಿದೆ, ದಕ್ಷಿಣ ಭಾರತದಲ್ಲಿರೊ ನದಿ ಯಾವುದು ಅಂತ ಕೇಳ್ತಿದ್ದೆ ಅಷ್ಟೆ. ಎಗ್ಸಾಮಲ್ಲಿ ಯಾರಾದರೂ ಜೋರಾಗಿ ಕೇಳ್ತಾರಾ. ಕೇಳಿಸಿದ್ದರೂ ಕೇಳಿಸಿಲ್ಲ ಅಂತ ಸುಳ್ಳೇಳ್ತೀಯ' ಎಂದ ಓಣಮ್ ಕುಟ್ಟಿ 'ದೋಸ್ತ್ ದೋಸ್ತ್ ನಾ ರಹಾ' ಎಂದು ಹಾಡಲು ಶುರುಮಾಡಿದ.

'ರೋಶನ್, ಓಣಮ್ ಕರೆದದ್ದು ನನಗೂ ಕೇಳಿಸಿತು,' ಯಾರೋ ದನಿಗೂಡಿಸಿದರು. ಸಿನ್ನಮಾನ್ ತಿರುಗಿದ. ಪಲ್ಲಿ ಬೆನ್ನ ಹಿಂದೆ ನಿಂತಿದ್ದಳು.

'ನೀನು ನನ್ನ ಪರವಾಗಿ ಇರಬೇಕಿದ್ದವಳು'.

'ನಾನು ನಿನ್ನ ಪರವಾಗಿಯೇ ಇರೋದು. ಆದರೆ ಅದು ಹೇಗೆ ಓಣಮ್ ಕೂಗಿದ್ದು ನಿನಗೆ ಕೇಳಿಸಲಿಲ್ಲ ಅಂತ ನನಗೂ ಆಶ್ಚರ್ಯ ಆಯ್ತು', ಅವಳು ಮತ್ತೆ ಅದನ್ನೇ ಹೇಳಿದಳು.

'ಅರೇ, ನಾ ಹೇಳ್ತಿದ್ದೀನಲ್ಲ, ನನಗೆ ಕೇಳಿಸಲಿಲ್ಲ. ನನ್ನಾಣೆಗೂ. ಹೋಗ್ಲಿ ಬಿಡಿ, ತಗೊಳಿ ವಡಾಪಾವ್ ತಿನ್ನಿ.'

ಅವನ ಮೇಲಿನ ಸಿಟ್ಟು ಇಳಿದ ನಂತರ ಓಣಮ್ ಉಳಿದ ವಡಾಪಾವ್ ಮುಗಿಸಿದ. 'ಮೊದ್ಲು ಹೋಗಿ ನಿನ್ನ ಕಿವಿ ಟೆಸ್ಟ್ ಮಾಡಿಸ್ಕೊ ಲಂಬೂದಾಸ್' ಎಂದು ಎಚ್ಚರಿಸುವುದನ್ನು ಮರೆಯಲಿಲ್ಲ.

ಪಿಸಪಿಸ ಅಂದಿದ್ದನ್ನೆಲ್ಲ ಯಾರು ಕೇಳಿಸ್ಕೊಳ್ತಾರೆ ಹೋಗೋ ಎಂದು ಓಣಮ್ ಮಾತನ್ನು ನಿರ್ಲಕ್ಷಿಸಿದ ಸಿನ್ನಮಾನ್.

***

ಕೆಲವು ವಾರ ಕಳೆದಿದ್ದವು, ಮಾನಿಂದ ಹೊರಟ ಸಕ್ಕರೆಯ ಮಾತುಗಳು ಸಿನ್ನಮಾನಿನ ಕಿವಿಗೆ ಬಿದ್ದವು,

'ಖೋಕಾ, ಕೊಲ್ಕತ್ತಾಗೆ ಹೋಗ್ತಿದೇವೆ, ತಯಾರಿ ಕರೋ'

ಅದು ಪುಣೆಯಲ್ಲಿಯೂ ಮುಂಜಾನೆ ಸ್ವೆಟರ್ ತೊಡಬೇಕಾಗಿದ್ದಂತಹ ಹವಾಮಾನ. ಇಡೀ ಕುಟುಂಬ ಕ್ರಿಸ್‌ಮಸ್ ರಜ ಬಂತೆಂದರೆ ಒಂದೋ ಕೊಲ್ಕತ್ತಾಗೆ ಇಲ್ಲಾ ರತ್ನಗಿರಿಗೆ ಹೊರಟುಬಿಡುತ್ತಿದ್ದರು. ಕನಿಷ್ಟ ಒಂದು ಸೈಡಾದರೂ ರೈಲಿನಲ್ಲಿಯೇ ಹೋಗಬೇಕು ಎಂಬುದು ಮಾನ ಯಾವಾಗಿನ ಒತ್ತಾಯ.

ಸಿನ್ನಮಾನಿನ ಮುಂದಿನ ಕೆಲವು ದಿವಸಗಳು ಹಗಲು ಎಗ್ಸಾಮು ಇರುಳು ಪ್ಯಾಕಿಂಗಿನಲ್ಲಿ ಕಳೆದವು. ಇಡೀ ಮನೆಯನ್ನು ಖಾಲಿ ಮಾಡಿ ಬೀಗ ಜಡಿಯಲಾಗಿತ್ತು. ಕೊಲ್ಕತ್ತಾಗಿದ್ದ ರೈಲು ಒಂದು ಉದ್ದನೆಯ ನೀಲಿ ಬಣ್ಣದ ಸಹಸ್ರಪದಿ. ಪುಣೆಯಿಂದ ಸಂಜೆಗೆ ಹೊರಡುತ್ತಿತ್ತು. ರೈಲು ಹತ್ತುತ್ತಿದ್ದಂತೆ ಅಲ್ಲಿಂದಲೇ 'ಕೊಲ್ಕತ್ತಾ' ಶುರುವಾಗಿಬಿಡುತ್ತಿತ್ತು. ಪ್ರಯಾಣಿಕರು ಕಿತ್ತಾಡಿಕೊಂಡು ಲಗೇಜುಗಳನ್ನು ಇಡುತ್ತಾ, ಗರ್ಭಿಣಿಯರು, ಹಿರಿಯರು ಮೇಲಿನ ಸೀಟು ಕೆಳಗಿನ ಸೀಟುಗಳನ್ನು ಅದಲುಬದಲು ಮಾಡಿಕೊಳ್ಳುತ್ತಾ ಬಂಗಾಳದ ರಾಜಕೀಯ ಸುದ್ದಿಗಳ ಚರ್ಚೆ ಶುರು ಮಾಡಿಬಿಡುತ್ತಿದ್ದರು. ತಿಂಡಿ ವಿಷಯದಲ್ಲಿ ಕೊಲ್ಕತ್ತಾ ಮಾತ್ರವೇ ಜಗತ್ತಿನ ಅತ್ಯುತ್ತಮ ಸಿಟಿಯೆಂದು ವಾದಕ್ಕಿಳಿಯುತ್ತಿದ್ದರು.

ಮಾಗೆ ಇಂತಹ ಚರ್ಚೆಗಳಲ್ಲಿ ಭಾಗವಹಿಸಿಲು ಬಹಳಾನೆ ಉತ್ಸಾಹ. ನಡುವೆ ಟೀ ಬಿಸ್ಕತ್ತು ಬಂದಾಗಲಷ್ಟೇ ತುಸು ಬಿಡುವು. ಕೊಲ್ಕತ್ತಾ ತಲುಪೋವರೆಗೂ ಚರ್ಚೆ ಮುಂದುವರೆಯುತ್ತಿತ್ತು. ಸಿನ್ನಮಾನ್ ಕಲರ್ ಪೆನ್ಸಿಲಿನ ಡಬ್ಬ ಮತ್ತು ಡ್ರಾಯಿಂಗ್ ಪ್ಯಾಡನ್ನು ಹೊರಗೆ ತೆಗೆದ. ಕಾಲುಗಳನ್ನು ಒಂದರ ಮೇಲೊಂದು ಹಾಕಿಕೊಂಡು ಚಿತ್ರ ಬಿಡಿಸಲು ಕೂತ. ರೈಲು ನಿಲುದಾಣಗಳಲ್ಲಿ ನಿಂತಾಗೆಲ್ಲ ಬಾಗಿಲ ಬಳಿ ನಿಂತು ನಿಲ್ದಾಣಗಳ ಚಿತ್ರಗಳನ್ನು ಬಿಡಿಸುತ್ತಿದ್ದ. ಬರೆಯಲು ಎಷ್ಟೊಂದು ಚಿತ್ರಗಳಿದ್ದವು: ಚಾಯ್ ಚಾಯ್ ಚಾಯ್ ಎಂದು ಕೂಗಿಕೊಳ್ಳುತ್ತಿದ್ದ ಚಾಯ್‌ವಾಲಾಗಳು, ಅಂಗಡಿಗಳ ಹೆಸರಿನ ಫಲಕಗಳು, ಪ್ರಯಾಣಿಕರಿಗೆ ಕಿಟಕಿ ಮೂಲಕ ಚಿಪ್ಸು ನೀರು ತಂದುಕೊಡುತ್ತಿರುವ ಪುಟ್ಟ ವ್ಯಾಪಾರಿಗಳು, ಸ್ವಚ್ಛವಾಗಿದ್ದ, ಒಪ್ಪ ಓರಣವಾಗಿದ್ದ ನಿಲ್ದಾಣಗಳ ಅಂಗಳ, ಮತ್ತು ರೈಲಿನ ಒಳಾಂಗಣ. ಬಾಬಾ ಮಾ ಅವನ ಹುಟ್ಟುಹಬ್ಬಕ್ಕೆ ಕಲರ್ ಪೆನ್ಸಿಲಿನ ಡಬ್ಬವನ್ನು ಉಡುಗೊರೆಯಾಗಿ ಕೊಡಿಸಿದ್ದರು, ಅದರ ಸಂಪೂರ್ಣ ಉಪಯೋಗ ಪಡೆಯುವ ಇರಾದೆ ಸಿನ್ನಮಾನಿಗೆ.

ರೈಲಿನಲ್ಲಿ ಓಡಾಡಿದರೆ ಜಿಯಾಗ್ರಫಿಯನ್ನೇ ಕಲಿತಂತಾಗುವುದು; ಕ್ಲಾಸ್‌ರೂಮಿನಲ್ಲಿ ಹೇಳಿಕೊಟ್ಟಿದ್ದಕ್ಕಿಂತ ಆಸಕ್ತಿಕರವಾಗಿರುವುದು. ಜನಜಂಗುಳಿಯಿಂದ ಕಿಕ್ಕಿರಿದ ಪುಣೆ, ಬರೀ ಧೂಳು, ಬಿಸಿಲೇ ಆಗರವಾಗಿರುವ ಬದ್ನೇರಾ, ಕಪ್ಪು ಕಪ್ಪು ಕಲ್ಲಿದ್ದಲು ತುಂಬಿಕೊಂಡಿರುವ ಕೆಂಪು ಕೆಂಪು ರೈಲುಗಳ ಛತ್ತೀಸಘಡ, ಜಾರ್ಖಂಡಿನ ಬೆಟ್ಟ ಗುಡ್ಡ ಕಾಡುಗಳು, ಒಡಿಶಾದ ಹಚ್ಚ ಹಸಿರಿನ ಗದ್ದೆ ಬಯಲುಗಳು ಮತ್ತು ಕೊನೆಗೆ– ಭವ್ಯವಾದ, ರಕ್ಕಸನಂತಿರುವ, ಹುಚ್ಚೆಬ್ಬಿಸುವ ಕೊಲ್ಕತ್ತಾ.

ಹೌರಾ ಸ್ಟೇಶನ್ ಇಳಿಯುತ್ತಿದ್ದಂತೆ ಸಿನ್ನಮಾನಿಗೆ ಪುಲಕ. ಕಿಕ್ಕಿರಿದ ಪ್ರಯಾಣಿಕರು, ಕೂಲಿಗಳು, ರಿಕ್ಷಾದವರನ್ನು ತಳ್ಳಿಕೊಂಡು ಅವರೆಲ್ಲ ಒಂದು ಹಳದಿ ಅಂಬಾಸಿಡರಿನಲ್ಲಿ ಕುಳಿತರು. ಸ್ಟೇಶನ್ನಿನಷ್ಟೇ ಹಳೆಯದಾಗಿತ್ತು ಕಾರು.

'ಕೊತಾಯ್ ಜಾಬೇನ್?' ಎಂದು ಕೇಳಿದ ಡ್ರೈವರ್. ಕಾರಿನ ಕನ್ನಡಿಗಳನ್ನೇ ದಿಟ್ಟಿಸುತ್ತ ಉತ್ತರಕ್ಕಾಗಿ ಕಾದ.

"ಖೋಕಾ, ನೀನೇ ಹೇಳಬಹುದಲ್ವಾ' ಎಂದ ಬಾಬಾ. ಈ ಬಾಬಾ ಯಾಕೆ ಯಾವಾಗಲೂ ಅಡ್ರೆಸ್ ಮರೀತಾರೆ ಎಂದು ಸಿನ್ನಮಾನಿಗೆ ಕೋಪ ಬಂತು.

'ಅಣ್ಣಾ, ಚೌರಂಗಿ ಮೂಲಕ ರಾಜ್ ಬಸಂತ್ ರಾಯ್ ರಸ್ತೆಗೆ ಹೋಗಿ', ಸಿನ್ನಮಾನ್ ಬಂಗಾಳಿ ಭಾಷೆಯಲ್ಲಿ ತಡವರಿಸಿಕೊಂಡು ಉತ್ತರಿಸಿದ. ಕಾರಿನ ಕಿಟಕಿ ಇಳಿಸಿ ಡೋರಿನ ಮೇಲೆ ಬೆರಳು ಕುಟ್ಟುತ್ತಾ ಹಾಡೊಂದನ್ನು ಗುನುಗಲು ಆರಂಭಿಸಿದ. ಹೌರಾ ಸೇತುವೆಯ ವೈಭವ ಎಷ್ಟು ಸಲ ನೋಡಿದರೂ ಸಾಲದು. ಮಾ ಹೇಳಿಕೊಟ್ಟಿದ್ದ ಶಿಶುವಿಹಾರದ ಪದ್ಯ 'ಏಕ್ ಜೆ ಬಾಗ್ ದೋರಾ ದೋರಾ ದಾಗ್' (ಒಂದಾನೊಂದು ಕಾಲದಲ್ಲಿ ಹುಲಿಯೊಂದಿತ್ತು, ಕಪ್ಪು ಕಪ್ಪು ಪಟ್ಟಿಯಿತ್ತು), ಅವನಿಗೆ ಕೊಲ್ಕತ್ತಾಗೆ ಹೋದಾಗೆಲ್ಲ ನೆನಪಾಗುತ್ತಿತ್ತು. ದಾರಿಯುದ್ದಕ್ಕೂ ಬಂಗಾಳಿಯಲ್ಲಿ ಬರೆದಿದ್ದ ನಾಮಫಲಕಗಳನ್ನು ಜೋರಾಗಿ ಓದುತ್ತಿದ್ದ. ಟ್ಯಾಕ್ಸಿ ಡ್ರೈವರಿಗೆ ಒಂಥರಾ ಖುಷಿ.

'ಇನ್ನರ್ಧ ಗಂಟೆ, ಬಂದುಬಿಟ್ವಿ', ಮಾ ದೀದಿಮಾಗೆ ಫೋನಲ್ಲಿ ಹೇಳುತ್ತಿದ್ದರು. ಸಿನ್ನಮಾನಿಗೆ ಆಗಲೇ ಮಾ ಪ್ಲಾನ್ ಏನೆಂದು ಗೊತ್ತಿತ್ತು. ಒಂದು ರಾಶಿ ಬಂಗಾಳಿ ನಾಟಕಗಳನ್ನು ಮತ್ತು ಸಿನಿಮಾಗಳನ್ನು ನೋಡುವುದು, ಹಳೇ ಸ್ನೇಹಿತರನ್ನೆಲ್ಲ ಭೇಟಿಯಾಗುವುದು.

'ವಾಪಸ್ ಊರಿಗೆ ಹೋಗುವಷ್ಟರಲ್ಲಿ ನೀನು ಮೀನು ಮತ್ತೆ ಸಾಸಿವೆ ಎಣ್ಣೆ ವಾಸನೆಯಿಂದ ಘಮಗುಡುತ್ತಿರುತ್ತೀಯ, ಹೋದ ಕೂಡಲೇ ತಿಕ್ಕಿ ಸ್ನಾನ ಮಾಡಿಕೋ', ಬಾಬಾ ಸಿನ್ನಮಾನಿನ ಕಿವಿಯಲ್ಲಿ ಮರಾಠಿಯಲ್ಲಿ ಪಿಸುಗುಟ್ಟಿದರು. ಅದು ಇಡೀ ಬೀದಿಗೆ ಕೇಳಿಸುವಂತಿತ್ತು.

'ಹೌದು ಸಿನ್ನಮಾನ್, ನಿಮ್ಮಪ್ಪನ ಮಾತು ಕೇಳು. ಇದಕ್ಕಿಂತ ಕಳ್ಳೆಕಾಯಿ ಮತ್ತೆ ತೆಂಗಿನಕಾಯಿಯ ವಾಸನೆ ಹೊಡೆಯೋದೇ ಬೆಟರು" ಬಾಬಾ ಇನ್ನೊಮ್ಮೆ ಪಿಸುಗುಟ್ಟಿದರು.

ದಾದಾ ಮೊಶಾಯ್, ದೀದೀಮಾ ಮನೆ ಪುರಾತನ ಮಾದರಿಯ ಒಂದು ಮಹಡಿಯ ಬಂಗ್ಲೆ. ಕೆಂಪು ಬಣ್ಣದಿಂದ ಕಂಗೊಳಿಸುತ್ತಿತ್ತು.

ಮನೆ ತಲುಪುತ್ತಿದ್ದಂತೆ ದೀದಿಮಾ, ದಾದೂ ಓಡಿ ಬಂದು ತಬ್ಬಿಕೊಂಡರು. ಬಾಬಾ, ಸಿನ್ನಮಾನ್ ಲಗೇಜುಗಳನ್ನು ಎತ್ತಿಕೊಂಡು ಒಳಗೆ ನಡೆದರು. ಮನೆ ತುಂಬ ವಿಶಾಲವಾಗಿತ್ತು, ಇರುವ ಇಬ್ಬರಿಗೆ ಅಷ್ಟು ದೊಡ್ಡ ಮನೆಯನ್ನು ನೋಡಿಕೊಳ್ಳುವುದು ಕಷ್ಟ ಎಂಬುದೂ ಸ್ಪಷ್ಟವಾಗುತ್ತಿತ್ತು.

ಮಾ ಒಂದು ಸೂಟ್‌ಕೇಸನ್ನು ತೆರೆದು ಪುಣೆಯಿಂದ ಪ್ಯಾಕ್ ಮಾಡಿಕೊಂಡು ಬಂದಿದ್ದ ಉಡುಗೊರೆಗಳನ್ನು ಹರಡಿದರು. ಮಸಾಲೆ ಭರಿತ ಬಾಕರ್ವಾಡಿ, ಶ್ರಿವ್ಸ್‌ಬೆರಿ ಬಿಸ್ಕತ್ತುಗಳು, ಅನಾರ್ಸೆ, ಪುರಾನ್ ಪೋಲಿ, ಬೇಸನ್ ಮತ್ತು ರವೆ ಉಂಡೆಗಳು, ಸಿಹಿಯಾದ ಸಟೋರಿ ಉಂಡೆಗಳು, ತೇಚ್ಚಾ, ಚಕ್ಕುಲಿ, ಕೋಡುಬಳೆ, ಅವಲಕ್ಕಿ ಚಿವ್ಡಾ.

ಮೂಲೆಯಲ್ಲಿ ಒಂದು ಕಪ್ಪು ಬ್ಯಾಡ್ಮಿಂಟನ್ ರ್‍ಯಾಕೆಟ್ ಇದ್ದುದು ಕಂಡು ಸಿನ್ನಮಾನ್ ಜಂಪು ಹೊಡೆದ– 'ಸೌರ್‌ದೀಪ್, ಸುದಕ್ಷಿಣ ಬಂದಿದ್ದಾರಾ?'

'ಹ್ಞಾ ಹ್ಞಾ, ಮೇಲಿನ ರೂಮಲ್ಲಿದ್ದಾರೆ. ನೀಲಾಂಜನ, ತಪನ ಕೂಡ ಇವತ್ತು ಬೆಳಗ್ಗೆ ಬಂದರು' ಎನ್ನುತ್ತಾ ದೀದಿಮಾ 'ಸುದೋಕ್ಷಿಣಾ, ಸೌರೇಶೋ...' ಎಂದು ಕೂಗಿ ಕರೆದರು. ಅವರಿಬ್ಬರೂ ಮೆಟ್ಟಿಲಿಳಿದು ಓಡಿ ಬಂದರು.

'ವಾವ್ ಬಾಕರ್ವಾಡಿ, ನನ್ ಫೇವರಿಟ್ಟೂ', ಸುದಕ್ಷಿಣ ಸುಂದರಬನ್‌ನ ಹುಲಿಯಂತೆ ಎರಗಿ ಬಂದು ಬಾಕರ್ವಾಡಿಯ ಬ್ಯಾಗನ್ನು ಹರಿದಳು. ಸೌರ್‌ದೀಪ್ ಶ್ರಿವ್ಸ್‌ಬೆರಿ ಬಿಸ್ಕತ್ತಿಗೆ ಸಮಾಧಾನ ಪಟ್ಟುಕೊಂಡ.

ನೀಲಾಂಜನ ಮಾಶಿ, ತಪನ್ ಕಾಕ ಅವರ ಇಬ್ಬರು ಮಕ್ಕಳು ಬೆಂಗಳೂರಿನಲ್ಲಿ ವಾಸವಿದ್ದರು. ಸುದಕ್ಷಿಣ ಸಣ್ಣಗೆ ಆದರೆ ಸಿನ್ನಮಾನಿನಷ್ಟೆ ಎತ್ತರಕ್ಕಿದ್ದಳು. ಕುದುರೆಬಾಲದ ತರಹ ಜುಟ್ಟನ್ನು ಕಟ್ಟಿಕೊಳ್ಳುತ್ತಿದ್ದಳು. ಸೌರದೀಪ್ ಮೀಡಿಯಂ ಎತ್ತರಕ್ಕಿದ್ದು, ಸುದಕ್ಷಿಣಳಂತೆಯೆ ಶಾಲಾ ಮಟ್ಟದ ಬ್ಯಾಡ್ಮಿಂಟನ್ ಆಟಗಾರನಾಗಿದ್ದ. ಸಿನ್ನಮಾನಿಗಿಂತ ಕುಳ್ಳಕ್ಕಿದ್ದರೂ ತುಂಬಾ ಶಕ್ತಿವಂತನಾಗಿದ್ದ.

'ಸೌರೋ, ಮೇಲಿನ ಬಂಕ್‌ಗಾಗಿ ಅಂಗೈ ಯುದ್ಧ ಮಾಡುವಾ?' ಸಿನ್ನಮಾನ್ ಕೇಳಿದ.

'ಓ ನಾನು ರೆಡಿ' ಎಂದ ಸೌರದೀಪ್. ಇಬ್ಬರೂ ಟೇಬಲ್ಲಿನ ಮೇಲೆ ಕೈಯಿಟ್ಟು ಅಂಗೈಗಳನ್ನು ಹಿಡಿದು ಶುರುಮಾಡಿದರು. ಸುಮಾರು ಹೊತ್ತಿನ ಕಾಳಗದ ನಂತರ ಸಿನ್ನಮಾನ್ ಗೆಲುವು

ಸಾಧಿಸಿ ಮೇಲಿನ ಬಂಕ್ ಮೇಲೆ ಮಲಗುವ ಹಕ್ಕನ್ನು ಗೆದ್ದುಕೊಂಡ. ಹಾಸಿಗೆ ಮೇಲಿದ್ದ ಕೋಲ್ ಬಾಲಿಶ್ (ದುಂಡನೆಯ ದಿಂಬು) ಅವನಿಗೆ ಇನ್ನಷ್ಟು ಖುಷಿ ಕೊಟ್ಟಿತು. ಗೆಲುವನ್ನು ಮೆಲುಕುತ್ತಾ ದಿಂಬಿನ ಮೇಲೆ ತಲೆಯಿಟ್ಟ.

ರಾತ್ರಿ ಊಟಕ್ಕೆ ಕುಮ್ರೊ ಚಿಂಗ್ರಿ ಕರಿ, ಅನ್ನ ಮತ್ತು ಆಲೂ ಪಾಸ್ತೋ ಮಾಡಿದ್ದರು. ಅದರ ಜೊತೆಗೆ ನಾರ್ಕೆಲ್ ಲಡ್ಡೂಗಳು ಇದ್ದವು. ಸಿನ್ನಮಾನ್ ಹಲವು ಉಂಡೆಗಳನ್ನು ಹೊಟ್ಟೆಗೆ ಇಳಿಸಿದ.

ಮಾರನೆಯ ದಿವಸ ಮನೆಗೆಲಸದವರು, ನೀಲಾಂಜನ ಮಾಶಿ ಮತ್ತು ದೀದೀಮಾ ಅಡುಗೆಮನೆಯಲ್ಲಿ ಸೇರಿಕೊಂಡು ಏನೇನೋ ತಯಾರಿಸುತ್ತಿರುವುದನ್ನು ಸಿನ್ನಮಾನ್ ಗಮನಿಸಿದ. ರಸಗುಲ್ಲಾ, ಸಂದೇಶ್, ಚೊಮ್ ಚೊಮ್, ಲಾಗ್ಚಾ ಇನ್ನೂ ಏನೇನೋ. ಸಿನ್ನಮಾನಿನ ಬಾಯಲ್ಲಿ ನೀರು ತುಂಬಿಕೊಂಡಿತು. ಎಷ್ಟೊಂದು ರಸಗುಲ್ಲಾಗಳು, ಸಂದೇಶ್‌ಗಳು, ಕಂದುಬಣ್ಣದ ಚೊಮ್ ಚೊಮ್ಗಳು, ಮತ್ತು ಮಿಶ್ತಿ ದೋಯೀ. ಹಸಿದ ಆನೆಗಳಿಗೆ ತಿನಿಸಲೆಂದು ಏನೆಲ್ಲಾ ಮಾಡುತ್ತಿದ್ದಾರೆ ಎಂದುಕೊಂಡ. ಮನೆಯಲ್ಲಿ ಸೌರೋ ಮತ್ತು ಸುದಕ್ಷಿಣ ಇದ್ದಿದ್ದರಿಂದ ತಾನು ಬೇಗ ಕಾರ್ಯಕ್ಕಿಳಿಯಬೇಕು ಎಂದು ಯೋಚಿಸಿದ. ಆಸೆ ಅತಿಯಾಗಿದ್ದಾಗ ಅತಿಯಾದ ಸಾಹಸಗಳಿಗೆ ಕೈಹಾಕಬೇಕು ಎಂಬುದು ಅವನ ನಿಲುವು. ತತ್‌ಕ್ಷಣ ಕಾರ್ಯಪ್ರವೃತ್ತನಾಗದೆ ಹೋದರೆ ನನಗೆಂದು ಒಂದೂ ಉಳಿಯಲ್ಲ ಎಂಬ ಆತಂಕ ಅವನಿಗೆ. ಮಾಡು ಇಲ್ಲವೇ ಮಡಿ ಗಳಿಗೆ.

ಅವತ್ತು ಬಾಬಾ, ತನ್ನ ಇಬ್ಬರು ಸಹೋದರರು, ಮೆಶೋ ಮಾಸಾಯಿ ಮತ್ತು ನೀಲಾಂಜನ ಮಾಶಿಯರೊಂದಿಗೆ ಸಿನ್ನಮಾನಿಗೆ ಕೊಲ್ಕತ್ತಾ ನಗರದ ಭವ್ಯ ದರ್ಶನವಾಯಿತು. ಸೈನ್ಸ್ ಸಿಟಿ, ದಕ್ಷಿಣೇಶ್ವರ, ಕಾಲಿ ಬಾರಿ, ವಿಕ್ಟೋರಿಯ ಮೆಮೋರಿಯಲ್, ಜೂ, ಪಾರ್ಕ್ ಸ್ಟ್ರೀಟ್ ಮುಂತಾಗಿ. ಮಾ ಅವರ ಸ್ನೇಹಿತೆಯರೊಂದಿಗೆ ನಾಟಕ ನೋಡಲು ನಂದನ್‌ಗೆ ಹೋಗಿದ್ದರು.

ಹಗಲೆಲ್ಲ ಸುತ್ತಾಡಿದ್ದರಿಂದ ರಾತ್ರಿ ತುಂಬಾ ಸುಸ್ತಾಗಿತ್ತಾದರೂ ಎಷ್ಟೊಂದು ಪ್ರೇಕ್ಷಣೀಯ ಸ್ಥಳಗಳನ್ನು ನೋಡಿದ ಖುಷಿಯಿತ್ತು ಸಿನ್ನಮಾನಿಗೆ. ಒಂದು ಉಪಾಯವನ್ನು ಮಾಡಿದ.

ರಾತ್ರಿ ಊಟಕ್ಕೆ ತಾನು ಜಾಸ್ತಿ ತಿನ್ನಲಾರೆ ಎಂದು ಘೋಷಣೆ ಹೊರಡಿಸಿದ. ತಾನು ಬಯಸಿದ್ದಂತೆಯೇ ಸುತ್ತಲಿಂದ ಅನುಕಂಪದ ಅಲೆ ಎದ್ದಿತು. 'ಹಗಲೆಲ್ಲಾ ಬಿಸಿಲಲ್ಲಿ ಸುತ್ತಾಡಿದರೆ ಇನ್ನೇನಾಗುತ್ತೆ ಪಾಪ, 'ಒಂದು ಪ್ಯಾರಾಸಿಟಮಾಲ್

ನುಂಗು ಸರಿಹೋಗುತ್ತೆ' ಎಂದರು ಮಾಶಿ. ಸಿನ್ನಮಾನ್ ಹ್ಞೂ ಎಂದು ತಲೆ ಆಡಿಸಿದ. ತನ್ನ ಉಪಾಯ ಕೆಲಸ ಮಾಡುತ್ತಿದೆ ಎಂದು ಅವನಿಗೆ ಖುಷಿಯಾಯಿತು.

'ತಲೆನೋವಾ?' ಬಾಬಾ ಕೇಳಿದರು.

'ಇಲ್ಲ ತಲೆನೋವೇನಲ್ಲ. ಅದೂ... ಅಂದ್ರೇ, ಅದೂ ಹೌದು. ಒಂಥರಾ ತಲೆನೋವೇ. ಸ್ವಲ್ಪೇ ಸ್ವಲ್ಪ ತಿಂತೀನಿ' ಎಂದನು ಸಿನ್ನಮಾನ್. ಸ್ವಲ್ಪ ತಿಂದರೆ ಅನುಮಾನ ಬರಲ್ಲ ಅಂತ ಅವನ ಯೋಜನೆ.

ಎಲ್ಲರೂ ಛೇಛೇ ಪಾಪ ಹುಡುಗ ಎಂದು ಮರುಗಿದರು. ಬಾಬಾಗೆ ಮಾತ್ರ ಆಶ್ಚರ್ಯ. 'ಮಧ್ಯಾಹ್ನ ಮುಘಲಾಯಿ ಪರಾಟ, ಚಿಕನ್ ಚಾಪ್ಸ್ ತಿನ್ನುವಾಗ ಸರಿಯಾಗೇ ಇದ್ಯಲ್ಲ?' ಎಂದು ಗೊಣಗಿದರು.

ರಾತ್ರಿ ಊಟಕ್ಕೆ ಮೋಮೋ, ಭಾತ್, ದೋಯಿ ಮಾಖ್, ಘುಗ್ನೀ, ಮತ್ತು ಲುಚಿಸ್ ಮಾಡಿದ್ದರು. 'ಕೊಲ್ಕತ್ತಾ ಹೇಗನಿಸ್ತು ಸಿನ್ನಮಾನ್' ಮಾ ಕೇಳಿದರು.

'ಸಖತ್ತಾಗಿತ್ತು. ಎಷ್ಟೊಂದು ಜಾಗಗಳಿಗೆ ಹೋಗಿದ್ವಿ. ವಿಕ್ಟೋರಿಯಾ ಮೆಮೊರಿಯಲ್, ನ್ಯಾಶನಲ್ ಲೈಬ್ರರಿ, ಸೈನ್ಸ್ ಸಿಟಿ ಮತ್ತೇ... ಮತ್ತೆ ದಕ್ಷಿಣೇಶ್ವರ ಟೆಂಪಲ್ ಎಲ್ಲನೂ ತುಂಬಾ ಇಷ್ಟ ಆಯ್ತು'.

ಸಿನ್ನಮಾನ್ ಮಾ ಉಪಸ್ಥಿತಿಯಿಂದ ಟೆಂಪಲ್ ಎಂದು ಸೇರಿಸಿದ್ದ. ಅವರ ಕಿವಿಗೆ ಟೆಂಪಲ್ ಶಬ್ದ ಬೀಳುತ್ತಿದ್ದ ಹಾಗೆ ಮುಖ ಇಷ್ಟಗಲ ಅರಳಿಕೊಂಡಿತು.

ಸುದಕ್ಷಿಣ 'ಸಿನ್ನಮಾನ್, ನಾ ನಿನಗೆ ಮುಂಚೇನೂ ಹೇಳಿದ್ದೀನಿ ಅದು ದಕ್ಷಿಣೇಶ್ವರ್ ಅಲ್ಲ. ದೊಖಿನೇಶ್ವರ್ ಅಂತ. ಸರಿಯಾಗಿ ಉಚ್ಚಾರಣೆ ಮಾಡಬೇಕು ಆಯ್ತ. ಮಹಾರಾಷ್ಟ್ರದವರು ಉಚ್ಚಾರಣೆಯಲ್ಲಿ ಬಹಳ ಹಿಂದೆ ಅನ್ಸುತ್ತೆ' ಎಂದಾಗ ಮಾ ನಕ್ಕುಬಿಟ್ಟರು.

‘ಇಲ್ಲಾ ಸುದಕ್ಷಿಣಾ, ಅದು ದಕ್ಷಿಣೇಶ್ವರನೇ. ಸರಿಯಾಗಿ ಇಂಗ್ಲೀಷ್ ಓದೋದು ಕಲ್ತ್ಕೊ, ಬರೀ ಬೆಂಗಾಲಿ ಅಲ್ಲ’ ಎಂದ ಸಿನ್ನಮಾನ್.

‘ಅದು ದೊಖಿನೇಶ್ವರನೇ. ಹಲ್ಲೋ ನಮಸ್ಕಾರ, ನನ್ನ ಹೆಸರು ಸುದಕ್ಷಿಣಾ ಅಲ್ಲ ಸುದೊಖಿನಾ ಗೊತಾಯ್ತಾ,’ ಸುದಕ್ಷಿಣಾ ಬಾಯಿಯಲ್ಲಿ ಮಾಖ್ ಭಜಾ ಇಟ್ಟುಕೊಂಡು ಒಂದೇ ಏಟಿಗೆ ನುಂಗಿದಳು. ಸಿನ್ನಮಾನ್ ಹೊಟ್ಟೆಕಿಚ್ಚಿನಿಂದ ಅವಳು ತಿಂದ ರೀತಿಗೆ ಒಂಥರಾ ಅಸಹ್ಯ ಮಾಡಿಕೊಂಡು ನೋಡಿದ. ಒಳ್ಳೆ ಟಿವಿಯಲ್ಲಿ ಹುಲಿ ಜಿಂಕೇನ ಗಬಕ್ಕನೆ ಬಾಯಿಗೆ ಹಾಕಿಕೊಂಡ ಹಾಗೆ ಸುದಕ್ಷಿಣಾ ಮಾಖ್ ಭಜಾನ ಬಾಯಿಗೆ ಹಾಕಿಕೊಳ್ತಿದಾಳೆ ಅಂದುಕೊಂಡ.

‘ಆಯ್ತು ಸುಭಕ್ಷಣಾ’ ಸಿನ್ನಮಾನ್ ಅವಳ ಭಕ್ಷಣೆಯನ್ನು ಆಡಿಕೊಂಡ. ಅಲ್ಲಿದವರು ಮುಸಿ ಮುಸಿ ನಕ್ಕರು.

‘ಸಾಕು ಸಾಕು. ಎಲ್ಲರೂ ಈಗ ಊಟ ಮಾಡಿ. ಡಿನ್ನರ್ ಟೈಮು ತಿನ್ನಲಿಕ್ಕೆ ಇರೋದು, ಈ ರೀತಿ ಕಚ್ಚಾಡಲು ಅಲ್ಲ’ ದಾದು ಖಡಕ್ಕಾಗಿ ಹೇಳಿದರು.

ಸಿನ್ನಮಾನ್ ಸ್ವಲ್ಪ ಅನ್ನ ಸ್ವಲ್ಪ ಘುಗ್ನೀ ತಿಂದು ಬಂಕ್ ಬೆಡ್ಡಿನ ಮೇಲೆ ಹತ್ತಿದ. ಕೋಲ್ ಬಾಲಿಶನ್ನು ತಲೆಯಡಿ ಇಟ್ಟುಕೊಂಡ. ನಿದ್ದೆಗೆ ಜಾರಬಾರದು ಎಂಬ ಎಚ್ಚರದಿಂದ ಭಾವಣಿಯನ್ನೇ ದಿಟ್ಟಿಸಲಾರಂಭಿಸಿದ. ಡಬ್ಬಗಳಲ್ಲಿರುವ ಸಿಹಿಗಳನ್ನು ನೆನೆದ ಕೂಡಲೇ ಬಾಯಲ್ಲಿ ನೀರು ತುಂಬಿಕೊಂಡಿತು.

ನಿಧಾನವಾಗಿ ಮನೆಯೊಳಗಿನ ಸದ್ದುಗಳು ಕಡಿಮೆಯಾಗತೊಡಗಿದವು. ಒಂದು ಹಂತದಲ್ಲಿ ತಡರಾತ್ರಿಯ ಬೆಂಗಾಲಿ ಧಾರಾವಾಹಿಗಳು ಮತ್ತು ರಾಜಕೀಯ ಚರ್ಚೆಗಳ ಧ್ವನಿ ಸಹ ನಿಂತುಹೋಯಿತು. ಎಲ್ಲರೂ ನಿದ್ದೆಗೆ ಜಾರಿದ್ದಾರೆ ಎಂಬುದು ಖಚಿತವಾಯಿತು. ಕಾರ್ಯಾಚರಣೆಗೆ ಇದೇ ಸುಸಮಯ!

ಸಿನ್ನಮಾನ್ ಧೈರ್ಯ ತಂದುಕೊಂಡು ಮೇಲೆದ್ದ. ಬಂಕ್ ಬೆಡ್ಡಿನ ಸಪೋರ್ಟ್ ಹಿಡಿದು ಮೆಲ್ಲಗೆ ಕೆಳಗಿಳಿದ. ಶುರುನಲ್ಲಿ ಏನೊಂದೂ ಕಾಣಿಸ್ತಿರಲಿಲ್ಲ, ಅವನ ಕಣ್ಣುಗಳು ಗಾಢ ಕತ್ತಲೆಗೆ ಹೊಂದಿಕೊಳ್ಳಲು ತಿಣುಕಿದವು. ಇನ್ನು ಸ್ವಲ್ಪ ಹೊತ್ತು ಕಾಯಲಾ ಎಂದು ಯೋಚಿಸಿದ. ಸೌರದೀಪನ ಗೊರಕೆ ಸದ್ದು ಕೇಳಿದಾಕ್ಷಣ ಇದೇ ಒಳ್ಳೆ ಟೈಮು ಅಂದುಕೊಂಡ. ಕಣ್ಣುಜ್ಜಿಕೊಂಡು ಮುನ್ನಡೆದ.

ಸ್ಟೈನ್‌ಲೆಸ್ ಸ್ಟೀಲಿನ ಡಬ್ಬಗಳು ಫ್ರಿಡ್ಜಿನಲ್ಲಿದಾವೆ ಎಂದು ಅವನಿಗೆ ಗೊತ್ತಿತ್ತು. ಅಡುಗೆ ಮನೆ ಯಾವ ಕಡೆಗಿದೆ, ಹೇಗೆ ಹೋಗಬೇಕು ಎಂಬುದು ಸುಮಾರಾಗಿ

ಗೊತ್ತಿತ್ತು. ಒಂದೊಂದೇ ಹೆಜ್ಜೆ ಎತ್ತಿಟ್ಟುಕೊಂಡು ಅಡುಗೆಮನೆವರೆಗೆ ತೆವಳಿಕೊಂಡು ನಡೆದ, ಫ್ರಿಡ್ಜು ಸಿಕ್ಕಿತು. ಒಂದೊಂದೇ ಡಬ್ಬಗಳನ್ನು ತೆರೆದು ಒಳಗಿನ ಸ್ವೀಟುಗಳನ್ನು ತಿನ್ನತೊಡಗಿದ. ರಸಗುಲ್ಲಾ ಮತ್ತು ಚೊಮ್ ಚೊಮ್‌ಗಳನ್ನಂತೂ ಮುಕ್ಕಿಬಿಟ್ಟ. ಎಷ್ಟು ತಿಂದೆ ಎಂಬ ಲೆಕ್ಕವನ್ನೆ ಮರೆತು ತಿನ್ನುವುದರಲ್ಲಿ ಮುಳುಗಿದ್ದ. ಇನ್ನು ಹೊಟ್ಟೆ ಒಡೆಯುವುದೊಂದೇ ಬಾಕಿ.

ಯಶಸ್ವೀ ಕಾರ್ಯಾಚರಣೆಯ ನಂತರ ತನ್ನ ಬೆಡ್ಡಿಗೆ ಮರಳಬೇಕಿತ್ತು. ಮತ್ತೆ ಕಣ್ಣು ಮಂಜು ಮಂಜು. ಗಾಢ ಕತ್ತಲೆ. ಈ ಸರ್ತಿ ಕೈಕಾಲು ಎರಡನ್ನೂ ನೆಲಕ್ಕೆ ಊರಿ ಅಂಬೆಗಾಲಿನಲ್ಲಿ ನಡೆಯುವುದೆಂದು ತೀರ್ಮಾನಿಸಿದ. ವಾಪಸ್ ಹೋಗ್ತಾ ತಲೆ ಬೆಡ್‌ರೂಮಿನ ಬಾಗಿಲಿಗೆ ಬಡಿಯಿತು. ಅಳುವುದೊಂದೇ ಬಾಕಿ. ಅಳು ತಡೆಯಲು ನಾಲಗೆ ಕಚ್ಚಿಕೊಂಡ. ರೂಮಿನ ಒಳಗೆ ಹೋಗಿ ಬಂಕ್ ಬೆಡ್ ಹತ್ತಿ ಮಲಗಿಬಿಟ್ಟ.

***

ಬೆಳಗ್ಗೆ 'ಕಿ ಅಚ್ಚೇ? (ಏನಾಯ್ತು)', 'ಕೇ ಕೊರ್ಲೋ (ಯಾರು ಮಾಡಿದ್ದು)?' ಎಂಬಂತಹ ಕಿರುಚಾಟಗಳಿಗೆ ಸಿನ್ನಮಾನ್ ಎದ್ದ. ಮೆಲ್ಲಗೆ ಹೆಜ್ಜೆಗಳನ್ನು ಎತ್ತಿಟ್ಟುಕೊಂಡು ಹೊರಗೆ ಇಣುಕಿದ. ಮಾ ಮತ್ತು ಮಾಶಿ ಮಾತಾಡ್ತಿದಾರೆಂದರೆ ಕಿವಿಗೊಟ್ಟು ಆಲಿಸಬೇಕಿಲ್ಲ, ಅದು ತಾನಾಗೇ ಕೇಳಿಸುತ್ತಿತ್ತು.

'ಎಷ್ಟೊಂದು ರಸಗುಲ್ಲಾ ಕಾಣೆಯಾಗಿದಾವೆ! ಮಾಗೋ! (ಅಯ್ಯಯ್ಯೋ)' ಎನ್ನುತ್ತಿದ್ದರು ಮಾ.

ನೀಲಾಂಜನ ಮಾಶಿ ಡಬ್ಬಗಳ ತಳದಲ್ಲಿ ಹುಡುಕುತ್ತಿದ್ದರು, ಕಳ್ಳ ತಳದಲ್ಲಿ ಬಚ್ಚಿಟ್ಟುಕೊಂಡಿರ್ತಾನೇನೋ ಅನ್ನುವ ಹಾಗೆ. ದೀದಿಮಾ ಒಂದೊಂದಾಗಿ ಡಬ್ಬಗಳನ್ನು ತೆರೆಯುತ್ತಾ 'ಸಂದೇಶ್, ಚೊಮ್ ಚೊಮ್‌ಗಳೂ ಕಳ್ಳತನ ಆಗಿದೆ!', ಎಂದು ಬಾಯಿ ತೆರೆದರು.

ನೀಲಾಂಜನ ಮಾಶಿ ಕೈಗಳನ್ನು ಸೊಂಟದ ಮೇಲೆ ಇಟ್ಟುಕೊಂಡು 'ಅದಿನ್ಯಾರು ತಿಂದಿರಬಹುದು ಇಷ್ಟೊಂದು ಸ್ವೀಟುಗಳನ್ನು?' ಎಂದರು ಕೋಪದಿಂದ.

'ಶೌರೋನೇ ಇರ್ತಾನೆ. ಅವನಷ್ಟೇ ಇಷ್ಟು ತಿಂಡಿಪೋತ ಇರಲಿಕ್ಕೆ ಸಾಧ್ಯ', ಮಾ ಸೇರಿಸಿದರು. ಮಾಶಿ ಇರಲಿಕ್ಕಿಲ್ಲ ಎಂಬಂತೆ ಮೂತಿ ಆಡಿಸಿದರು. ಆದರೆ ಬಾಯಿ ತೆರೆದು ಹೇಳಲಿಲ್ಲ.

'ನಾ ನಿಜಾ ಮಲಗಿದ್ದೆ', ಸೌರದೀಪ್ ಜೋರು ಮಾಡಿದ. ಸಿನ್ನಮಾನಿಗೆ ಸಧ್ಯ ಯಾರಿಗೂ ತನ್ನ ಮೇಲೆ ಅನುಮಾನ ಬಂದಿಲ್ಲವಲ್ಲ ಎಂದು ಖುಷಿಯಾಯಿತು. ಏನೂ ಆಗೇ ಇಲ್ವೇನೊ ಅನ್ನುವ ಹಾಗೆ ಬ್ರಷ್ ಮಾಡಲು ಸಿಂಕಿನ ಬಳಿ ಹೋದ.

'ಸಿನ್ನಮಾನ್ ಬಾ ಇಲ್ಲಿ' ಮಾ ಕರೆದರು. ಸಿನ್ನಮಾನ್ ಬಹಳ ಒಳ್ಳೆಯವನಂತೆ ಎಲ್ಲರ ಎದುರು ಬಂದು ನಿಂತ. 'ನೀಲಾಂಜನದೀ, ಸ್ವಲ್ಪ ನಮ್ಮ ಸಿನ್ನಮಾನ್ ಕಡೆ ತಿರುಗಿ', ಮಾ ಮುಸಿಮುಸಿ ನಕ್ಕರು.

ಎಲ್ಲರೂ ಅವನತ್ತ ತಿರುಗಿ ಪಕಪಕನೆ ನಗಲಾರಂಭಿಸಿದರು. ಇವರೆಲ್ಲಾ ಏನನ್ನ ನೋಡಿ ನಗ್ತಿದಾರೆ ಅಂತ ಸಿನ್ನಮಾನಿಗೆ ಆಶ್ಚರ್ಯ.

'ಕಂದಾ, ರಾತ್ರಿ ಎಷ್ಟು ರಸಗುಲ್ಲಾ ಸಂದೇಶುಗಳನ್ನ ತಿಂದೆ ಹೇಳು?' ಮಾ ಮುದ್ದಾಗಿ ಕೇಳಿದರು.

'ನಾನೊಂದೂ ತಿಂದಿಲ್ಲಾ. ಕುಭಕ್ಷಣಾ ಮತ್ತೆ ಸೌರದೀಪರೇ ಸೇರಿಕೊಂಡು ಖಾಲಿ ಮಾಡಿರಬೇಕು!', ಎಲ್ಲರೂ ಇನ್ನಷ್ಟು ಜೋರಾಗಿ ನಕ್ಕರು. ದೀದಿಮಾ ಸಿನ್ನಮಾನನ್ನು ಅಣಕಿಸುತ್ತ 'ನಾನೇನೂ ತಿಂದಿಲ್ಲಾ' ಎಂದರು ಮೂಗಿನಲ್ಲಿ.

ಮಾ ಸಿನ್ನಮಾನಿನ ಹೆಗಲ ಮೇಲೆ ಕೈಹಾಕಿಕೊಂಡು ಬಚ್ಚಲಿಗೆ ಕರೆದುಕೊಂಡು ಹೋಗಿ 'ಕನ್ನಡಿಯಲ್ಲಿ ನೋಡಿಕೊ ಕಂದಾ' ಎಂದರು. ಸಿನ್ನಮಾನ್ ಕನ್ನಡಿಯಲ್ಲಿ ತನ್ನ ಮುಖ ನೋಡಿಕೊಂಡ ಕೂಡಲೇ ಮುಜುಗರದಿಂದ ಮೈ ಮುದುಡಿತು. ಶರ್ಟು ಮೂತಿ ಮೇಲೆಲ್ಲಾ ರಸಗುಲ್ಲಾ ಸಂದೇಶು, ಚೊಮ್ ಚೋಮ್ಗಳ ತುಂಡುಗಳು ಸಕ್ಕರೆ ಪಾಕದ ಕಲೆಗಳು ಹಂಗಂಗೇ ಇದ್ದವು. ರಾತ್ರಿ ತಿಂದು ಬೇಗನೆ ಹಾಸಿಗೆ ಸೇರಿಕೊಳ್ಳುವ ಭರದಲ್ಲಿ ಕೈಬಾಯಿ ತೊಳೆದುಕೊಳ್ಳುವುದನ್ನೇ ಮರೆತಿದ್ದ ಸಿನ್ನಮಾನ್. ಎಲ್ಲಾನೂ ಮೆತ್ತಿಕೊಂಡು ಒಳ್ಳೆ ಕೋತಿ ತರಹ ಕಾಣಿಸ್ತಿದೀನಿ ಎಂದು ತನಗೆ ತಾನೆ ಹಳಿದುಕೊಂಡ.

ಬೆಳಗಿನ ತಿಂಡಿ ಆಗುತ್ತಿದ್ದ ಹಾಗೆ ಸಿನ್ನಮಾನಿನ ಹೊಟ್ಟೆ ಇನ್ನು ಸಾಕಪ್ಪ ಎಂದು ಸುಸ್ತು ಹೊಡೆಯಲಾರಂಭಿಸಿತು. ರಾತ್ರಿಯ ರಸಗುಲ್ಲಾಗಳು ಬೆಂಗಾಲಿ ಸ್ವೀಟುಗಳು ಹೊಟ್ಟೆಯೊಳಗೆ ತಕಥೈ ಕುಣಿಯಲಾರಂಭಿಸಿದ್ದವು. ಕೂಡಲೇ

ಬಾಥ್‌ರೂಮಿಗೆ ಓಡಿ, ಒಂದಷ್ಟತ್ತು ಒಳಗೆ ಸೇರಿಕೊಂಡ. ಹೊರಗೆ ಬಂದ ನಂತರ ಅತಿಯಾದರೆ ಸಿಹಿಯೂ ಕೂಡ ವಿಷ ಎಂಬ ಜ್ಞಾನೋದಯವಾಯಿತು. ಆದರೆ ತೀರ ಬೇಜಾರೇನು ಆಗಿರಲಿಲ್ಲ. ಸ್ವೀಟುಗಳು ತನ್ನ ಅಜನ್ಮ ಸಿದ್ಧ ಹಕ್ಕು ಎಂಬುದೇ ಅವನ ಭಾವನೆಯಾಗಿತ್ತು.

ಬಾಬಾನಿಗೆ ವಿಷಯ ಗೊತ್ತಾಗಿ ನಕ್ಕರು. 'ಇದರಿಂದಾದ ಉಪಯೋಗದ ಬಗ್ಗೆ ಯೋಚಿಸು ಸಿನ್ನಮಾನ್. ಈಗ ಗೊತ್ತಾಯ್ತಾ ಆನೆಗೆ ಬಾಥ್‌ರೂಮಿಗೆ ಹೋಗುವಾಗ ಎಷ್ಟು ಸಂಕಟವಾಗುತ್ತದೆ ಅಂತ' ಎನ್ನುತ್ತ ಅವನನ್ನು ಇನ್ನಷ್ಟು ಗೋಳಾಡಿಸಿದರು.

ಆ ಸಂಜೆ ಅವರೆಲ್ಲ ಟೀ ಮತ್ತು ಹುರಿದ ಕಡಲೆ ಬಟಾಣಿ ತಿನ್ನಲೆಂದು ಸೇರಿದ್ದರು. ಬಾಬಾ ಕಡುನೀಲಿ ಬಣ್ಣದ ಚೆಲುವಾದ ಕುರ್ತಾ ಧರಿಸಿದ್ದರು. ಅದರ ಮೇಲೆ ಕಪ್ಪು ಬಣ್ಣದ ವಾರ್ಲಿ ಶೈಲಿಯ (ಮಹಾರಾಷ್ಟ್ರದ ಬುಡಕಟ್ಟು ಶೈಲಿಯ ಕಲೆ) ಚಿತ್ರಗಳಿದ್ದವು. ಎಲ್ಲರೂ ಬಾಬಾನ ಕುರ್ತಾ ಬಗ್ಗೆ ಹೊಗಳಿದ್ದೇ ಹೊಗಳಿದ್ದು. ಸಿನ್ನಮಾನ್ ಇದೇ ಮೊದಲು ಆ ಕುರ್ತಾ ನೋಡಿದ್ದು. 'ಬಾಬಾ ಯಾವಾಗ ತಗೊಂಡಿರಿ ಇದನ್ನು? ಎಲ್ಲಿ ತಗೊಂಡಿರಿ?' ಎಂದು ಕುತೂಹಲದಿಂದ ಕೇಳಿದ.

'ದರೂನ್! (ಅದ್ಭುತ), ಯಾರೊ ಬಹಳ ಬೇಕಾದವರು ಗಿಫ್ಟ್ ಕೊಟ್ಟಂಗಿದೆ ಮಿಸ್ಟರ್ ಪರಾಂಜಪೇ?' ಮಾ ಕೊಂಕಿನಿಂದ ಕೇಳಿದರು. ಬಾಬಾ ಕಣ್ಣು ಮಿಟುಕಿಸಿದರಷ್ಟೇ. ಎಲ್ಲರೆದುರು ಉತ್ತರಿಸಲು ಹೋಗಲಿಲ್ಲ.

'ಚಂದದ ಕುರ್ತಾ ರಿಶಿ. ನನಗೆ ನಿಮ್ಮ ಟೇಸ್ಟ್ ಇಷ್ಟ ಆಗತ್ತೆ. ನೀವು ಕೊಲ್ಕತ್ತಾಗೆ ಬಂದಾಗೆಲ್ಲ ಆ ಕಡುಗೆಂಪು ಕುರ್ತಾ ಹಾಕ್ಕೊಳ್ತಿದ್ದರಲ್ಲ, ಅದಿನ್ನೂ ಇದೆಯಾ ನಿಮ್ಮತ್ರ?' ನೀಲಾಂಜನ ಮಾಶಿ ಕೇಳಿದರು.

'ಇದೆ ನಿಶ್ಚೋಯ್, ಎರಡೂ ನನ್ನ ಅಲ್ಮೇರಾದಲ್ಲಿದಾವೆ. ಕೆಂಪು ಕುರ್ತಾಗಳು ನನ್ನ ಫೇವರಿಟ್ ಯಾಕೆಂದರೆ ಅವೆಲ್ಲ ನನ್ನ ಮದುವೆ ಸಮಯದಲ್ಲಿ ಬಂದಂಥವು. ಇಲ್ಲಿಗೆ ಬಂದಾಗೆಲ್ಲ

ಅವನ್ನೇ ಹಾಕಿಕೊಳ್ತಿದ್ದರಿಂದ ನಿಮಗೆ ಅವಷ್ಟೇ ನನ್ನತ್ರ ಇರೋದು ಅನಿಸಿರುತ್ತೋ ಏನೋ ಅಂತ ಈ ಸಲ ಇದನ್ನು ಹಾಕಿಕೊಂಡು ಬಂದೆ. ತುಂಬಾ ಚನ್ನಾಗಿದೆ ಗೊತ್ತಾ ಇದು'

'ಹೌದೌದು ಮಿಸ್ಟರ್ ಪರಾಂಜಪೆಯವರೇ. ನನ್ನ ಜೊತೆ ಸೇರ್ಕೊಂಡಾಗಿನಿಂದ ನಿಮ್ಮ ಟೇಸ್ಟು ತಕ್ಕಮಟ್ಟಿಗೆ ಸುಧಾರಿಸಿದೆ. ಮುಂಚೆ ಒಂಚೂರೂ ಸೆನ್ಸ್ ಆಫ್ ಸ್ಟೈಲ್ ಅನ್ನೋದೆ ಇರಲಿಲ್ಲ ತಮ್ಮತ್ರ. ನಂಗಿನ್ನೂ ನೆನಪಿದೆ ನಮ್ಮ ಮದುವೆ ಆದಾಗ ನೀವು ಎಂತೆಂಥದೊ ಬಟ್ಟೆ ಹಾಕುತ್ತಿದ್ದುದು. ಬದಲಾವಣೆ ಒಳ್ಳೆಯದೇ. ಊಟ ವ್ಯಾಯಾಮದ ವಿಷಯದಲ್ಲಿ ಮಾತ್ರ ತಾವಿನ್ನೂ ಬದಲಾಗಿಲ್ಲ. ನೋ ಪೊರಿಬರ್ತನ್ ಆಫ್ ಎನಿ ಕೈಂಡ್,' ಮಾ ಬಾಬಾನ ಮೂದಲಿಸಿದರು.

ಬಾಬಾ ಮಾ ಯಾವಾಗಲೂ ತಮ್ಮಿಬ್ಬರ ಬಗ್ಗೆ ಏನಾದರೊಂದು ಹೇಳಿ ಎಲ್ಲರನ್ನೂ ಬೆರಗುಗೊಳಿಸುತ್ತಿದ್ದರು. ಸಿನ್ನಮಾನಿಗೆ ಇದೆಲ್ಲ ಈ ಮುಂಚೆ ಕೇಳಿದ್ದೀನಿ ಅನಿಸಿದರೂ ಇನ್ನೊಂದು ಸಲ ಕೇಳುವಾಗ ಅಷ್ಟೇ ಖುಷಿಯಾಗುತ್ತಿತ್ತು ಮತ್ತು ಪ್ರತಿ ಸಲ ಏನಾದರೊಂದು ಹೊಸ ವಿಷಯ ಕತೆಯಲ್ಲಿ ಸೇರಿಕೊಳ್ಳುತ್ತಿತ್ತು.

ಬಾಬಾ ಕಡಲೆ ಬಟಾಣಿಗಳನ್ನು ಬಾಯಿಗೆ ಎಸೆದುಕೊಳ್ಳುತ್ತಾ 'ನಮ್ಮ ಕುಟುಂಬದೊಳಗೆ ವಸುಂದರಾ ಬಂದು ಸೇರಿಕೊಂಡಾಗ, ನನಗೂ ಸೇರಿ ಎಲ್ಲರಿಗೂ ಒಮ್ಮಲೇ ಹಿಡಿಸಿಬಿಟ್ಟಳು. ನಮಗಿದ್ದಿದ್ದ ಒಂದೇ ಆತಂಕ ಏನೆಂದರೆ ಇವಳು ರೋಟಿ ಗೀಟಿ ಮಾಡ್ತಾಳಾ ಹೇಗೆ ಅಂತ. ನನ್ನಮ್ಮಂಗೆ ಓ ನಂಗೆಲ್ಲ ಬರುತ್ತೆ ಅಂದಿದ್ದಳು. ನಂಗೆ ಅನುಮಾನ ಯಾಕಂದರೆ ಒಂದು ಸಲಾನೂ ಇವಳು ರೋಟಿ ತಿಂದಿದ್ದು ನಾನು ನೋಡಿಯೇ ಇಲ್ಲ. ಆದರೆ ಅತ್ತೆ ಸೊಸೆ ಮಧ್ಯೆ ನಾನು ಯಾಕೆ ಅಂತ ಮೂಗು ತೂರಿಸಲಿಲ್ಲ.

ಒಂದು ದಿವಸ ಇದ್ದಕ್ಕಿದ್ದಂಗೆ ಬಸು ನಾನೂ ರೋಟಿ ಮಾಡ್ತೀನಿ ಅಂದುಬಿಟ್ಟಳು. ಹಿಟ್ಟು ನೀರನ್ನು ಕಲಸಿ ಮಿದಿಯಲಾರಂಭಿಸಿದಳು. ಒಂದು ಸಲ ಹಿಟ್ಟು ಇನ್ನೊಂದು ಸಲ ನೀರು; ಹಾಕ್ತಾ ಹಾಕ್ತಾ ಕೊನೆಗೆ ಹಿಟ್ಟೇ ಉಳಿದಿರಲಿಲ್ಲ. ಇರೋದೆಲ್ಲ ನೀರಲ್ಲಿ ಉಂಡುಂಡೆಯಾಗಿ ತೇಲ್ತಾ ಇದೆ! ಎರಡು ಗಂಟೆ ಕಾದರೂ ರೋಟಿಗಳ ಪತ್ತೇನೇ ಇಲ್ಲ. ನಮಗೆ ಹಸಿವೋ ಹಸಿವು. ಹಸಿವಿನಿಂದ ಕೋಪ. ಕೊನೆಗೆ ಅಳುತ್ತಾ ಒಪ್ಕೊಂಡಳು, ನಂಗೆ ರೋಟಿ ಮಾಡೋದು ಬರಲ್ಲ ನಂಗೆ ರೋಟಿ ಅಂದ್ರೇನೆ ಇಷ್ಟ ಇಲ್ಲ ಅಂತ. ಕೊನೆಗೆ ಆಯಿ ಆಜಿ ಅವಳ ರಕ್ಷಣೆಗೆ ಧಾವಿಸಬೇಕಾಯ್ತು'

ಸಿನ್ನಮಾನ್ ಮಾ ಕಡೆ ನೋಡಿದ. ಮಾ ಬಚ್ಚಿಟ್ಟುಕೊಂಡು ನಗುತ್ತ ತಲೆ ಅಲ್ಲಾಡಿಸುತ್ತಿದ್ದರು. ಮಾ ಹಾಗೆಲ್ಲ ಕಷ್ಟ ಪಟ್ಟಿದಾರಾ ಅನಿಸಿತು. ಅವರು ಯಾವಾಗಲೂ ದಿಟ್ಟತನ, ಆತ್ಮವಿಶ್ವಾಸದಿಂದ ತುಂಬಿರುವ ವ್ಯಕ್ತಿ. ಅವನ ಟೀಚರುಗಳು ಸಹ ಆಕೆಯ ಬಗ್ಗೆ ಆಕೆಯ ಪಕ್ಕಾದ ಧ್ವನಿ, ತೀಕ್ಷ್ಣ ನೋಟದ ಬಗ್ಗೆ ಬಹಳ ಮೆಚ್ಚುಗೆ ಇಟ್ಟುಕೊಂಡಿದ್ದರು.

ಮಾ ಕೈಗವಸುಗಳನ್ನು ಹಾಕಿಕೊಳ್ಳುತ್ತ 'ನಾನು ದೆಹಲಿ ಕೊಲ್ಕತ್ತಾದಲ್ಲಿ ಬೆಳದಿದ್ದರೂ ಮೊದಲ ಸಲ ಪುಣೆಗೆ ಹೋದಾಗ ಆ ಊರು ಬಹಳ ಇಷ್ಟ ಆಗಿತ್ತು. ಆದರೆ ಒಂದಂತೂ ನಂಬಕ್ಕಾಗ್ತಿರಲಿಲ್ಲ. ದೇವರೇ ಏನದು ಮಿಸಳ್ ಪಾವ್, ವಡಾ ಪಾವ್, ಕಂಡಾ ಪಾವ್, ಆಮ್ಲೆಟ್ ಪಾವ್, ಈ ಪಾವು ಆ ಪಾವು ಒಂದಾ ಎರಡಾ. ಆಮೇಲೆ ಪ್ರತಿಯೊಂದರಲ್ಲೂ ಸಾಂಬಾರ್ ಪುಡಿ ಕರಿಬೇವು ಸೊಪ್ಪು. ಕಿ ಭೊಯೊಂಕರ್ (ಎಷ್ಟು ಭಯಂಕರ!). ಈಗ ನೋಡಿ ನನ್ನ, ಹೋಗಿ ಹೋಗಿ ಮಹಾರಾಷ್ಟ್ರದವನನ್ನೇ ಕಟ್ಟಿಕೊಂಡುಬಿಟ್ಟಿದ್ದೀನಿ. ವಾರಕ್ಕೊಂದೇ ಒಂದು ಸಲ ನಾನ್ ವೆಜ್ ತಿಂದುಕೊಂಡು. ಒಳ್ಳೆ ಜೈಲಲ್ಲಿರೋರಿಗೆ ವಾರಕ್ಕೊಂದು ಸಲ ಬಹುಮಾನ ಕೊಡ್ತಾರಲ್ಲ ಹಾಗೆ' ಮಾ ಗೋಳಾಡಿದರು.

ನೀಲಾಂಜನ ಮಾಶಿ– 'ಅಯ್ಯೋ, ನಾವು ನಿನಗೆ ಒಂದು ಒಳ್ಳೆ ಬೆಂಗಾಲಿ ಹುಡುಗನ್ನ ನೋಡಿದ್ವಿ, ನಿನಗೆ ಅವನ ಫೋಟೋನೂ ಕಳಿಸಿದ್ವಿ. ಎಷ್ಟು ಉದ್ದ ಇದ್ದ, ಎಷ್ಟು ಸುಂದರವಾಗಿದ್ದ. ಲಂಡನ್ನಿನಲ್ಲಿದ್ದಾನೆ ಈಗ. ಟಾಪ್ ಮೋಸ್ಟ್ ಎಕ್ಸಿಕ್ಯೂಟಿವ್ ಆಗಿದಾನೆ ಅಲ್ಲಿ. ಮೊನೆ ಚೇ (ನೆನಪಿದ್ಯಾ?)', ಮಾ ತೋಳನ್ನು ಜಿಂಟುತ್ತಾ ಕೇಳಿದರು.

'ಓ ಹೌದಲ, ನೆನಪಿದೆ. ಒಂದು ಸಲ ಯಾವುದೊ ಬಿಸಿನೆಸ್ ಚಾನೆಲ್ಲಿನಲ್ಲಿ ಅವನ ಮುಖ ಸಹ ನೋಡಿದ್ದೆ. ನಾನು ಕೊಲ್ಕತ್ತಾದಿಂದಲೇ ಯಾರನ್ನಾದರೂ ಮದುವೆ ಆಗಬೇಕಿತ್ತು. ನಮ್ಮೂರಿನ ಸಂಸ್ಕೃತಿ ಮತ್ತು ಭಾಷೆಗೆ ಹತ್ತಿರವಾಗಿ ಇರಬಹುದಿತ್ತು.' ಮಾ ಬಾಬಾ ಕಡೆ ನೋಡುತ್ತಾ ಛೇಡಿಸಿದರು.

ಬಾಬಾ ನಿರ್ಲಕ್ಷದಿಂದ ಹಹ್ ಎನ್ನುತ್ತ ತಲೆ ಅಲ್ಲಾಡಿಸುತ್ತ 'ನೀನು ಯಾರನ್ನೇ ಮದುವೆ ಆಗಿದ್ದರೂ ಗ್ಯಾರಂಟಿ ಕೊಲ್ಕತ್ತಾದಲ್ಲಂತೂ ಇರುತ್ತಿರಲಿಲ್ಲ' ಎಂದರು. 'ನಮ್ಮ ಆಜಿ ಸರಿಯಾಗಿ ಎಚ್ಚರಿಸಿದ್ದರು, ನೀನು ಬೆಂಗಾಲಿ ಹುಡುಗಿ ಮದುವೆ ಆದರಂತೂ ದಿನಾ ಅನ್ನ ಮೀನು ತಿನ್ನಕ್ಕೆ ರೆಡಿಯಾಗಿರು ಅಂತ. ವರನ್ ಇರಲ್ಲ, ಪೋಲಿ ಭಜಿನೂ ಇರಲ್ಲ. ಆಮೇಲೆ ನನ್ನತ್ರ ಬಂದು ಗೋಳಾಡಬೇಡ ಅಂತೆಲ್ಲ. ನಾನು ತಲೆ ಕೆಡಿಸ್ಕೊಬೇಡ ಆಜಿ, ವಸುಂದರಾ ಬ್ರಾಹ್ಮಿನ್ ಅಂದಿದ್ದೆ. ಆದರೆ ನನ್ನ ಹಣೆಬರಹ ನೋಡಿ. ಒಂದು ಮೊಟ್ಟೆ ಸಹ ತಿನ್ನದವನು ಮನುಷ್ಯ ಸಂಕುಲ ತಿನ್ನುವ ಮಾಂಸಗಳ ವಾಸನೆಗಳನ್ನೆಲ್ಲ ಸಹಿಸಿಕೊಳ್ಳಬೇಕಾಗಿದೆ.'

'ವಾರಕ್ಕೊಂದೇ ಸಲ ಬಾಬಾ. ನಿನ್ನಿಂದಾಗಿ ನಾನೂ ಒಂದುಮಟ್ಟಿಗೆ ಸಸ್ಯಾಹಾರಿ ಆಗಿಬಿಟ್ಟಿದ್ದೀನಿ ಗೊತ್ತಾ,' ಮಾ ಮಾರುತ್ತರಿಸಿದರು.

'ಮನೇಲಷ್ಟೇ ವಾರಕ್ಕೊಂದು ಸಲ. ಹೊರಗೆ ಹೋದರೆ ಬೇರೇನೆ ಕತೆ. ಯಾರಿಗೂ ಹೇಳಿಕೊಳ್ಳುವಂಗೂ ಇಲ್ಲ. ನಾನೇ ಇಷ್ಟಪಟ್ಟು ಮದುವೆ ಆಗಿದ್ದು ಬೇರೆ' ಅಪ್ಪ ಭಾವಣಿ ನೋಡಿಕೊಂಡು ನಾಟಕೀಯವಾಗಿ ನಿಟ್ಟುಸಿರು ಬಿಟ್ಟರು.

ತಪನ್ ಮೆಶೋ ಮಶಾಯಿ 'ಅಹ್ಹ, ಅಹ್ಹ' ಎಂದು ಕೆಮ್ಮಿದರು.

'ಮತ್ಯಾಕೆ ತಾವು ಒಳ್ಳೆ ಮರಾಠಿ ಹುಡುಗಿ ನೋಡಿ ಮದ್ವೆ ಆಗಬಾರದಿತ್ತು? ಪ್ರಪಂಚದಲ್ಲೇ ಬೆಸ್ಟ್ ಇರೋ ಪೋಲಿ ಭಾಜಿಗಳೆಲ್ಲ ಸಿಗತಿತ್ತು,' ನೀಲಾಂಜನ ಮಾಶಿ ನಗು ತಡೆದುಕೊಳ್ಳುತ್ತಾ ಬಾಬಾಗೆ ತಿವಿದರು.

ಬಾಬಾ ನಿಟ್ಟುಸಿರು ಬಿಟ್ಟಂತೆ ನಟಿಸುತ್ತ 'ಅಯ್ಯೋ. ನಮ್ಮಪ್ಪ, ನಮ್ಮಮ್ಮ, ನಮ್ಮಜ್ಜಿ ಎಲ್ಲರೂ ಅದೇ ಹೇಳಿದ್ದರು. ನಾನು ಅವರ ಮಾತು ಕೇಳಲಿಲ್ಲ ಅಷ್ಟೇ. ಈಗ ನನ್ನ ಲುಕ್ಕು ನನ್ನ ಜೋಕ್ಸೂ ನೋಡಿದ್ರೆ ತುಂಬಾ ತಡ ಆಗಿದೆ ಅನ್ಸುತ್ತೆ' ಎಂದಿದ್ದೇ ಎಲ್ಲರೂ ಗೊಳ್ಳನೆ ನಕ್ಕುಬಿಟ್ಟರು. ಸಿನ್ನಮಾನಿಗೆ ಈ ಕ್ಷಣಗಳು ಬಹಳ ದಿವಸ ನೆನಪಿನಲ್ಲಿ ಉಳಿಯುತ್ತವೆ ಎಂದು ಗೊತ್ತಿತ್ತು. ಇಂತಹ ಮಧುರ ನೆನಪುಗಳೇ ದೊಡ್ಡ ಆಸ್ತಿ ಅನಿಸುತ್ತಿತ್ತು.

ತಾಂಗ್ರಾ ಮತ್ತು ಟ್ರಾಮ್ಸ್

ಸಿನ್ನಮಾನ್ ಗಾಢ ನಿದ್ದೆಯಲ್ಲಿದ್ದ. ಕನಸಲ್ಲಿ ಬೆಂಗಾಲಿ ಸ್ವೀಟ್ಸು, ನಾನ್-ವೆಜ್ ತಿಂಡಿಗಳು ಆಕಾಶದಿಂದ ಮಳೆಯಂತೆ ಸುರಿಯುತ್ತಿದ್ದವು. ಇಷ್ಟಗಲ ಬಾಯಿ ತೆರೆದು ಇನ್ನೇನು ಚಾಮ್ ಚಾಮ್ ಬಾಯಿಗೆ ಬೀಳಬೇಕು, ಯಾರೋ ಭುಜ ಎಳೆದು ಎಬ್ಬಿಸಿದಂಗಾಗಿ ಕನಸು ಮುರಿದು ಬಿತ್ತು.

'ಎದ್ದೇಳೋ ಸಿನ್ನಮಾನ್.'

ಆ ಯಾರೋ ಇನ್ಯಾರೂ ಅಲ್ಲ, ಮಾ. ಗೋಡೆ ಗಡಿಯಾರ ಕಾಣುವಷ್ಟು ಕಣ್ಣು ತೆರೆದ. ಬೆಳಗ್ಗೆ ಐದು ಗಂಟೆ. ಆಗಲೇ ಸೂರ್ಯ ಇಣುಕುತ್ತಿದ್ದ. ಯಾಕೆಂದರೆ ಅವರಿದ್ದದ್ದು ಭಾರತದ ಪೂರ್ವ ಭಾಗದಲ್ಲಿ. ಇನ್ನೂ ಸ್ವಲ್ಪ ಕಣ್ಣು ತೆರೆದ, ಮಾ ಬಟ್ಟೆ ಹಾಕಿಕೊಂಡು ರೆಡಿಯಾಗಿದ್ದರು.

'ಮಾ, ಏನಿದು?' ಎಂದು ಗೊರಗುಟ್ಟಿದ.

'ಸಿನ್ನಮಾನ್ ಕಂದಾ, ಎದ್ದೇಳೆದ್ದೇಳು..'

'ಮತ್ತೆ ಬೆಳಬೆಳಿಗ್ಗೆ ಶಾಸ್ತ್ರೀಯ ಸಂಗೀತದ ಕ್ಲಾಸಾ? ಅಥವಾ ದಿವಾಲಿ ಪಾಹತ್?

ಮಾ ತಲೆ ಅಲ್ಲಾಡಿಸಿದರು.

'ಕಾಕಡ್ ಆರತಿ?'

'ನೋ ರೇ. ಇದು ಸರ್ಪ್ರೈಸ್ ಸಿನ್ನಮಾನ್. ಎದ್ದು ಬಟ್ಟೆ ಹಾಕ್ಕೊ. ಸ್ನಾನ ಏನೂ ಮಾಡಬೇಕಿಲ್ಲ. ಬೇಗ ರೆಡಿ ಆಗು ಸಾಕು. ಆಮೇಲೆ, ಕಪ್ಪು ಶರ್ಟ್ ಹಾಕೋದು ಮರಿಬೇಡ.'

ಸಿನ್ನಮಾನ್ ಗೊಣಗುತ್ತ ಇದು ನನ್ನ ವ್ಯಕ್ತಿತ್ವ ರೂಪಿಸಲು ಮಾಡಿರುವ ಇನ್ನೊಂದು ಪ್ಲಾನು ಅಲ್ಲದಿದ್ದರೆ ಸಾಕು ಅಂದುಕೊಂಡ. ಎದ್ದು ಮುಖ ತೊಳೆದು ಹಲ್ಲುಜ್ಜಿಕೊಂಡು ಒಂದು ಕಪ್ಪು ಪೋಲೋ ಶರ್ಟ್ ಹಾಕಿಕೊಂಡ. ಅವನ ಆಶ್ಚರ್ಯಕ್ಕೆ ಅದಾಗಲೇ ಎಲ್ಲರೂ ಎದ್ದು ರೆಡಿ ಆಗುತ್ತಿದ್ದರು. ಬಾಬಾ ಸಹ ಹೊತ್ತಲ್ಲದ ಹೊತ್ತಲ್ಲಿ ಎದ್ದುಬಿಟ್ಟಿದ್ದರು.

ಎಲ್ಲರೂ ರೆಡಿ ಆದ ಕೂಡಲೆ ಎರಡು ಕ್ಯಾಬ್‌ಗಳಲ್ಲಿ ತುಂಬಿಕೊಂಡರು. ದಾದೂ, ದೀದಿಮಾನೂ ಸೇರಿ. ಸಿನ್ನಮಾನಿಗೆ ಪೂರ್ತಿ ಎಚ್ಚರ ಆಗಿಬಿಟ್ಟಿತ್ತು. ಕುತೂಹಲ ತಡೆಯೋಕೆ ಆಗ್ತಿರಲಿಲ್ಲ. 'ಮೆಶೋ ಮಾಶಾಯಿ, ನಾವು ಎಲ್ಲಿಗೆ ಹೋಗ್ತಿರೋದು?'

'ತಾಳು ತಾಳು, ಗೊತ್ತಾಗತ್ತೆ' ಮೆಶೋ ಮಾಶಾಯಿ ಕಣ್ಣು ಹೊಡೆದರು.

ಕೊಲ್ಕತ್ತಾ ನಗರ ಎದ್ದೇಳುತ್ತಿತ್ತು. ಟ್ಯಾಕ್ಸಿ ಡ್ರೈವರುಗಳು ತಮ್ಮ ಕಾರುಗಳನ್ನು ತೊಳೆಯುತ್ತಿದ್ದರು, ಮುಂಜಾನೆಯ ಟೀ ಅಂಗಡಿಯವರು ಸ್ಟವ್ ಹಚ್ಚುತ್ತಿದ್ದರು. ಕೆಲವರು ಬೀದಿಗಳಲ್ಲಿಯೇ ಸ್ನಾನ ಮಾಡುತ್ತಿದ್ದರು. ಸೂರ್ಯನ ಕಿರಣಗಳು ಆ ದಿನವನ್ನು ಬೆಳಗಿಸಿದ್ದವು. ಅವರು ಹೋಗುತ್ತಿದ್ದ ಸ್ಥಳ ಬಹಳ ಇಕ್ಕಟ್ಟಾಗಿ ಜನರಿಂದ, ಹಣ್ಣು ತರಕಾರಿ ಮಾರುವವರಿಂದ, ತರಹೇವಾರಿ ಅಂಗಡಿಗಳಿಂದ, ಮುಖ್ಯವಾಗಿ ನಿಜವಾದ ಚೈನೀ ತಿಂಡಿಗಳ ಅಂಗಡಿಗಳಿಂದ ಕಿಕ್ಕಿರಿದಿತ್ತು.

ಸಿನ್ನಮಾನಿಗೆ ಅಲ್ಲಿ ಬೆಂಗಾಲಿಗಳಷ್ಟೇ ಅಲ್ಲದೆ ಬಹಳಷ್ಟು ಚೀನೀಯರು ಅಂಗಡಿಗಳನ್ನು ತೆರೆದಿರುವುದು ಕಂಡಿತು. ಬಗೆಬಗೆಯ ತಿಂಡಿಗಳು ಬೆರೆಗುಗೊಳಿಸುತ್ತಿದ್ದವು. ಸಾಸಿವೆ ಕಾಳುಗಳನ್ನು ಬೆರೆಸಿದ ಸಿಹಿಯಾದ ಅನ್ನದ ಉಂಡೆಗಳು, ಮೀನಿನ ಮಾಂಸದ ಸೂಪು ತುಂಬಿದ್ದ ಬಟ್ಟಲುಗಳು, ಚಿಕನ್ನು, ಪೋರ್ಕುಗಳಿಂದ ತುಂಬಿದ್ದ ಪಾವ್‌ಗಳು, ಕರಿದ ಪೋರ್ಕ್ ರೋಲ್‌ಗಳು, ತೆಂಗಿನ ತುರಿಯ ಉಂಡೆಗಳು, ಮನೆಯಲ್ಲಿ ಮಾಡಿದ ಸಾಸೇಜುಗಳು, ಮೋಮೋಗಳು, ಸೀಗಡಿಯ ವೇಫರ್‌ಗಳು, ವೊಂಟೊನ್‌ಗಳು... ಪಟ್ಟಿ ಬಹಳ ಉದ್ದ ಇತ್ತು.

ನನ್ ಹೆಸ್ರೇ

ಸಿನ್ನಮಾನ್

ವಿಕಾಸ್ ಪ್ರಕಾಶ್ ಜೋಶಿ

মশলা এবং গুল্ম
TANGRA CHINA TOWN
ট্যাংরা চাইনা টাউন
टेंगरा चाइना टाउन

ಸಿನ್ನಮಾನ್ ರಸವತ್ತಾದ ಪೋರ್ಕ್ ಪಾವ್ ಅನ್ನು ಕಚಕ್ಕನೆ ಕಡಿದ. ಅದು ಚನ್ನಾಗಿ ಕರಿದಿದ್ದರಿಂದ ಕರುಂ ಕರುಂ ಅನ್ನುತ್ತಿತ್ತು. ಒಳಗೆ ಕೆಂಪಗಿತ್ತು. ಒಂದು ಬಿಳಿ ಬಟ್ಟಲಿಂದ ಚಿಕನ್ ಸೂಪನ್ನು ಎಳೆದುಕೊಂಡ. ಅಷ್ಟು ಬೆಳಗ್ಗೇನೆ ಮಾರ್ಕೆಟ್ಟು ತುಂಬಿ ತುಳುಕುತ್ತಿತ್ತು. ಬಹಳಷ್ಟು ಜನ ಪ್ರವಾಸಿಗರಿದ್ದರು. ಬಹುತೇಕರು ಚೈನೀ ಉಪಹಾರ ಸವಿಯಲೆಂದೇ ಬಂದಿದ್ದರು. ಒಬ್ಬ ಚೀನಿಯನ ಬಾಯಿಯಿಂದ ಸುಲಲಿತವಾದ ಬೆಂಗಾಲಿ ಮತ್ತು ಹಿಂದಿ ಭಾಷೆ ಕೇಳುವುದು ರೋಮಾಂಚನ ಉಂಟು ಮಾಡುತ್ತಿತ್ತು. ಸಿನ್ನಮಾನ್ ಅಲ್ಲಿನ ಬೀದಿಗಳ ಮತ್ತು ಚೀನೀ ವ್ಯಾಪಾರಿಗಳ ಫೋಟೋ ಕ್ಲಿಕ್ಕಿಸತೊಡಗಿದ. ಕೊಲ್ಕತ್ತಾ ನಗರದೊಳಗೊಂದು ಪುಟ್ಟ ಚೀನಾ ಇದ್ದಂತೆ ಭಾಸವಾಗಿ ವಿಸ್ಮಯಗೊಳಿಸುತ್ತಿತ್ತು.

'ಅಷ್ಟೊಂದು ಫೋಟೋ ತೆಕ್ಕೊಬೇಡಾ ಸಿನ್ನಮಾನ್. ಅವರೇನು ವಿದೇಶಿಯರಲ್ಲ ಅಥವಾ ಜೂನಲ್ಲಿರೋ ಪ್ರಾಣಿಗಳಲ್ಲ,' ಮಾ ಖಂಡತುಂಡವಾಗಿ ಎಚ್ಚರಿಸಿದರು.

'ಯಾಕೆ?'

'ಪುಣೆಯ ಶಿವಾಜಿ ಮಾರ್ಕೆಟ್ಟು ಮಂಡಿಯಲ್ಲಿರೋ ಜನರ ಫೋಟೋ ಹಂಗೇ ತಕ್ಕೊಳ್ತೀಯಾ?'

'ಆದರೇ.. ಇವರು ಚೈನೀಸು.'

'ಅವರು ಇಂಡಿಯನ್ಸು. ನಮ್ಮ ಹಾಗೇ. ಇನ್ನೂರು ವರ್ಷಗಳ ಹಿಂದೆ ಚೈನಾದಿಂದ ಬಂದು ಕೊಲ್ಕತ್ತಾದಲ್ಲಿ ನೆಲೆಸಿದಾರೆ. ನನಗೆ ಸ್ಕೂಲಲ್ಲಿ ಕಾಲೇಜಿನಲ್ಲಿ ಕೆಲವು ಚೀನಿ ಸ್ನೇಹಿತರು ಇದ್ರು. ಈಗ ಅವರ ಸಮುದಾಯ ದೊಡ್ಡದಾಗಿದೆ, ಆದರೆ ನಾನೂ ನೀನೂ ಎಷ್ಟು ಭಾರತೀಯರೋ ಅವರೂ ಅಷ್ಟೇ ಭಾರತೀಯರು. ನಿನಗೆ ಅಷ್ಟೊಂದು ಫೋಟೋ ತಗೊಳ್ಳಲೇ ಬೇಕೆಂದಿದ್ದರೆ ಮೊದಲು ಅವರಿಂದ ತಿಂಡಿಗಳನ್ನು ಖರೀದಿಸು.'

ಭರ್ಜರಿ ಚೈನೀ ಬ್ರೇಕ್‌ಫಾಸ್ಟಿನ ಬೇಟೆಯ ನಂತರ ಅವರೆಲ್ಲ ಬೆಂಗಾಲಿ ಮೂವಿ ನೋಡಲು ಮಲ್ಟಿಪ್ಲೆಕ್ಸಿಗೆ ಹೋದರು. ಅದೊಂದು ಆಕ್ಷನ್ ಮೂವಿ. ಸಾಧ್ಯವೇ ಇರದ ಕತೆ. ಒಬ್ಬ

ಪೋಲಿಸು ರಿಯಲ್ ಎಸ್ಟೇಟ್ ಡಾನ್ ವಿರುದ್ಧ ಹೋರಾಡ್ತಿರ್ತಾನೆ. ಡಾನ್ ಪೋಲಿಸಿನ ಗರ್ಲ್ ಫ್ರೆಂಡಿನ ತಂಗಿಯನ್ನು ಕಿಡ್ನಾಪ್ ಮಾಡ್ತಾನೆ. ಅದೆಂಗೋ ಪೊಲೀಸು ಮಧ್ಯ ಬಂದು ತಡೀತಾನೆ. ಪೊಲೀಸು ಒಬ್ಬನೇ ನೂರಾರು ರೌಡಿಗಳನ್ನು ಹೊಡೆದುರುಳಿಸ್ತಾನೆ. ಆ ರೌಡಿಗಳೂ ಒಂಥರಾ ಒಳ್ಳೆಯವರೇ ಇರ್ತಾರೆ. ಅಷ್ಟೊಂದು ಜನ ಇದ್ದರೂ ಒಬ್ಬೊಬ್ಬರೇ ಹೋಗಿ ಒದೆ ತಿಂದು ಬರ್ತಿರ್ತಾರೆ. ಸಿನ್ನಮಾನಿಗೆ ಕತೆ ಅರ್ಥವಾಗದಿದ್ದರೂ ಏನೋ ಒಂತರಾ ಮನರಂಜನೆ ಅನಿಸ್ತಿತ್ತು.

ಆಶ್ಚರ್ಯವೇನೆಂದರೆ ಏನನ್ನೂ ಒಮ್ಮೇಲೆ ಒಪ್ಪದ ಬಾಬಾ ಸಹ ಆ ಸಿನಿಮಾವನ್ನು ಮೆಚ್ಚಿದ್ದರು. ಪಾಪ್‌ಕಾರ್ನ್ ಮೆಲ್ಲುತ್ತ 'ಖುಪಚ್ ಬಾಲೋ (ತುಂಬಾ ಚೆನ್ನಾಗಿದೆ), ಒಳ್ಳೆ ನಟನೆ,' ಎನ್ನುತ್ತಿದ್ದರು. ಬಾಬಾಗೆ ಸಿನಿಮಾ ಯಾಕೆ ಅಷ್ಟು ಇಷ್ಟವಾಯಿತು ಅನ್ನೋದು ಸಿನ್ನಮಾನಿಗೆ ಅರ್ಥವಾಗಲಿಲ್ಲ.

'ಸಿನಿಮಾದಲ್ಲಿ ಏನು ಇಷ್ಟವಾಯ್ತು ಬಾಬಾ?'

'ಎಲ್ಲಾನೂ'

***

ಸಂಜೆ ಅವರು ಶಾಪಿಂಗ್ ಮಾಡಲು ಎಸ್‌ಪಲಾಂಡೆಗೆ ಹೋದರು. ಅಲ್ಲಿ ಕೊಲ್ಕತ್ತಾದ ಪ್ರಸಿದ್ಧ ಸ್ವೀಟ್ಸ್ ಅಂಗಡಿಯೊಂದರಲ್ಲಿ ಸಾಕಷ್ಟು ಸಿಹಿ ತಿಂಡಿಗಳನ್ನು ತಿಂದರು. ಆ ಶಾಪ್ ಒಂಥರ ರೈಲ್ವೇ ಸ್ಟೇಶನ್ನಿನ ಹಾಗೆ ತುಂಬಿತ್ತು, ಜನ ಸಾಲಾಗಿ ಬರ್ತನೇ ಇದ್ದರು, ಹೋಗ್ತನೇ ಇದ್ದರು. ಎಲ್ಲರ ಆಶ್ಚರ್ಯಕ್ಕೆ ಸಿನ್ನಮಾನ್ ಈ ಸಲ ಸ್ವಲ್ಪ ಮಾತ್ರ ರಸಗುಲ್ಲಾಗಳನ್ನು ತಿಂದು ಸುಮ್ಮನಾದ.

'ಖಾಬೇ ನಾ? (ಇನ್ನೂ ಬೇಕಾ)', ಪ್ರತಿ ರಸಗುಲ್ಲಾ ತಿಂದ ನಂತರ ಸುದಕ್ಷಿಣ ಅವನನ್ನು ಛೇಡಿಸಿದಳು. 'ಬೇಕು, ಯಾಕೆ ನಿಂಗೆ ಬೇಡವಾ?' ಎನ್ನುತ್ತ ಸಿನ್ನಮಾನ್ ಅವಳಿಗೆ ಒದೆಯಲು ಪ್ರಯತ್ನಿಸಿದ. ಸುದಕ್ಷಿಣ ತಪ್ಪಿಸಿಕೊಂಡಳು.

ಕತ್ತಲಾಗಿಬಿಟ್ಟಿತು; ನಮ್ಮ ದೇಶದ ಆ ಭಾಗದಲ್ಲಿ ಸೂರ್ಯ ಬೇಗ ಮುಳುಗಿಬಿಡುತ್ತಿದ್ದ. ಸಿನ್ನಮಾನ್ ಕೊಲ್ಕತ್ತಾದ ಅತ್ಯಂತ ಪುರಾತನವಾಗಿದ್ದ ಮುದ್ದಾದ ಟ್ರಾಮ್ ಕಂಡು, 'ನಾವೂ ಅದರಲ್ಲಿ ಹೋಗೋಣವಾ' ಎಂದು ಕೇಳಿದ.

ಸೌರದೀಪ್ 'ಅದರಲ್ಲಿ ಹೋದ್ರೆ ಮಧ್ಯರಾತ್ರಿಯಾದರೂ ಮನೆ ತಲುಪುವುದು ಡೌಟು' ಎಂದ.

ಸಿನ್ನಮಾನ್, ಮಾ ಒಂದು ಟ್ರಾಮ್ ಒಳಗೆ ಹತ್ತಿಕೊಂಡರು. ಟ್ರಾಮ್ ಸೆಂಟ್ರಲ್ ಕೊಲ್ಕತ್ತಾ ಮೂಲಕ ಚಲಿಸಿತು.

ಯಾರೂ ಕೊಲ್ಕತ್ತಾಗೆ ಬಂದು ಟ್ರಾಮ್ ಹತ್ತದೆ ಹೋಗುವಂತಿಲ್ಲ ಅಂದುಕೊಂಡ ಸಿನ್ನಮಾನ್. ಅದು ಬಸವನ ಹುಳದ ರೀತಿ ಉಳಿದೆಲ್ಲ ವಾಹನಗಳನ್ನು ಮುಂದೆ ಬಿಟ್ಟು ತಾನು ರಾಜಗಾಂಭೀರ್ಯದಲ್ಲಿ ಚಲಿಸುತ್ತಿತ್ತು. ಅದಾಗ್ಯೂ ಅವನಿಗೆ ಟ್ರಾಮ್ ಕೊಲ್ಕತ್ತಾಗೆ ರೂಪಕವಾಗಿರುವಂತೆ ತನ್ನದೇ ಆದ ನಿಧಾನ ಮತ್ತು ನಿರ್ಲಿಪ್ತತೆಗಳಿಂದ ಶೋಭಿಸುತ್ತಿತ್ತು. ಮೈದಾನ್ ತಲುಫುತಿದಾಗ ಟಾಮ್ ಸಡನ್ನಾಗಿ ನಿಂತುಕೊಂಡಿತು.

ಸಿನ್ನಮಾನಿಗೆ ಶಾರ್ಟ್–ಸರ್ಕ್ಯೂಟಿನ ಸದ್ದು ಕೇಳಿಸಿತು. ಪ್ರಯಾಣಿಕರು ಗಾಢ ಕತ್ತಲೆಯಲ್ಲಿ ಮುಳುಗಿದಂತಾಯಿತು.

‘ಕರೆಂಟು ಹೋಗಿದೆ’, ಯಾರೋ ಜೋರಾಗಿ ಕೂಗಿದರು.

ಸಿನ್ನಮಾನ್ ಮಾ ಟ್ರಾಮ್‌ನಿಂದ ಇಳಿದು ನಡೆಯಲಾರಂಭಿಸಿದರು. ಒಂದು ಕಡೆ ಭವ್ಯವಾಗಿ ವಿಸ್ತಾರವಾಗಿ ಹರಡಿಕೊಂಡಿದ್ದ ಕೊಲ್ಕತ್ತಾದ ಮೈದಾನ್ ಇನ್ನೊಂದು ಕಡೆ ಸ್ಪರ್ಧೆಗೆ ಬಿದ್ದಂತಿದ್ದ ಟ್ರಾಫಿಕ್ಕು. ಅವರು ನಡೆಯುತ್ತಿರುವಾಗ ಇಂಚಿನ ಅಂತರದಲ್ಲಿ ಕಾರುಗಳು ಭರ್ರನೆ ಹಾದುಹೋಗುತ್ತಿದ್ದವು. ಬಸ್ಸಿನ ಕಹಳೆಯಂತಹ ಹಾರನ್ನು, ರೈಲಿನ ಎಂಜಿನ್ನಿನ ಭುಸುಗುಟ್ಟುವಿಕೆ, ಕಾರಿನ ಕ್ರೀ ಕ್ರೀ ಅನ್ನುವ ಬ್ರೇಕು, ಬೈಕಿನ ಕ್ಲೀಪ್ಲೀ ಎಲ್ಲವೂ ಸಮೀಪದಲ್ಲಿ ಸುಳಿದಂತೆನಿಸುತ್ತಿತ್ತು. ಸಿನ್ನಮಾನಿಗಂತೂ ಯಾರಾದರೂ ನಮ್ಮ ಮೇಲೆ ಹತ್ತಿಸಿಕೊಂಡು ಹೋಗಿಬಿಡುತ್ತಾರೆ ಎಂದು ಭಯವಾಗುತ್ತಿತ್ತು. ಮಾ ಎಷ್ಟು ಪ್ರಯತ್ನಿಸಿದರೂ ಯಾವ ಟ್ಯಾಕ್ಸಿಯೂ ನಿಲ್ಲಿಸುವ ದಯೆ ತೋರಲಿಲ್ಲ. ಕತ್ತಲೆಯಲ್ಲಿ ನುಗ್ಗಿ ಬರುತ್ತಿದ್ದ ವಾಹನಗಳ ಮುಂಬಲ್ಬುಗಳು ಅರ್ಧವಿರಾಮಗಳಂತೆ, ಮೊಟ್ಟೆಯಾಕಾರದಂತೆ ಕದರಿಕೊಂಡಿದ್ದವು. ಜೀವವೇ ಹೋಗಿಬಿಡುವುದೇನೊ ಎಂಬಂತೆ ಸಿನ್ನಮಾನ್ ಮಾ ಕೈಗಳನ್ನು ಗಟ್ಟಿಯಾಗಿ ಹಿಡಿದುಕೊಂಡ.

ಕೊನೆಗೂ ಒಂದಷ್ಟು ದೂರ ನಡೆದು ಅವರು ಒಂದು ಟ್ರಾಫಿಕ್ ಸಿಗ್ನಲ್ ತಲುಪಿದರು. ಅಲ್ಲಿಂದ ಒಂದು ಟ್ಯಾಕ್ಸಿ ಹತ್ತಿದರು. ಸ್ವಲ್ಪ ಹೊತ್ತಿಗೆ ಟ್ಯಾಕ್ಸಿ ಅವರ ಮನೆಯ ಬಳಿ ಬರುತ್ತಿದ್ದಂತೆ ಸಿನ್ನಮಾನಿಗೆ ನಿರಾಳ ಅನಿಸಲಾರಂಭಿಸಿತು. ಮನೆ ತಲುಪಿದಾಗ ಮಾ ‘ಹೆದರಿಕೊಂಡಿದ್ದೆಯಾ ಸಿನ್ನಮಾನ್? ಮುಂಚೆ ನಾ ಕೈ ಹಿಡಿದರೂ ಕಿತ್ತುಕೊಂಡು ಓಡುತ್ತಿದ್ದೆ’ ಎಂದು ಆತಂಕದಿಂದ ಕೇಳಿದರು.

ಸಿನ್ನಮಾನ್ ಸಂಕೋಚದ ನಗೆ ಬೀರುತ್ತ ‘ಇ.. ಇಲ್ಲಾ. ಹೆದರಿಕೊಂಡೇನು ಇರಲಿಲ್ಲಪ್ಪ. ಹೋಗಲಿ ಬಿಡಿ. ನೀವು ಚಿಂತೆ ಮಾಡಬೇಡಿ.’ ಎಂದ.

ಅವನಿಗೆ ಮಾ ತನ್ನನ್ನು ಪೂರ್ತಿ ನಂಬಿಲ್ಲದಿರುವುದು ಗೊತ್ತಾಯಿತು. ಆದರೆ ಅವನಿಗೆ ಮಾ ಚಿಂತೆಗೀಡಾಗುವುದು ಬೇಕಿರಲಿಲ್ಲ. ಹಾಗೇನಾದರೂ ಆದರೆ ಅವರು ಅವನನ್ನು ಡಾಕ್ಟರ್ ಬಳಿ ಕರೆದುಕೊಂಡು ಹೋಗಿಬಿಡುತ್ತಿದ್ದರು. ಅದು ಅವನಿಗೆ ಇಷ್ಟ ಇರಲಿಲ್ಲ. ಇದೆಲ್ಲದರ ಜೊತೆಗೆ ಆ ಗಾಢ ಕತ್ತಲೆಯಲ್ಲಿ ನಡೆದುಕೊಂಡು ಹೋಗುವುದು ಒಂದು ಭಯಾನಕ ಅನುಭವವಾಗಿತ್ತು ಅವನಿಗೆ.

ಬೆಳಕು

ಎಂದಿನಂತೆ ದಿನಗಳು ಬಹುಬೇಗ ಉರುಳುತ್ತ ಕೊಲ್ಕತ್ತಾದಿಂದ ಹೊರಡುವ ದಿನ ಬಂದುಬಿಟ್ಟಿತು. ಆದರೆ ಇನ್ನೊಂದು ಸ್ಥಳ ನೋಡುವುದು ಬಾಕಿಯಿತ್ತು. ಎಲ್ಲರೂ ಒಂದು ದಿನದ ಪ್ರವಾಸಕ್ಕೆಂದು ಬೋಲ್ಪುರ್ ಎಕ್ಸಪ್ರೆಸ್ ರೈಲು ಹತ್ತಿ ಶಾಂತಿನಿಕೇತನಕ್ಕೆ ಹೋದರು. ಅಲ್ಲಿ ಪುಣೆಯಿಂದ ಬಂದಿದ್ದ ಒಂದು ಪ್ರವಾಸಿಗರ ತಂಡ ಸಿಕ್ಕು ಅವರೊಂದಿಗೆ ಜೋಡಿಯಾದರು. ಸಿನ್ನಮಾನಿಗೆ ಅಲ್ಲಿನ ಶಿಲ್ಪಕಲೆ, ಚಿತ್ರಕಲೆ ಬಹಳಾನೆ ಹಿಡಿಸಿತು. ಗೈಡ್ ಹೇಳಿದ್ದೆಲ್ಲವನ್ನೂ ಸಾಧ್ಯವಾದಷ್ಟೂ ಕೇಳಿಸಿಕೊಳ್ಳುತ್ತಿದ್ದ. ಗೈಡು ಟಾಗೋರರು ಎಷ್ಟು ಒಳ್ಳೆ ಬರಹಗಾರರೋ ಅಷ್ಟೇ ಒಳ್ಳೆಯ ದೂರದೃಷ್ಟಿಯ ಚಿತ್ರಕಾರರಾಗಿದ್ದರು ಎಂದು ವರ್ಣಿಸುತ್ತಿದ್ದರು. 'ಟಾಗೋರ್ ಕವಿಯಾಗಿದ್ದರು, ನಾಟಕಕಾರರಾಗಿದ್ದರು, ಹಾಡುಗಾರರಾಗಿದ್ದರು, ಬರಹಗಾರರಾಗಿದ್ದರು, ತತ್ವಜ್ಞಾನಿಯಾಗಿದ್ದರು. ಅವರೊಬ್ಬ ಬಹುಮುಖ ಪ್ರತಿಭೆಯಾಗಿದ್ದರು.'

ಪ್ರವಾಸಿಗಳಲ್ಲಿ ಒಬ್ಬರು 'ಒಂದು ವೇಳೆ ಟಿ–ರೆಕ್ಸ್ ಡೈನಾಸರ್ ಅನ್ನು ಕೊಲ್ಕತ್ತಾನೋ ಪಶ್ಚಿಮ ಬಂಗಾಳದಲ್ಲೋ ಕಂಡುಹಿಡಿದಿದ್ದರೆ ಅದಕ್ಕೆ ಟಾಗೋರೆಸಾರಸ್ ರೆಕ್ಸ್ ಎಂದು ಕರೆಯುತ್ತಿದ್ದರೇನೋ' ಎಂದಾಗ ಪ್ರವಾಸಿಗರಲ್ಲಿ ನಗೆಬುಗ್ಗೆಯೆದ್ದಿತು.

ಗೈಡ್ 'ಓ ಹೌದು, ಭಾರತದಿಂದ ರವೀಂದ್ರನಾಥ್ ಟಾಗೋರ್ ಒಬ್ಬರ ಹೆಸರಿಗೆ ಮಾತ್ರ ಡೈನಾಸರ್ ಪಳೆಯುಳಿಕೆಯ ಹೆಸರನ್ನು ಕೊಡಲಾಗಿದೆ, ಅದರ ಹೆಸರು ಬಾರ್ಪಸಾರಸ್' ಎಂಬ ಮಾಹಿತಿ ನೀಡಿದರು. ಪ್ರವಾಸಿಗರಿಗೆ ಅದನ್ನು ಕೇಳಿ ಬಹಳಾನೇ ಖುಷಿಯಾಯಿತು.

ಬಹುಶಃ ಮುಂದೊಂದಿನ ರೋಶನ್ ಪರಾಂಜಪೆ ಮ್ಯೂಜಿಯಂ ಎಂದು ಬಂದರೂ ಬರಬಹುದು ಅಂದುಕೊಂಡ ಸಿನ್ನಮಾನ್. ಬಹುಶಃ ನಾನೂ ಒಂದಿನ ಫೇಮಸ್ ಆಗ್ತೀನಿ ನನ್ನ ಹೆಸರನ್ನೂ ಒಂದು ಡೈನಾಸರ್ ಪಳೆಯುಳಿಕೆಗೆ ಇಡುತ್ತಾರೆ ಎಂಬ ಕನಸು ಕಂಡ.

ಮಾರನೆ ದಿನ, ಅವನಿಗೆ ಯಾವುದು ಕೇಳಲು ರುಧ್ರ ಭಯಾನಕವಾಗಿತ್ತೋ ಅದೇ ಅದೇ ಕಿವಿಗೆ ಬಿತ್ತು: 'ಸಿನ್ನಮಾನ್, ಬಾ ಇಲ್ಲಿ ಪ್ಯಾಕಿಂಗ್ ಮಾಡಲು ಸಹಾಯ ಮಾಡು.'. ಅವನು ಮಾ ಕರೆದದ್ದನ್ನು ನಿರ್ಲಕ್ಷಿಸಿದ, ಹಾಗೆ ಮಾಡಿದರೆ ವಾಸ್ತವ ಬದಲಾಗಿಬಿಡುವುದೇನೋ ಎಂಬಂತೆ. ಬಾಬಾ ಕಬೋರ್ಡಿನಿಂದ ಬಟ್ಟೆಗಳನ್ನು ತೆಗೆದುಕೊಳ್ಳುತ್ತಿರುವುದು, ಮಾ ಬೆಂಗಾಲಿಯಲ್ಲಿ ಬರೆದಿದ್ದ ಉದ್ದನೆಯ ಪಟ್ಟಿ ಹಿಡಿದು ಮಾರ್ಕೆಟ್ಟಿಗೆ ಹೋದದ್ದು ಇದನ್ನೆಲ್ಲ ನೋಡಿದಾಗ ಪುಣೆಗೆ ಹೋಗುವ ದಿವಸ ಬಂದುಬಿಟ್ಟಿತು ಎಂಬುದು ಮನದಟ್ಟಾಯಿತು. ಅಷ್ಟಕ್ಕೂ ಕೊನೆಯೆಂಬುದು ಇರದ ಯಾವ ಟ್ರಿಪ್ಪೂ ಇಲ್ಲ. ವಾಪಸ್ ಪುಣೆಗೆ ಹೋಗಬೇಕು, ಸ್ಕೂಲಿಗೆ ಹೋಗಬೇಕು, ಫುಟ್‌ಬಾಲು, ಡ್ರಾಯಿಂಗ್ ಕ್ಲಾಸು, ಓಣಮ್ ಕುಟ್ಟಿ, ಮಿಸೆಸ್ ಕೋಡುಬಳೆ. ಎಲ್ಲವೂ ನೆನಪಾಯಿತು.

ತನ್ನ ಮೇಲೆ ತನಗೆ ಗೌರವ ಇರುವ ಯಾವುದೇ ಪ್ರಯಾಣಿಕ ಕೊಲ್ಕತ್ತಾಗೆ ಬಂದು ಏನೆಲ್ಲ ತಗೊಳ್ಳಬಹುದೋ ಅದೆಲ್ಲವನ್ನೂ ಸೇರಿಸಿ ಅವರ ಬ್ಯಾಗುಗಳನ್ನು ಪ್ಯಾಕ್ ಮಾಡಲಾಗಿತ್ತು. ಹೋಮಿಯೋಪತಿ ಔಷಧಿಗಳು, ಪಾಯೇಶ್ ಮತ್ತು ಸಂದೇಶ್‌ಗಳನ್ನು ತಯಾರಿಸಲು ನೋಲೆನ್ ಗುಡ್, ಧಾಕಾಯಿ, ತಾಂಗ್ರಿಲ್ ಸೀರೆಗಳು, ನ್ಯೂ-ಮಾರ್ಕೆಟ್ ಮತ್ತು ಪಾರ್ಕ್ ಸ್ಟ್ರೀಟಿನ ರೆಸ್ಟೋರೆಂಟುಗಳಲ್ಲಿ ಕೊಂಡ ಕೇಕುಗಳು ಪೇಸ್ಟ್ರಿಗಳು, ಕಾಂತಾ ಎಂಬ್ರಾಯ್ಡರಿ ಇರುವ ಬಣ್ಣಬಣ್ಣದ ಕುರ್ತಾಗಳು, ಸಿಹಿ-ಹುಳಿ ಮಿಶ್ರಿತ ಆಮೆರ್ ಟೋಕ್ ಉಪ್ಪಿನಕಾಯಿ ಡಬ್ಬಿಗಳು, ಸೆಣಬಿನ ವಸ್ತುಗಳು, ಬೆಂಗಾಲಿ ಪುಸ್ತಕಗಳು, ಮ್ಯಾಗಜಿನ್‌ಗಳು. ಮಾ ಸಿನ್ನಮಾನಿಗೆ ಆಗಾಗ್ಗೆ ಬೆಂಗಾಲಿ ದಿನಪತ್ರಿಕೆಗಳನ್ನು ಓದಲು ಒತ್ತಾಯಿಸುತ್ತಿದ್ದರು. ಅವನಿಗೆ ಶೀರ್ಷಿಕೆಗಳನ್ನಷ್ಟೇ ಓದಲು ಸಾಧ್ಯವಾಗುತ್ತಿತ್ತು. ಅವರ ಪುಣೆಯ ಫ್ಲೈಟು ಬಾಬಾರ ಇಷ್ಟದಂತೆ

ಸಂಜೆಗಿತ್ತು. 'ಸಂಜೆ ಹೊತ್ತು ಪ್ರಯಾಣಿಸಿದರೆ, ಮನೆ ತಲುಪುತ್ತಿದ್ದ ಕೂಡಲೆ ಮಲಗಿಬಿಡಬಹುದು, ಮುಂಜಾನೆ ಎದ್ದಾಗ ಮನಸು ಉಲ್ಲಾಸದಿಂದಿರುತ್ತೆ, ಸಾಕಷ್ಟು ವಿಶ್ರಾಂತಿ ಸಿಕ್ಕಿರುತ್ತೆ,' ಎನ್ನುತ್ತಿದ್ದರು.

***

ಪುಣೆ ತಲುಪಿದ ನಂತರ ಸಿನ್ನಮಾನ್ ಟ್ರಾಫಿಕ್ ಬೆಳಕಿನಲ್ಲಿ ಬೀದಿ ವ್ಯಾಪಾರಿಗಳು ಅಳಿದುಳಿದ ಸಾಂತಾಕ್ಲಾಸನ ಟೋಪ್ಪಿಗಳನ್ನು, ಬಟ್ಟೆಗಳನ್ನು ಮಾರುವುದು ಕಂಡನು. ಹೊಸ ವರ್ಷದ ರಾತ್ರಿಯ ಸಂಭ್ರಮದ ಕುರಿತಾದ ಜಾಹೀರಾತು ಫಲಕಗಳು ಆಸೆ ಹುಟ್ಟಿಸುತ್ತಿದ್ದವು.

ಪುಣೆಯಲ್ಲಿನ ದೈನಂದಿನ ಜೀವನ ಸಹಜ ಸ್ಥಿತಿಗೆ ಮರಳಿತ್ತು: ಸ್ಕೂಲು, ಫುಟ್ಬಾಲ್ ಕೋಚಿಂಗು, ಬಾಸ್ಕೆಟ್ಬಾಲ್, ಡ್ರಾಯಿಂಗ್ ಕ್ಲಾಸುಗಳು. ಒಂದಿನ ಮದ್ಯಾಹ್ನ ಸಿನ್ನಮಾನ್ ತನ್ನ ಸ್ನೇಹಿತರೊಂದಿಗೆ ಬಾಸ್ಕೆಟ್‌ಬಾಲ್ ಆಡಲು ಮನೆಯ ಬಳಿಯಿರುವ ಕೋರ್ಟಿಗೆ ಹೋದ. ಪಂದ್ಯ ಬಹಳ ಬಿಗಿಯಾಗಿದ್ದು ತಡ ಸಂಜೆಯ ತನಕ ಮುಂದುವರೆಯಿತು.

ಪಂದ್ಯದ ನಡುವೆ ಹರ್ಪ್ರೀತ್ ಸಿನ್ನಮಾನಿನತ್ತ ಬಾಲ್ ಎಸೆದ. ಸಿನ್ನಮಾನಿಗೆ ಬಾಲ್ ಕಾಣಿಸಲಿಲ್ಲ. ಬದಲಾಗಿ ಅದು ತನ್ನ ಬಳಿ ರೊಂಯ್ಯನೇ ಹಾದು ಹೋಗಿದ್ದು ಕೇಳಿಸಿತು. 'ಓಯ್ ಸಿನ್ನಮಾನ್, ಎಲ್ಲಿ ನೋಡ್ತಿದ್ದೀಯ?' ಹರ್ಪ್ರೀತ್ ಕೋಪದಿಂದ ಕೇಳಿದ.

'ಬಾಲ್ ಕಾಣಿಸ್ಲಿಲ್ವಾ?'

ಸಿನ್ನಮಾನ್ 'ಇಲ್ಲಲೇ.' ಗೋಣು ಹಾಕಿದ. ತನ್ನೆಲ್ಲ ದೃಷ್ಟಿ ಚೆಂಡಿನತ್ತಲೇ ಇದ್ದರೂ ಅದ್ಯಾಕೋ ತನ್ನ ಬಳಿ ಎಸೆದಾಗ ಮಾತ್ರ ಕಾಣಿಸಲಿಲ್ಲವೆಂದು ಬೇಕಾದರೆ ಆಣೆ ಮಾಡಿ ಹೇಳ್ತಿದ್ದ.

'ಮತ್ತೆ ಗ್ಯಾನ ಎಲ್ಲಿದೆ?' ಹರ್ಪ್ರೀತ್ ಸಿಟ್ಟಿನಿಂದ ಹೇಳಿದ.

'ಅವನು ಪಲ್ಲಿ ಬಗ್ಗೆ ಯೋಚಿಸ್ತಿರಬೇಕೂ,' ಎಲ್ಲಿಂದಲೋ ಉತ್ತರ ಬಂತು. ಎಲ್ಲರೂ ಪಕಪಕ ನಕ್ಕರು, ಸಿನ್ನಮಾನ್ ಮುಖ ಕೆಂಪಾಯಿತು. ಅವನು ನಿಜಕ್ಕೂ ಪಲ್ಲಿ ಬಗ್ಗೆ ಆಗಾಗ್ಗೆ

ಯೋಚಿಸ್ತಿದ್ದ- ವಿಶೇಷವಾಗಿ ಹಿಂದಿ ಕ್ಲಾಸಿನಲ್ಲಿ, ಪವಾರ್ ಮೇಡಮ್ ಕಾರಿನ ರಿವರ್ಸ್ ಹಾರನ್ನಿನ ತರಹ ಒಂದೇ ಸಮನೆ ಬಡಕೊಳ್ತಿರುವಾಗ. ಆದರೆ ಈಗಿನ ಸ್ಥಿತಿಯಂತೂ ಅದಾಗಿರಲಿಲ್ಲ. ಬಾಸ್ಕೆಟ್‌ಬಾಲ್ ಆಡುವಾಗ ನಿಂತು ಹಗಲು ಕನಸು ಕಾಣುವುದು ಸಾಧ್ಯವೇ ಇಲ್ಲ.

ಆಟ ಮುಗಿದ ನಂತರ ಬಾಬಾ ಅವನೊಂದಿಗೆ ಹೊರಟರು. ಡ್ರೈವ್ ಮಾಡುತ್ತ ಸ್ವಲ್ಪ ಹೊತ್ತು ಸುಮ್ಮನಿದ್ದು ನಂತರ ಮೃದುವಾಗಿ 'ಏನಾಯ್ತು ಸಿನ್ನಮಾನ್?' ಎಂದು ಕೇಳಿದರು.

'ಏನಿಲ್ಲ.'

'ನಿಜಾ?'

'ಹ್ಞೂ, ಏನಾಗಿಲ್ಲ'

'ಏನಾದರೂ ತೊಂದರೆ?'

'ಯಾವ ತೊಂದರೆಯೂ ಇಲ್ಲ.'

'ಬಾಲ್ ಯಾಕೆ ಮಿಸ್ ಮಾಡಿದೆ?'

'ನನಗೆ ಕಾಣಿಸಲಿಲ್ಲ,' ಸಿನ್ನಮಾನ್ ತಡವರಿಸಿ ಹೇಳಿದ.

'ಕಾಣಿಸ್ಲಿಲ್ಲ ಅಂದರೆ?' ಬಾಬಾ ಅನುಮಾನದಿಂದ ಕೇಳಿದರು.

'ಕತ್ತಲೆ ಆದಾಗ.. ಕೆಲವೊಂದು ಸಲ.. ನನಗೆ ನೋಡುವುದು ಕಷ್ಟ ಆಗ್ತಿದೆ,'

'ಯಾವಾಗಿಂದ?'

'ಕೆಲವು ದಿವಸಗಳಿಂದ,' ಎಂದ.

***

ಮಾ ಬಾಬಾ ಸಿನ್ನಮಾನನ್ನು ಕಣ್ಣಿನ ಡಾಕ್ಟರ್ ಜಯಂತ ವಿಚಾರೆ ಅವರ ಕ್ಲಿನಿಕ್ಕಿಗೆ ಕರೆದುಕೊಂಡು ಹೋದರು. ಹೊರಗೆ ರಿಸೆಪ್ಷನ್ ಬಳಿ ಬೆಳೆದಿದ್ದ ಚಪ್ಪಲಿಗಳ ಗೂಡು ವೈದ್ಯರ ಜನಪ್ರಿಯತೆಗೆ ಅದೂ ಯುವ ಪೀಳಿಗೆಯವರ ಮಧ್ಯೆ ಫೇಮಸ್ಸಾಗಿರುವುದಕ್ಕೆ ಸಾಕ್ಷಿಯಾಗಿತ್ತು.

ರಿಸೆಪ್ಷನಿಸ್ಟು ಮುಗುಳು ನಗೆಯನ್ನು ಚೆಲ್ಲಿ ಅವರನ್ನು ಕುಳಿತುಕೊಳ್ಳಲು ಸನ್ನೆ ಮಾಡಿದರು. ಗೋಡೆ ಮೇಲಿದ್ದ ಗೊಂಡಾವಲೇಕರ್ ಮಹಾರಾಜ್ ಫೋಟೋ ಕೆಳಗೆ ಹೋಗಿ ಕುಳಿತರು. ಬಾಬಾ ಸಿನ್ನಮಾನ್ ಕೈಗೆ ಮನೆಯಿಂದ ತಂದಿದ್ದ ಚಂಪಕ್ ಪತ್ರಿಕೆಯನ್ನು ಕೊಟ್ಟು ತಾನು ಬಿಜಿನೆಸ್ ಸ್ಟಾಂಡರ್ಡ್ ಪತ್ರಿಕೆಯೊಳಗೆ ಮುಳುಗಿದರು.

ಸುಮಾರು ಹೊತ್ತು ಕಾದ ಬಳಿಕ, ಅವರಿಗೆ ಕ್ಲಿನಿಕ್ಕಿನ ಒಳಗೆ ಹೋಗಲು ಅನುಮತಿ ಸಿಕ್ಕಿತು. ಒಳಗೆ ಡಾಕ್ಟರ್ ವಿಚಾರೆ ಎದ್ದು ಅವರನ್ನು ಬರಮಾಡಿಕೊಂಡರು.

'ನಿನ್ನನ್ನು ಇಲ್ಲಿ ನೋಡಲು ಆಶ್ಚರ್ಯ ಆಗ್ತಿದೆ ರಿಶಿಕೇಶ್. ನಿನ್ನ ಕೂದಲು ಹೊರತು ಅರಾಮಾಗೇ ಇದ್ದೀಯಲ್ಲಾ,' ವೈದ್ಯರು ಬಾಬಾ ಉದ್ದೇಶಿಸಿ ಛೇಡಿಸಿದರು.

'ನಾನು ಚೆನ್ನಾಗಿದ್ದೇನೆ, ನನ್ನ ಮಗನನ್ನು ತೋರಿಸಲು ಬಂದಿದ್ದೀವಿ. ಸಿನ್ನಮಾನ್, ಡಾಕ್ಟರಿಗೆ ನಿನ್ನ ರಾತ್ರಿ ಹೊತ್ತಿನ ಕಣ್ಣಿನ ತೊಂದರೆಯನ್ನು ತಿಳಿಸು,' ಎಂದರು ಬಾಬಾ.

ಸಿನ್ನಮಾನ್ ಬಾಬಾಗೆ ಹೇಳಿದ್ದನ್ನೇ ಪುನರುಚ್ಚರಿಸಿದ. 'ಕತ್ತಲೆ ಆಗ್ತಿದ್ದಂಗೆ, ಸ್ವಲ್ಪ ಮಾತ್ರ ಕಾಣ್ತದೆ, ಅಸ್ಪಷ್ಟವಾಗಿ.'

ಡಾಕ್ಟರ್ ಗಮನವಿಟ್ಟು ತಮ್ಮ ನೋಟ್ ಪ್ಯಾಡಿನ ಮೇಲೆ ಬರೆದುಕೊಂಡರು. 'ಬೇರೇನಾದರೂ?'

ಸಿನ್ನಮಾನ್ ಸ್ವಲ್ಪ ಹೊತ್ತು ಯೋಚಿಸಿ, 'ಇನ್ನೇನಿಲ್ಲ, ಅಷ್ಟೇ' ಎಂದನು.

ಒಂದಷ್ಟು ತಪಾಸಣೆ ಮತ್ತು ಕೆಲವು ಪ್ರೊಸೀಜರುಗಳ ನಂತರ, ಡಾಕ್ಟರ್ ವಿಚಾರೆ ಇದು ರೆಟಿನೋಲ್ ಡೆಫಿಶಿಯೆನ್ಸಿ ಎಂದು ಗುರುತಿಸಿದರು. ಸಿನ್ನಮಾನಿಗೆ ರೆಟಿನೋಲ್ ಡೆಫಿಶಿಯೆನ್ಸಿ ಇರುವುದು ಕೇಳಿ ಮಾ ಇನ್ನು ಮುಂದೆ ಊಟದಲ್ಲಿ ಸಾಕಷ್ಟು ಕ್ಯಾರೆಟ್ಟುಗಳನ್ನು ಮತ್ತು ಬೀಟಾ-ಕೆರೊಟೀನ್ ಅಂಶದ ತಿನಿಸುಗಳನ್ನು ಸೇರಿಸಬೇಕು ಎಂದು ನಿರ್ಧರಿಸಿದರು. ಸಿನ್ನಮಾನಿಗೆ ಸಡನ್ನಾಗಿ ಇನ್ನು ಮುಂದೆ ತಾನು ಮೀನಿನ ತರಹ ಸದಾ ಕ್ಯಾರೆಟ್ಟು ಅದು ಇದು ಮೇಯ್ಕೊಂಡಿರೋ ಚಿತ್ರಣ ಕಣ್ಣ ಮುಂದೆ ಬಂತು.

ಒಂದಷ್ಟು ಕಾಲ ಎಲ್ಲವೂ ಸರಿಹೋದಂಗೆ ಇತ್ತು. ಸಿನ್ನಮಾನಿನ ಇರುಳಿನ ದೃಷ್ಟಿಯಲ್ಲಿ ಚೇತರಿಕೆ ಕಂಡುಬಂದಿತು. ಅವನು ತನ್ನ ಸ್ನೇಹಿತರೊಂದಿಗೆ ಮಲಗಲು ಹೋಗುವುದು ಡಾರ್ಕ್-ರೂಂ ಆಟ ಆಡುವುದು ಮಾಡಬಹುದಿತ್ತು. ಆದರೆ ದೃಷ್ಟಿಯ

ಸಮಸ್ಯೆ ಮತ್ತೆ ಮತ್ತೆ ಮರುಕಳಿಸುತ್ತಿದ್ದು, ಅವನಿಗೆ ಅದನ್ನು ಹೇಗೆ ಹೇಳಿಕೊಳ್ಳಬೇಕೆಂಬುದು ಗೊತ್ತಾಗುತ್ತಿರಲಿಲ್ಲ.

ಸಿನ್ನಮಾನ್ ತನ್ನ ಸಮಸ್ಯೆಯೊಂದಿಗೆ ಹೊಂದಿಕೊಳ್ಳಲು ಸಾಕಷ್ಟು ಉಪಾಯಗಳನ್ನು ಮಾಡಿದ. ರಾತ್ರಿ ಮಲಗುವಾಗ ಪಕ್ಕದಲ್ಲಿ ಒಂದು ಬಾಟಲ್ ನೀರು ಮತ್ತು ರುಚಿಯಾದ ತಿನಿಸುಗಳನ್ನು ಇಟ್ಟುಕೊಳ್ಳುತ್ತಿದ್ದ. ತನ್ನ ಮಂಚದಿಂದ ಬಾಥ್‌ರೂಮಿಗೆ ಇರುವ ದಾರಿಯನ್ನು ಗಟ್ಟು ಮಾಡಿಕೊಂಡ. ಲೈಟಿನ ಸ್ವಿಚ್ಚು ಎಲ್ಲಿದೆ, ಅಲ್ಲಿಗೆ ಲೈಟಿಲ್ಲದೆ ಹೇಗೆ ಹೋಗಬೇಕು ಎಂಬುದನ್ನೆಲ್ಲ ಮನನ ಮಾಡಿಕೊಂಡ. ತನ್ನ ಮೊಬೈಲ್ ಸದಾ ತನ್ನ ಬಳಿಯಿರುವಂತೆ ನೋಡಿಕೊಳ್ಳುತ್ತಿದ್ದ, ಒಂದು ವೇಳೆ ಕತ್ತಲೆಯಿದ್ದಲ್ಲಿ ಮೊಬೈಲಿನ ಟಾರ್ಚ್ ಬಳಸಲೆಂದು.

ಒಂದು ದಿನ ಅವನು ತನ್ನ ಮನೆಯ ಹತ್ತಿರ ಪಲ್ಲಿಯೊಂದಿಗೆ ಸೈಕಲ್ ತುಳಿಯುತ್ತಿದ್ದ. ಅವರು ಒಂದು ಅಂಗಡಿ ಬಳಿ ನಿಂಬು ಪಾನಿ ಕುಡಿಯಲು ನಿಲ್ಲಿಸಿದರು. ಐಸಿನಲ್ಲಿಟ್ಟಿದ್ದ ಪುಟ್ಟ ಗಾಜಿನ ಬಾಟಲಿಗಳಿಂದ ನಿಂಬು ಪಾನಿ ಕುಡಿಯುತ್ತ

'ಕತ್ತಲೆ ಆಗುತ್ತಿದ್ದಂತೆ ನಿನಗೇನಾಗುತ್ತೆ ಸಿನ್ನಮಾನ್?' ಪಲ್ಲಿ ಕೇಳಿದಳು.

'ನನಗೆ ನೀನು ಕಾಣಿಸಲ್ಲ. ಒಂಥರ ನೀನು ಎದುರಿಗೆ ಇಲ್ಲವೇನೊ ಅನ್ನುವ ಹಾಗೆ. ಒಳ್ಳೆಯದೇ ಅಲ್ವಾ.'

ಪಲ್ಲಿ 'ಆಹಾ ಬಾರಿ' ಎಂದು ಅಣಕಿಸುತ್ತ 'ದೊಡ್ಡ ಮೂರ್ಖ ನೀನು. ನಾನು ಕೇಳಿದ್ದೇ ತಪ್ಪಾಯ್ತು.'

'ಇಲ್ಲಾ. ತಡಿ ಹೇಳ್ತೇನೆ.. ಕತ್ತಲೆ ಆಗ್ತಿದ್ದಂಗೆ ಅದೂ.. ನನಗೆ ಏನೂ ಸ್ಪಷ್ಟವಾಗಿ ಕಾಣಿಸಲ್ಲ. ಒಂಥರ ಸಿನಿಮಾ ಹಾಲಿನ ಕತ್ತಲೆ ತರಹ.'

'ಹುಚ್ಚಾ ಕತ್ತಲೆಯಲ್ಲಿ ಯಾರಿಗೂ ಕಾಣಿಸಲ್ಲ, ಎಲ್ಲರಿಗೂ ಸ್ವಲ್ಪ ಸಮಯ ಬೇಕಾಗತ್ತೆ ನಮ್ಮ ಕಣ್ಣು ಕತ್ತಲೆಗೆ ಹೊಂದಿಕೊಳ್ಳಲು,'

'ಅದು ಹಂಗಲ್ಲ ಪಲ್ಲಿ.. ನನಗೆ ಮಾತ್ರ ಸ್ವಲ್ಪ ಹೊತ್ತಲ್ಲ ಜಾಸ್ತಿ ಸಮಯ ಬೇಕಾಗತ್ತೆ.'

ಬೈಸಿಕಲ್

ಅದೊಂದು ಸೈಕಲ್ ಶೋರೂಂ. ಅಲ್ಲೊಂದು ಕಾರ್ಬನ್ ಫ್ರೇಮಿನ ಗೇರ್ ಸೈಕಲ್. ಅಲಾಯ್ ಫ್ರೇಮ್ ಇತ್ತು. ಕಪ್ಪಗಿತ್ತು, ತೆಳ್ಳಗಿತ್ತು. ಕೆಂಪಗೆ ಹೊಳೆಯುವ ಸ್ಟಿಕ್ಕರುಗಳಿದ್ದವು ಅದರ ಮೇಲೆ.

ಸಿನ್ನಮಾನ್ ಶೋರೂಮಿನ ಗಾಜಿನ ಮೂಲಕ ಆಸೆಯಿಂದ ನೋಡಿದ. ನೋಡ್ತಾ ನೋಡ್ತಾ ತಾನು ತನ್ನ ಫುಟ್‌ಬಾಲ್ ಮತ್ತು ಸ್ಕೂಲ್ ಗೆಳೆಯರೊಂದಿಗೆ ಹೆಂಗೆಲ್ಲಾ ಸೈಕಲ್ ತುಳಿಯುತ್ತೀನಿ ಎಂದು ಕಲ್ಪಿಸಿಕೊಂಡ. ಅವರು ಏನೆಲ್ಲಾ ಪ್ರಶ್ನೆಗಳನ್ನು ಕೇಳಬಹುದು, ಸೈಕಲ್ ಬಗ್ಗೆ! ತನ್ನ ಸಹಪಾಠಿಗಳಲ್ಲಿ ಕೆಲವರು ಅಂತಾರಾಷ್ಟ್ರೀಯ ಜಾಗಗಳಲ್ಲಿ ನಿಂತು ತೆಗೆಸಿಕೊಂಡ ಫೋಟೋಗಳನ್ನು ಪ್ರದರ್ಶನ ಮಾಡಿ ಬೀಗುತ್ತಿದ್ದರು, ಅವರೂ ಸಹ ತನ್ನ ಸೈಕಲನ್ನು ಬೆರಗಿನಿಂದ ನೋಡಬೇಕು ಅಂದುಕೊಂಡ.

'ಬೇಕಾ?' ಶೋರೂಮಿನ ಸಹಾಯಕ ಹೊರಬಂದು ಕೇಳಿದ. 'ಒಳಗೆ ಬರೋಂಗಿದ್ದರೆ ಬಾ. ತುಂಬಾ ಹೊತ್ತು ಅಲ್ಲೇ ನಿಂತು ನೋಡ್ತಿದ್ದೀಯಾ.' ಸಹಾಯಕ ಒಳಗೆ ಬರಲು ಸನ್ನೆ ಮಾಡಿದ. ಸಿನ್ನಮಾನ್ ಒಳಗೆ ಹೋದ. ಪುಣೆಯಲ್ಲಿರುವ ಅತಿ ದೊಡ್ಡ

ಸೈಕಲ್ ಅಂಗಡಿಗಳಲ್ಲಿ ಒಂದು ಅದು. ಎಲ್ಲಾ ವಯಸಿನವರ ಎಲ್ಲಾ ಬಗೆಯ ಸೈಕಲ್ಲುಗಳು ಅಲ್ಲಿದ್ದವು. ಸಣ್ಣ ಗುಲಾಬಿ ಬಣ್ಣದ ಹುಡುಗಿಯರ ಮೂರು ಚಕ್ರದ ಸೈಕಲ್ಲುಗಳಿಂದ ಹಿಡಿದು ಪ್ರೊಫೆಶನಲ್ ಸೈಕ್ಲಿಸ್ಟುಗಳಿಗೆಂದು ಇರುವ ಸ್ಟೈಲಾದ ಇಂಪೋರ್ಟೆಡ್, ಮಲ್ಟಿ ಗೇರಿನ ಸೈಕಲ್ಲುಗಳವರೆಗೆ.

ಅವನು ಸೈಕಲ್ಲಿನ ದರ ಚೀಟಿಯನ್ನು ತಿರುಗಿಸಿ ನೋಡಿದ. ಇಪ್ಪತ್ತೆರಡು ಸಾವಿರ ಎಂದು ಬರೆದಿತ್ತು. ಕಡಿಮೆ ಬೆಲೆ ಇರಲ್ಲ ಎಂದು ಗೊತ್ತಿತ್ತು. ಆದರೆ ಇಷ್ಟೊಂದು ಬೆಲೆ ಎಂದು ಊಹಿಸಿರಲಿಲ್ಲ ಅವನು. ಅಂಗಡಿಯ ಮಾಲೀಕ ಕಾಲುಚೀಲಗಳನ್ನು ಹಾಕಿಕೊಂಡು ಸದ್ದಿಲ್ಲದಂತೆ ಅತ್ತಿತ್ತ ಅಡ್ಡಾಡುತ್ತಿದ್ದ ಸಿನ್ನಮಾನನ್ನು ಮೇಲಿಂದ ಕೆಳಗೆ ನೋಡಿದ. ಅವನ ಮುಖದ ಮೇಲೆ ನಗೆ ಹರಡಿತು. 'ಬೇಟಾ, ಖಂಡಿತ ಈ ರೇಟಿನ ಮೇಲೆ ರಿಯಾಯಿತಿ ಕೊಡಬಲ್ಲೆವು. ನೀನು ಯಾಕೆ ಹೋಗಿ ಅಪ್ಪ-ಅಮ್ಮನಿಗೆ ತಿಳಿಸಬಾರದು? ತಗೋ ನನ್ನ ನಂಬರ್.' ಎಂದು ತನ್ನ ಹೆಸರು ಮತ್ತು ಮೊಬೈಲ್ ಸಂಖ್ಯೆಯನ್ನು ಒಂದು ಬಿಸಿನೆಸ್ ಕಾರ್ಡಿನ ಮೇಲೆ ಬರೆದುಕೊಟ್ಟ. ಸಿನ್ನಮಾನ್ ತಕ್ಷಣ ಹೆಸರೇನೆಂದು ಓದಿದ– ರಿಶಬ್ ಜಗ್ತಿಯಾನಿ. ಓದಿ ಜೇಬಿಗೆ ಇಳಿಸಿಕೊಂಡ.

'ನಿನ್ನ ಅಪ್ಪ ಅಮ್ಮನಿಗೆ ತೋರಿಸಲು ಸೈಕಲ್ಲಿನ ಒಂದು ಫೋಟೋ ತಗೊ. ಬಹುಶಃ ನಿನ್ನ ಹುಟ್ಟುಹಬ್ಬಕ್ಕೆ ಉಡುಗೊರೆಯಾಗಿ ಸಿಗಬಹುದು' ಮಿಸ್ಟರ್ ಜಗ್ತಿಯಾನಿ ಮರಾಠಿಯಲ್ಲಿ ಸೇರಿಸಿದ. ಸಿನ್ನಮಾನ್ ಹತ್ತಾರು ಫೋಟೋಗಳನ್ನು ಕ್ಲಿಕ್ಕಿಸಿಕೊಂಡು ಮನೆ ಕಡೆ ಓಡಿದ.

ಮನೆಗೆ ಹೋದ ಕೂಡಲೆ ಬಾಬಾಗೆ 'ಬಾಬಾ ಈ ಸೈಕಲ್ ನೋಡಿ!' ಎಂದು ತೋರಿಸಿದ.

ಬಾಬಾ ಕನ್ನಡಕ ಸರಿ ಮಾಡಿಕೊಂಡು ಹತ್ತಿರದಿಂದ ನೋಡಿದರು. 'ಏನು ನನಗೋಸ್ಕರ ಸೈಕಲ್ ತಗೊಳ್ತಿದೀಯಾ ಸಿನ್ನಮಾನ್? ಆಹಾ ಎಷ್ಟು ಕಾಳಜಿ ಇಟ್ಕೊಂಡಿದೀಯ ನನ್ನ ಮೇಲೆ. ಆದರೆ ನಾನು ಪ್ರತಿದಿನ ಆಫೀಸಿಗೆ ಹೋಗಲ್ವಲ್ಲಾ. ನನಗಿಂತ ನಿನಗೆ ಬೇಕಿದೆ ಅನ್ಸುತ್ತೆ.' ಎಂದು ಛೇಡಿಸಿದರು.

'ಬಾಬಾ, ಇದು ನಂಗೆ ಹುಟ್ಟುಹಬ್ಬಕ್ಕೆ ಬೇಕು.' ಎಂದ ಸಿನ್ನಮಾನ್.

'ನೋಡ್ತೀನಿ. ಎಲ್ಲಿಗೆ ಹೋಗಿದ್ದೆ? ಆ ಜಾಗ್ತಿಯಾನಿ ಕ್ಲಾಸಿಕ್ ಸೈಕಲ್ ಶೋರೂಮಿಗಾ?'

'ನಿಮಗೆ ಹೆಂಗೆ ಗೊತ್ತಾಯ್ತು?'

'ನನಗೆಲ್ಲ ಗೊತ್ತಾಗತ್ತೆ ಸಿನ್ನಮಾನ್. ನೋಡಣ ಬಿಡು. ಈಗ ಸ್ವಲ್ಪ ಮಿಸ್ಟರ್ ಸೆನ್ಸೆಕ್ಸು ಮಿಸೆಸ್ ನಿಫ್ಟಿ ಕಡೆ ಗಮನ ಕೊಡಲು ಬಿಡು.' ಎಂದರು. ಸಿನ್ನಮಾನಿಗೆ ಆದಷ್ಟು ಬೇಗ ಸೈಕಲ್ ಸಿಗಲಿದೆ ಎಂಬುದು ಖಚಿತವಾಯಿತು.

***

ಮಾರನೆ ದಿವಸ ಶಾಲೆಯಲ್ಲಿ ಸಿನ್ನಮಾನ್ ಮಧ್ಯಾಹ್ನದ ಊಟದ ಡಬ್ಬಿಯನ್ನು ಓಣಮ್ ಕುಟ್ಟಿ ಜೊತೆ ಬದಲಾಯಿಸಿಕೊಂಡ. ಅದದೇ ಪಾಲಕ್ ಪನ್ನೀರು ರೋಟಿಗಳ ಬದಲಿಗೆ ಕರಿ ಕರಿ ಅನ್ನುವ ಅಪ್ಪಂ ಮತ್ತು ಸ್ಟಿವ್ ಸಿಕ್ಕಿದ್ದು ಒಳ್ಳೆಯ ವ್ಯವಹಾರ ಅಂದುಕೊಂಡ. 'ಹೆಸರಿಗಷ್ಟೆ ಪಾಲಕ್ ಪನೀರ್. ಅದ್ರಲ್ಲಿ ಬರಿ ಪಾಲಕ್ಕೇ ತುಂಬ್ಕೊಂಡಿದೆ' ಎಂದು ಗೊಣಗಿಕೊಂಡ. 'ನಂಗೆ ಪಾಲಕ್ ಪನೀರ್ ಅಂದ ತಕ್ಷಣ ಎಷ್ಟು ಖುಷಿಯಾಗಿತ್ತು, ಆದರೆ ಅದರಲ್ಲಿ ಪನೀರೇ ಇಲ್ಲ. ತುಂಬಾ ಮೋಸ. ನಿಂಗಿಷ್ಟ ಆಯ್ತಾ?' ಎಂದು ಓಣಮ್ ಕುಟ್ಟಿಯನ್ನು ಕೇಳಿದ.

ಅವನಿಗೆ ಓಣಮ್ ಕುಟ್ಟಿ ರೋಟಿಗಳನ್ನು ಪಾಲಕ್ಕಿನೊಂದಿಗೆ ಅದ್ದಿಕೊಂಡು ಆನಂದಿಸುತ್ತಿರುವುದು ಆಶ್ಚರ್ಯ ಉಂಟುಮಾಡಿತು.

'ತುಂಬಾ ರುಚಿಯಾಗಿದೆ. ನಿಮ್ಮಮ್ಮ ತುಂಬಾ ಚನ್ನಾಗಿ ಅಡುಗೆ ಮಾಡ್ತಾರೆ. ನನಗೆ ದಿನಾ ಅನ್ನ ತಿಂದು ತಿಂದು ಬೇಜಾರಾಗಿತ್ತು' ಎಂದ ಓಣಮ್.

'ಏನೋಪ್ಪ. ಹೋಗಲಿ ಇನ್ನೊಂದ್ ಗೊತ್ತಾ?'
'ಏನು?'

'ನಂಗೆ ಹೊಸ ಸೈಕಲ್ ಬರ್ತಿದೆ,' ಸಿನ್ನಮಾನ್ ಹೆಮ್ಮೆಯಿಂದ ಫೋನಿನಲ್ಲಿದ್ದ ಫೋಟೋಗಳನ್ನು ತೋರಿಸಿದ. ಕುಟ್ಟಿ ಮೊಗದಲ್ಲಿ ಹುಬ್ಬುಗಳು ಹಾರುತ್ತಿರುವುದು ಕಂಡು ಖುಷಿಯಾಯ್ತು ಅವನಿಗೆ.

'ಸೈಕಲ್ ತುಂಬಾ ಚನ್ನಾಗಿದೆ ಕಣೋ.'

'ಬರೀ ಚನ್ನಾಗಿರೋದಲ್ಲ, ಅದೊಂಥರ ಅದ್ಭುತ ಸೈಕಲ್ ಕುಟ್ಟೀ' ಎಂದ ಸಿನ್ನಮಾನ್. ಕುಟ್ಟಿ ನಕ್ಕ.

‘ದುಬೈನಲ್ಲಿರೋ ನಮ್ಮ ಸಂಬಂಧಿಕರ ಹತ್ತಿರ ಇದೇ ತರಹದ ಸೈಕಲ್ ಇದೆ. ಅದಿರಲಿ ನಂಗೆ ಯಾವಾಗ ಅದರ ಮೇಲೆ ಕೂತ್ಕೊಳೊ ಅವಕಾಶ ಸಿಗೋದು?’

‘ನಿನಗಾ? ನೀನಿನ್ನೂ ಉದ್ದ ಬೆಳೀಬೇಕು, ಆಮೇಲಷ್ಟೇ ಸೈಕಲ್ ಓಡಿಸಬಹುದು. ಇವಾಗ ಕೂತರೆ ನಿನ್ನ ಕಾಲಿಗೆ ಪೆಡಲು ಸಿಗಲ್ಲ’

‘ದಡ್ಡಾ ನಾನೆಲ್ಲಿ ಸೈಕಲ್ ಓಡಿಸ್ತೀನಿ ಅಂದೆ? ನೀನು ಓಡಿಸೋದು ನಾನು ಹಿಂದೆ ಕೂತು ಯಾವ ಕಡೆ ಹೋಗಬೇಕು ಅಂತ ಹೇಳೋದು’ ಓಣಮ್ ಕುಟ್ಟಿ ಸಿನ್ನಮಾನಿನ ತಲೆಗೆ ಒಂದು ಮೊಟಕಿದ.

‘ಈ ಸೈಕಲ್ಲಿಗೆ ನಿನ್ನ ತೂಕ ಹೊತ್ಕೊಳೋಕೆ ಆಗಲ್ಲ ಆಯ್ತ. ಅದು ನನ್ನಂತೋರಿಗಷ್ಟೆ ಇರೋದು, ಮರಿ ಆನೆಗಳಿಗಲ್ಲ.’

‘ಹೌದೌದು, ಪಲ್ಲವಿ ಮಾತ್ರ ಬಹಳಾ ಸಣ್ಣ ಇದಾಳೆ.’

***

ಮುಂದಿನ ಮೂರ್ನಾಲ್ಕು ತಿಂಗಳುಗಳಲ್ಲಿ ಘೋಶಾಲ್ ಮನೆಯಲ್ಲಿ ಬಹಳಷ್ಟು ಬದಲಾವಣೆಗಳಾದವು. ಬಾಬಾ ಮಾ ಸಮಯಕ್ಕೆ ಸರಿಯಾಗಿ ತಿನ್ನುತ್ತಿರಲಿಲ್ಲ. ಡೆಲಿವರಿ ಬಾಯ್‌ಗಳು ತಮ್ಮ ಕಂದು ಬಣ್ಣದ ಪಾಕೆಟ್ಟುಗಳೊಂದಿಗೆ ಮನೆಗೆ ಬರ್ತಿರಲಿಲ್ಲ. ಬಾಬಾ ಪುಣೆ ಬಿಟ್ಟು ಹೊರಗೆ ಹೋಗಿಯೇ ಇರಲಿಲ್ಲ. ಲೈಟು ಸ್ವಿಚ್ ಆಫ್ ಮಾಡಬೇಕೆಂದು ಸಿಡಿಮಿಡಿಕೊಳ್ಳುತ್ತಿದ್ದರು.

ಇದೆಲ್ಲ ಎಲ್ಲಿಗೆ ಹೋಗ್ತಿದೆ ಎಂದು ಸಿನ್ನಮಾನಿಗೆ ಖೇದವಾಯಿತು. ಅವನ ಹದಿಮೂರನೆಯ ಹುಟ್ಟಿದ ಹಬ್ಬ ಜೂನಿನಲ್ಲಿತ್ತು. ಆ ವರ್ಷದ ಸ್ಕೂಲು ಮುಗಿಯುವುದರಲ್ಲಿತ್ತು. ಅವನಿಗೆ ಆದಷ್ಟು ಬೇಗ ಬೇಸಿಗೆ ರಜೆಗೂ ಮುನ್ನ ತನ್ನ ಹುಟ್ಟಿದ ಹಬ್ಬದ ಉಡುಗೊರೆಯ ಬಗ್ಗೆ ಖಚಿತಪಡಿಸಿಕೊಳ್ಳಬೇಕಿತ್ತು.

‘ಮಾ, ನನ್ನ ಹುಟ್ಟಿದ ಹಬ್ಬಕ್ಕೆ ಸೈಕಲ್ ಕೊಡಿಸ್ತಿದ್ದೀಯ ತಾನೆ?’ ತಿಂಡಿ ತಿನ್ನುತ್ತ ಕೇಳಿದ.

‘ಈ ಸಲ ಕಷ್ಟ ಇದೆ ಸಿನ್ನಮಾನ್’

‘ಆದರೆ ಮಾ...’

ಮಾ ಮುಖವನ್ನು ಆ ಕಡೆ ತಿರುಗಿಸಿದರು.

'ಇಲ್ಲ ಅಂದರೆ ಇಲ್ಲ ಅಷ್ಟೇ. ಈಗ ನಿನಗೆ ಹೊಸ ಸೈಕಲ್ ಕೊಡಿಸಲು ಆಗಲ್ಲ. ಮುಂದಿನ ವರ್ಷ ಕೊಡಿಸ್ತೇವೆ.'

'ಆದರೆ ಸ್ಕೂಲಲ್ಲಿ ಎಲ್ಲರತ್ರಾನೂ ಹೊಸ ಸೈಕಲ್ ಇದೆ'

'ಈ ವರ್ಷ ಆಗೋದಿಲ್ಲ. ದಯವಿಟ್ಟು ಅರ್ಥ ಮಾಡಿಕೊ'

ಸ್ವಲ್ಪ ದಿವಸಗಳ ನಂತರ ಸಿನ್ನಮಾನ್ ಪುನಃ ವಿಷಯವನ್ನು ಎತ್ತಿದ. 'ಮಾ, ಯಾಕೆ ಈ ವರ್ಷ ಸೈಕಲ್ ಕೊಡಿಸಲ್ಲ?'

ಮಾ ಅವನನ್ನು ಒಂದು ಕಡೆ ಕೂರಿಸಿ, ಅವನ ತಲೆ ನೇವರಿಸುತ್ತಾ 'ಈ ವರ್ಷ ನಮಗೆ ಹಣದ್ದು ತುಂಬಾ ತೊಂದರೆ ಆಗಿದೆ ಪುಟ್ಟಾ. ನಮ್ಮ ಕಂಪನಿಯಲ್ಲಿ ಕಾಸ್ಟ್ ಕಟಿಂಗ್ ಮಾಡ್ತಿದ್ದಾರೆ. ಅನೇಕರನ್ನು ಕೆಲಸದಿಂದ ತೆಗೆದಿದ್ದಾರೆ. ನಿನ್ನ ಬಾಬಾಗೂ ಇತ್ತೀಚೆಗೆ ಹೆಚ್ಚು ಪ್ರಾಜೆಕ್ಟುಗಳು ಸಿಗ್ತಿಲ್ಲ. ಈ ವರ್ಷ ಪ್ರವಾಸಕ್ಕೆಂದು ವಿದೇಶಕ್ಕೆ ಹೋಗೋದಿತ್ತಲ್ಲ, ಅದನ್ನೂ ಕ್ಯಾನ್ಸಲ್ ಮಾಡಿದ್ದೇವೆ. ಕಾರಿನದು ಫ್ಲಾಟಿನದ್ದು ಸಾಲ ಇದೆ,' ಎಂದರು.

ಸಿನ್ನಮಾನ್ ರೇಗಿದ– 'ನಂಗೆ ಸೈಕಲ್ ಬೇಕು ಅಷ್ಟೇ,'

'ಆಗಲ್ಲ'

'ನಂಗೆ ಸೈಕಲ್ ಬೇಕು, ಹೊಸ ಸೈಕಲ್ ಬೇಕೂ', ಎಂದು ಕೂಗುತ್ತ ಸಿನ್ನಮಾನ್ ಬಾಬಾ ಬಳಿ ಓಡಿದ. ಬಾಬಾ ಸಹ ಅಗಲ್ಲವೆಂದು ತಲೆ ಅಲ್ಲಾಡಿಸಿದರು. 'ನೀವು ನಂಗೆ ಏನನ್ನೂ ಕೊಡಿಸಲ್ಲ, ಇದು ಅನ್ಯಾಯ!' ಎಂದು ಕಿರುಚುತ್ತ ಸಿನ್ನಮಾನ್ ರೂಮಿಗೆ ಹೋಗಿ ಜೋರಾಗಿ ಬಾಗಿಲೆಳೆದುಕೊಂಡ.

***

ಮಾರನೆ ದಿನ ಶಾಲೆ ಬಿಟ್ಟ ನಂತರ ಸಿನ್ನಮಾನ್ ಮತ್ತು ಪಲ್ಲಿ ಸ್ಕೂಲಿನ ಗೇಟಿನ ಬಳಿ ಬಾಬಾಗಾಗಿ ಕಾಯುತ್ತಿದ್ದರು. ಸ್ವಲ್ಪ ದೂರದಲ್ಲಿ ಸುಂದರ್ ಮೊಬೈಲ್ ಗೇಮ್ ಆಡುತ್ತಿರುವವನಂತೆ ನಟಿಸುತ್ತ ನಿಂತಿದ್ದನು. ಇವರ ಮಾತುಗಳನ್ನು ಕದ್ದು ಆಲಿಸುತ್ತಿದ್ದನು.

ಸಿನ್ನಮಾನಿಗೆ ತನ್ನ ಬೆನ್ನ ಮೇಲೆ ಕೈಹಾಕಿ ಗೋಳಾಡಲು ಒಬ್ಬರಾದರೂ ಸಿಗಲಿ ಎಂದು ಪಲ್ಲಿಗೆ 'ಯಾರ್ (ಗೆಳತೀ) ಪಲ್ಲೀ, ಮಾ ಬಾಬಾ ನಂಗೆ ಸೈಕಲ್ ಕೊಡಿಸ್ತೀವೆಂದು ಪ್ರಾಮಿಸ್ ಮಾಡಿದ್ದರು. ನಾನು ಆಸೆಯಿಂದ ಕಾಯ್ತಿದ್ದೆ.

ಅವರು ಈಗ ಈ ವರ್ಷ ಆಗಲ್ಲ ಅಂತಿದಾರೆ. ಬೇಜಾರಾಗ್ತಿದೆ. ಪ್ರಾಮಿಸ್ ಮಾಡಿದ್ದರು. ತುಂಬಾ ನೋವಾಗ್ತಿದೆ. ಇನ್ನೂ ಒಂದು ವರ್ಷ ಕಾಯಬೇಕು.'

'ಲೇ ಲಂಬೂ, ಅವರು ಯಾವಾಗ ನಿನಗೆ ಪ್ರಾಮಿಸ್ ಮಾಡಿದ್ರೋ?'

ಪಲ್ಲಿ ಉತ್ತರ ಅವನಿಗೆ ಅನಿರೀಕ್ಷಿತವಾಗಿತ್ತು. 'ಹೋದ ವರ್ಷ ಕಣೇ. ನೋಡೋಣ ಅಂದಿದ್ದರು. ನೋಡೋಣ ಅಂದರೆ ಕೊಡಿಸ್ತೀವಿ ಅಂತಲೇ ಅಲ್ವಾ'

ಪಲ್ಲಿ ಇಲ್ಲವೆಂದು ತಲೆ ಅಲ್ಲಾಡಿಸಿದಳು. 'ಅವರು ಪ್ರಾಮಿಸ್ ಮಾಡಿರಲಿಲ್ಲ. ನೀನೇ ಕೊಡಿಸಿಬಿಡ್ತಾರೆ ಅಂದ್ಕೊಂಡು ಎಲ್ಲರಿಗೂ ಹೇಳಿಕೊಂಡು ಬಂದೆ. ಅಪ್ಪ ಅಮ್ಮ ಅಂದರೆ ಹಾಗೇನೆ. ಮಾಡೋಣ ಅಂದಿರ್ತಾರೆ ಆದರೆ ಮಾಡಲ್ಲ. ಕೈಗೆ ಸಿಗುವ ತನಕ ಏನನ್ನೂ ಯಾರ ಬಳಿಯೂ ಹೇಳಿಕೊಳ್ಳಬೇಡ ಆಯ್ತ'

ಕದ್ದು ಆಲಿಸುತ್ತಿದ್ದ ಸುಂದರ್ 'ಸಿನ್ನಮಾನ್, ನಿಮ್ಮಪ್ಪ ಅಮ್ಮ ನಿನಗೆ ಸೈಕಲ್ ಕೊಡಿಸ್ತಿಲ್ಲ ಅಲ್ವಾ?'

ಸಿನ್ನಮಾನ್ ಸಾಮಾನ್ಯವಾಗಿ ಸುಂದರ್‌ನಿಂದ ದೂರ ಇರುತ್ತಿದ್ದ. ಈಗ ಉತ್ತರಿಸಿದೆ ವಿಧಿ ಇರಲಿಲ್ಲ. 'ಹೌದು. ಅಂದ್ರೇ ಇಲ್ಲಾ. ಕೊಡಿಸ್ತಿಲ್ಲಾ.'

ಸುಂದರ್ ವಿಕಟ ನಗೆಯನ್ನು ಬೀರಿದ. 'ಅವರು ನಿಂಗೆಲ್ಲ ಅಷ್ಟು ದುಬಾರಿ ಸೈಕಲ್ ಕೊಡಿಸಲ್ಲೋ.'

'ಯಾಕೆ?'

'ಯಾಕಂದರೆ ನೀನು ದತ್ತು ತಗೊಂಡಿರೋನು ಅಲ್ವಾ ಅದಕ್ಕೆ'

ಸಿನ್ನಮಾನ್ ಕೈಯನ್ನು ಮುಷ್ಠಿ ಮಾಡಿಕೊಂಡು ಸುಂದರ್ ಕಡೆ ನುಗ್ಗಿದ. ಸುಂದರನಿಗೆ ಅವನ ಮುಷ್ಠಿಯ ಶಕ್ತಿ ಗೊತ್ತಿದ್ದರಿಂದ ತಕ್ಷಣ ಹಿಂದೆ ಸರಿದ. ಸ್ವಲ್ಪ ದೂರ ಹೋಗಿ 'ಅವರನ್ನೇ ಕೇಳ್ಕೋ ಲಂಬೂ. ಗೊತ್ತಾಗುತ್ತೆ. ನೀನು ದತ್ತು ಮಗ ಅಷ್ಟೇ. ನೀನು ಅವರಿಗೆ ನಿಜವಾದ ಮಗ ಅಲ್ಲವೇ ಅಲ್ಲಾ' ಎಂದು ಕೂಗಿಕೊಂಡ.

ಪಲ್ಲಿ ಸಿನ್ನಮಾನನ್ನು ಹಿಂದೆ ಎಳೆದು 'ತಲೆಕೆಡಿಸಿಕೊಳ್ಳಬೇಡ, ಅವನೊಬ್ಬ ಹುಚ್ಚ' ಎಂದಳು. ಸಿನ್ನಮಾನ್ ಸಿಟ್ಟಿನಿಂದ ತಲೆ ಅತ್ತಿತ್ತ ಆಡಿಸಿದ.

***

ಮುಂದಿನ ಕೆಲವು ದಿವಸಗಳು ಸಿನ್ನಮಾನಿನ ಕಿವಿಯಲ್ಲಿ ಚಪ್ಪಲಿಗೆ ಸಿಕ್ಕಿಕೊಂಡ ಮರಳಿನ ಕಣದಂತೆ ಸುಂದರ್ ಅಂದದ್ದು ಕೊರೆಯುತ್ತಿತ್ತು. 'ನೀನು ದತ್ತು ಮಗಾ. ಅದಕ್ಕೇ ಅವರು ನಿನಗೆ ಸೈಕಲ್ ಕೊಡಿಸಿಲ್ಲಾ'.

ಅವನಿಗೆ ತಡೆದುಕೊಳ್ಳಲಾಗಲಿಲ್ಲ. ಒಂದು ಸಂಜೆ ಮಾ ಬಾಬಾ ಕುಳಿತಿದ್ದ ರೂಮಿಗೆ ನುಗ್ಗಿದ. ಬಾಬಾ ಕಿಶೋರಿ ಅಮೋಂಕರ್ ಹಾಡುಗಳನ್ನು ಕೇಳಿಸಿಕೊಳ್ಳುತ್ತ ತಲೆದೂಗುತ್ತಿದ್ದರು. ಮಾ ಬೆಂಗಾಲಿ ಸಾಹಿತ್ಯ ಪತ್ರಿಕೆಯೊಂದರಲ್ಲಿ ಮುಳುಗಿದ್ದರು.

'ಬಾಬಾ, ನನ್ನ ಹೊಸ ಸೈಕಲ್ ಯಾವಾಗ ಸಿಗುತ್ತೆ?'

ಬಾಬಾ ತಲೆಯೆತ್ತಿ ಶಾಂತಿಯಿಂದ 'ಆಗಲೇ ಹೇಳಿದ್ದೆವಲ್ಲ, ಈ ವರ್ಷ ಹಣಕಾಸಿನ ತೊಂದರೆಯಿದೆ ಕೊಡಿಸಲು ಆಗಲ್ಲ ಅಂತ. ಮುಂದಿನ ವರ್ಷ ನೋಡೋಣ. ಪ್ರಾಮಿಸ್'

'ಅದು ನಿಜವಾದ ಕಾರಣ ಅಲ್ಲ ಅಲ್ವಾ?'

ಬಾಬಾ ತಿರುಗಿದರು.

ನಿಜ ಏನೆಂದರೆ ನಾನು ದತ್ತು ಮಗ. ಅದಕ್ಕೇ ನೀವು ನನಗೆ ಸೈಕಲ್ ಕೊಡಿಸಲ್ಲ. ಅದೇ ನಿಜವಾದ ಕಾರಣ' ಅವನಿಗೆ ಇದನ್ನೆಲ್ಲ ಹೇಳುವುದು ಕಷ್ಟವಾಗುತ್ತಿತ್ತು. ಆದರೆ ಸಮಯ ಮೀರಿತ್ತು, ಹೇಳಿಯಾಗಿತ್ತು.

ಮಾ ಬಾಯಿ ತೆರೆದು ಎದ್ದು ನಿಂತರು. ಬಾಬಾಗೂ ಅಘಾತವಾಗಿತ್ತು. ಸಿನ್ನಮಾನಿಗೆ ಯಾಕೆ ಇವರಿಬ್ಬರೂ ಸುಮ್ಮನಿದ್ದಾರೆ ಅನಿಸಿತು. 'ಅದೇ ನಿಜ. ನಾನು ದತ್ತು ಮಗ ಆಗಿರೋದರಿಂದ ನೀವು ನನಗೆ ಏನನ್ನೂ ಕೊಡಿಸಲ್ಲ', ಇನ್ನೊಂದು ಸಲ ಹೇಳಿದ. ಹಾಗೆ ಹೇಳಿ ತನ್ನ ರೂಮಿಗೆ ಓಡಿ ದಿಂಬಿಗೆ ಮುಖ ಕೊಟ್ಟು ದಿಂಬು ಒದ್ದೆಯಾಗುವವರೆಗೆ ಅತ್ತ. ಬಾಗಿಲನ್ನು ಎಳೆದುಕೊಂಡು ಚಿಲಕ ಹಾಕಿದ. ಎಷ್ಟು ತಟ್ಟಿದರೂ ತೆಗೆಯಲಿಲ್ಲ. ಕಣ್ಣೀರು ಖಾಲಿಯಾದ ನಂತರ ತನ್ನ ಡೆಸ್ಕಿಗೆ ಮರಳಿ ಹೊರಗೆ ಗುಲ್ಮೊಹರ್ ಮರದ ಮೇಲಿನ ಗುಬ್ಬಚ್ಚಿಗಳನ್ನು ದಿಟ್ಟಿಸಿದ. ಎದುರಿಗೆ ಚಿತ್ರ ಬಿಡಿಸುವ ಪುಸ್ತಕವಿತ್ತು. ಬೇರೆ ದಿನವಾಗಿದ್ದಲ್ಲಿ ಅದನ್ನು ತೆರೆದು ಪಕ್ಷಿಗಳ ಚಿತ್ರ ಬಿಡಿಸುತ್ತಿದ್ದ. ಇವತ್ತು ಅದು ಮುಚ್ಚಿಟ್ಟಂತೆಯೇ ಇತ್ತು.

'ನಾನು ನನ್ನ ಹೆತ್ತ ತಂದೆತಾಯಿ ಜೊತೆಗೆ ಇದ್ದಿದ್ದರೆ ನನಗೆ ಬೇಕಿದ್ದೆಲ್ಲ ಸಿಗುತ್ತಿತ್ತು. ಅವರು ನನಗೋಸ್ಕರ ಸಮಯ ಕಳೀತಿದ್ದರು. ಪ್ರೀತಿಯ ಸುರಿಮಳೆಗೈಯುತಿದ್ದರು. ಗೇರ್ ಸೈಕಲ್ಲು, ಚಾಕಲೇಟು, ಬಟ್ಟೆ ಇನ್ನೂ ಏನೇನೊ ಕೊಡಿಸುತ್ತಿದ್ದರು. ನನ್ನನ್ನು ಬೈಯುತ್ತಿರಲಿಲ್ಲ. ಉದ್ದ ಕೂದಲು ಬಿಟ್ಟರೆ ಬೇಡ ಅಂತಿರಲಿಲ್ಲ. ಮನೆ ಕೆಲಸ ಮಾಡಿಸ್ತಿರಲಿಲ್ಲ. ಎಲ್ಲಕ್ಕಿಂತ ಹೆಚ್ಚಾಗಿ ಅವರು ನನ್ನ ಥರಾನೇ ಕಾಣಿಸ್ತಿದ್ದರು. ಯಾರೂ ನನ್ನನ್ನು ನೀನು ನೋಡಲು ನಿಮ್ಮಪ್ಪನ ಥರ ಇಲ್ಲ ಎಂದು ಮೂದಲಿಸ್ತಿರಲಿಲ್ಲ..' ಎಂದು ಅವನ ದುಃಖಕ್ಕೆ ಕೊನೆಯಿರಲಿಲ್ಲ.

***

ದಿನಗಳು ಉರುಳಿದಂತೆ ಸಿನ್ನಮಾನ್ ಮಂಕಾದ. ತಾನು ದತ್ತು ತಗೊಂಡ ಮಗ ಎನ್ನುವುದು ಅವನ ತಲೆಯಿಂದ ಹೋಗಲೇ ಇಲ್ಲ. ಯಾರಿಗೂ ಬೇಡದವ ಅನ್ನಿಸುತ್ತಿತ್ತು. ನಾನು ಈ ಕುಟುಂಬಕ್ಕೆ ಸೇರಿದವನಲ್ಲ, ಈ ಜನ ನನ್ನವರಲ್ಲ. ಇವರೆಲ್ಲ ಹೊರಗಿನವರು. ನನ್ನ ತಂದೆತಾಯಿ ನನ್ನನ್ನು ಬಿಟ್ಟು ಹೋಗಿದ್ದಾರೆ. ನಾನೊಬ್ಬ ಅನಾಥ, ನನ್ನಲ್ಲಿ ಏನೋ ಸಮಸ್ಯೆ ಇರಬಹುದು ಹಾಗಾಗಿಯೇ ನನ್ನನ್ನು ಬಿಟ್ಟಿದ್ದಾರೆ. ನನ್ನ ಹೆತ್ತವರು ನನ್ನನ್ನು ಇಷ್ಟಪಡಲ್ಲ. ನನ್ನ ದತ್ತು ತಗೊಂಡವರೂ ನನ್ನ ಇಷ್ಟಪಡಲ್ಲ ಎಂಬ ಆಲೋಚನೆಗಳು ಅವನ ಮನಸೊಳಗೆ ಕೊರೆಯುತ್ತಿದ್ದವು.

ತನ್ನ ನಿಜ ತಂದೆತಾಯಿ ಹೇಗಿದ್ದಿರಬಹುದು ಎಂದು ಕಲ್ಪಿಸಿಕೊಳ್ಳಲು ಪ್ರಯತ್ನಿಸಿದರೆ ಎಲ್ಲವೂ ಕತ್ತಲೆಮಯ. ಮಾ ಬಾಬಾ ಅವನಿಗೆ ಸಹಾಯ ಮಾಡಲಾಗಲಿಲ್ಲ, ಅವರ ಬಳಿ ಅವನ ಹೆತ್ತವರ ಫೋಟೋಗಳು ಇರಲಿಲ್ಲ.

ಅವನೀಗ ಜಪಾನಿನ ಭೂಕಂಪ, ಶ್ರೀಲಂಕಾದ ಸುನಾಮಿ, ಥೈಲ್ಯಾಂಡಿನ ಪ್ರವಾಹಗಳ ಸುದ್ದಿ ಕೇಳಿದಾಗ ಇಲ್ಲಿಯೂ ಆ ತರಹದ್ದು ಏನಾದರೂ ಆಗಬಾರದೇ ಎಂದು ಗುಪ್ತವಾಗಿ ಹಂಬಲಿಸುತ್ತಿದ್ದ. ಜೋರಾಗಿ ಮಳೆ ಬಂದು ಎಲ್ಲ ಕೊಚ್ಚಿ ಹೋಗಲಿ ಅಂದುಕೊಳ್ಳುತ್ತಿದ್ದ. ತನ್ನ ಈ ಲಿಫ್ಟುಗಳುಳ್ಳ ಅಪಾರ್ಟ್‌ಮೆಂಟು, ಕ್ಲಬ್‌ಹೌಸು, ಸ್ವಿಮ್ಮಿಂಗ್ ಪೂಲು, ತನ್ನ ಸ್ಕೂಲು, ಬೋರಿಂಗ್

ಹೋಮ್ವರ್ಕು, ತನ್ನ ಕೆಂಪು ಸೈಕಲ್ಲು ಎಲ್ಲವೂ ಕೊಚ್ಚಿಹೋಗಲಿ ಎಂದು ಆಶಿಸಿದ. ಆನಂತರ ತನ್ನ ತಂದೆತಾಯಿ ಪ್ರತ್ಯಕ್ಷರಾಗಿ ತಾನು ಅವರೊಂದಿಗೆ ಸಂತೋಷದಿಂದ ಬದುಕುವ ಕನಸು ಕಾಣುತ್ತಿದ್ದ.

ಆದರೆ ಅವನ ಯಾವ ಆಶಯಗಳೂ ನಿಜವಾಗಲಿಲ್ಲ. ಪುಣೆಯ ಆ ಕೋರೆಗಾಂವ್ ಪಾರ್ಕಿನ ನಾರ್ತ್ ಮೇನ್ ರೋಡಿನ ಬೀದಿಯಲ್ಲಿ ಯಾವ ಬಗೆಯ ಭೂಕಂಪ, ಸುನಾಮಿ, ಪ್ರವಾಹಗಳೂ ಜರುಗಲಿಲ್ಲ. ಮುಂಜಾನೆ ಹಾಲು ಹಾಕುವವರು, ತರಕಾರಿ ಮಾರುವವರು, ಸಂಜೆಯ ಬ್ರೆಡ್ ಮಾರುವ ವ್ಯಾನುಗಳು– ಎಲ್ಲವೂ ಮೊದಲಿನಂತೆಯೇ ಇತ್ತು.

ಸಿನ್ನಮಾನಿನ ಶಿಕ್ಷಕರು ಅವನು ಈಗೀಗ ಓದಿನ ಕಡೆ ಸಂಪೂರ್ಣ ನಿರ್ಲಕ್ಷ್ಯ ಮಾಡುತ್ತಿರುವುದು ಗಮನಿಸಿದ್ದರು. ಮನಸನ್ನು ತಿಳಿಗೊಳಿಸಲು ಮಾ ಅವನಿಗೆ ಇಷ್ಟವಾದ ತಿಂಡಿಗಳನ್ನು ಒಂದಾದ ಮೇಲೊಂದು ಮಾಡತೊಡಗಿದರು. ಬಿಸಿ ಆಲೂಗಡ್ಡೆ ತುಂಬಿನ ಲಿಚ್ಚಿಗಳು, ಕುಂಬಳಕಾಯಿ ಹಲ್ವಾ, ವೆನಿಲ್ಲಾ ಐಸ್‌ಕ್ರೀಂ, ಮಾಲ್ಪುವಾ, ಮಸಾಲೆ ಭರಿತ ಚಿಕನ್ ಕರಿ, ಬಾಸುಮತಿ ಅನ್ನ– ಏನು ಮಾಡಿಟ್ಟರೂ ಸಿನ್ನಮಾನ್ ಮುಟ್ಟುತ್ತಿರಲಿಲ್ಲ.

ಕೊನೆಗೊಮ್ಮೆ ಬಾಬಾ ಕೇಳಿದರು, 'ಸಿನ್ನಮಾನ್, ನಿನಗೆ ಒಬ್ಬರ ಜೊತೆ ಮಾತಾಡೋಕೆ ಇಷ್ಟ ಇದೆಯಾ?'

'ಇಲ್ಲ, ನಂಗೆ ಯಾರ ಜೊತೇನೂ ಮಾತಾಡೋಕೆ ಇಷ್ಟ ಇಲ್ಲ!', ಸಿನ್ನಮಾನ್ ಕಿರುಚಿಬಿಟ್ಟ.

***

ಒಂದು ದಿನ ಮಧ್ಯಾಹ್ನ ಸಿನ್ನಮಾನ್ ಮನೆಯಲ್ಲಿ ಯಾರಿಗೂ ಹೇಳದೆ ಹೊರಟ. ಮಾ ಕೆಲಸದಲ್ಲಿ ಮುಳುಗಿದ್ದರು, ಬಾಬಾ ಮನೆಯ ಆಫೀಸಿನಲ್ಲಿದ್ದರು.

ಅವನು ಆಟೋ ಹತ್ತಿ 'ಖಾಡ್ಕಿ ಫುಟ್ಬಾಲ್ ಗ್ರೌಂಡಿಗೆ' ಎಂದ. ಅಲ್ಲಿ ಹೋಗಿ ಕತ್ತಲಾಗುವವರೆಗೆ ಗ್ರೌಂಡಿನ ಬೆಂಚಿನ ಮೇಲೆ ಕುಳಿತ. ಅವನ ಅದೃಷ್ಟಕ್ಕೆ ಅವತ್ತು ಅವನ ಫುಟ್ಬಾಲ್ ಸ್ನೇಹಿತರು ಬಂದಿರಲಿಲ್ಲ. ದೂರದಲ್ಲಿ ಕೆಲವರು ಆಡುತ್ತಾ ನಗುತ್ತಾ ನಲಿದಾಡುತ್ತಿರುವುದು ಕಂಡಿತು.

ಸಿನ್ನಮಾನ್ ನಾನು ಇಲ್ಲೇ ಇದ್ದುಬಿಡ್ತೀನಿ ಅಂದುಕೊಂಡ. ಆಗ ಮನೆಯಲ್ಲಿ ಎಲ್ಲರೂ ಹತಾಶರಾಗಿ ಪೊಲೀಸಿಗೆ ಕಂಪ್ಲೇಂಟು ಕೊಡುತ್ತಾರೆ. ನನ್ನನ್ನು ಹುಚ್ಚಾಪಟ್ಟೆ

ಹುಡುಕುತ್ತಾರೆ. ಟಿವಿ ಚಾನೆಲ್ಲುಗಳಲ್ಲಿ ನ್ಯೂಸ್‌ಪೇಪರುಗಳಲ್ಲಿ ತಾನು ಕಳೆದುಹೋಗಿರುವ ಬಗ್ಗೆ ಉದ್ದುದ್ದ ಕತೆ ಬರುತ್ತದೆ ಎಂದು ಕಲ್ಪಿಸಿಕೊಂಡ. ವಾಟ್ಸಾಪ್ ಗ್ರೂಪುಗಳಲ್ಲಿ ತನ್ನ ಫೋಟೋ ಮತ್ತು ವಿವರ ಹರಿದಾಡುತ್ತವೆ. ಟ್ವಿಟರಿನಲ್ಲಿ ಜನಪ್ರಿಯ ತಾರೆಗಳು ವೈರಲ್ ಆಗುವ ತನಕ ನನ್ನ ಬಗ್ಗೆ ಒಂದಾದ ಮೇಲೊಂದು ಟ್ವೀಟು ಮರುಟ್ವೀಟು ಮಾಡುತ್ತಾರೆ. ಎಲ್ಲರೂ ನನ್ನನ್ನು ಹುಡುಕುತ್ತಾರೆ ಎಂದು ಎಣಿಸಿದ.

ಅವನಿಗೆ ಆ ಕ್ಷಣ ತನ್ನವರೆಂದು ಕರೆಯಲು ಯಾರೂ ಇಲ್ಲವೆನಿಸಿ ಕಣ್ಣಲ್ಲಿ ನೀರು ತುಂಬಿಕೊಂಡಿತು. ಇದ್ದಕ್ಕಿದ್ದಂತೆ ಏನೋ ಸದ್ದು. ಭ್ರಮೆಯ ಲೋಕದಿಂದ ಹೊರಬಂದ. ಸಮಯ ಹೋಗಿರುವುದು ಗೊತ್ತಾಗಿಲ್ಲ, ಸೊಳ್ಳೆಗಳು ಅಮರಿಕೊಂಡಿದ್ದವು.

'ಹೇ, ಯಾಕೋ ಇನ್ನೂ ಇಲ್ಲೇ ಕೂತಿದ್ದೀಯ? ಎಷ್ಟು ಸಲ ವಿಶಲ್ ಹೊಡೆಯುವುದು? ಈಗಲೇ ಹೊರಟರೆ ಸರಿ ಇಲ್ಲಾಂದರೆ ಲಾಕ್ ಮಾಡಿಕೊಂಡು ಮನೆಗೆ ಹೋಗಿಬಿಡ್ತೀನಿ,' ಯಾರೋ ಮರಾಠಿಯಲ್ಲಿ ಒದರಿದಂತಾಯಿತು.

ಸಿನ್ನಮಾನ್ ತಲೆಯೆತ್ತಿ ನೋಡಿದ. ಸೆಕ್ಯೂರಿಟಿ ಗಾರ್ಡು, ಮೋಹಿತೆ ಕಾಕಾ.

ಮೋಹಿತೆ ಕಾಕಾ ಬಗ್ಗಿ ನೋಡಿ 'ಓ ರೋಶನ್ ನೀನಾ' ಎನ್ನುತ್ತ ಅವನ ಪಕ್ಕ ಬಂದು ಕುಳಿತರು. 'ಅಷ್ಟೊತ್ತಿಂದ ಇಲ್ಲೇ ಕೂತಿದ್ದೀಯಾ?'.

ಸಿನ್ನಮಾನ್ ಎದುರಿನ ಹುಲ್ಲನ್ನು ದಿಟ್ಟಿಸುತ್ತಿದ್ದ. ಕಣ್ಣುಗಳಲ್ಲಿ ನೀರು. 'ನಿನ್ನನ್ನು ದಿನಾ ಕರೆದುಕೊಂಡು ಹೋಗ್ತಿದ್ದ ಆಯಿ ಎಲ್ಲೋ? ನಿನ್ನ ಫುಟ್ಬಾಲ್ ಪ್ರಾಕ್ಟೀಸ್ ಕತೆ ಏನಾಯ್ತು?'. ಸಿನ್ನಮಾನ್ ಉತ್ತರಿಸಲಿಲ್ಲ.

ಅವರು ಸ್ವಲ್ಪ ಹೊತ್ತು ಸುಮ್ಮನೆ ಕುಳಿತರು. ಮೋಹಿತೆ ಕಾಕಾ ಅವನ ಬೆನ್ನು ತಟ್ಟಿ 'ಬಾ ಎದ್ದೇಳು, ಎಷ್ಟೊತ್ತು ಹೀಗೆ ಕೂತಿರ್ತೀಯ? ಮನೆಗೆ ಹೋಗು, ನಾವೂ ಮನೆಗೆ ಹೊರಡಬೇಕು,' ಮೃದುವಾಗಿ ಹೇಳಿದರು. ಒಂದು ಆಟೋರಿಕ್ಷಾ ಕರೆಸಿ ಅವನನ್ನು ಹತ್ತಿಸಿದರು.

ಸಿನ್ನಮಾನ್ ಮನೆಗೆ ತಲುಪಿದಾಗ ತನ್ನ ಫ್ಲಾಟಿನಲ್ಲಿ ಲೈಟು ಹತ್ತಿರುವುದು ಕಂಡ. ತಾನು ಇಲ್ಲದಾಗ ಮಾ ಬಾಬಾಗೆ

ಎಷ್ಟು ಸಂಕಟ ಆಗಿರಬಹುದು ಎಂದನಿಸಿ ಮನಸು ಹಿಂಡಿದಂತಾಯಿತು. ಮನೆಯ ಬೆಲ್ ಬಾರಿಸಿದ ಕೂಡಲೆ ಮಾ ಓಡಿಬಂದು ಅವನನ್ನು ಬಲವಾಗಿ ತಬ್ಬಿಕೊಂಡರು. ಬಾಬಾ ಕೂಡ.

***

'ಸಿನ್ನಮಾನ್, ಒಬ್ಬರು ಇದಾರೆ ಅವರನ್ನು ನೀನು ಭೇಟಿ ಮಾಡಬೇಕು', ಒಂದಿನ ಮಾ ಕೇಳಿದರು. ಸಿನ್ನಮಾನ್ ತಲೆ ಅಲ್ಲಾಡಿಸಿದ. ಮಾ ಅವನ ಬಳಿ ಬಂದು ಹೆಗಲ ಮೇಲೆ ಕೈ ಹಾಕಿದರು. ಅವನು ತನ್ನ ಡೆಸ್ಕಿನ ಮೇಲೆ ಕುಳಿತು ಚಿತ್ರ ಬಿಡಿಸುತ್ತಿದ್ದ. ಅವರನ್ನ ನೀನು ಭೇಟಿ ಮಾಡಬೇಕು ಸಿನ್ನಮಾನ್. ನಿನಗೆ ಖಂಡಿತ ಖುಷಿಯಾಗುತ್ತೆ,' ಮಾ ಆಶ್ವಾಸನೆ ಕೊಟ್ಟರು. ಅವನು ಮೊದಮೊದಲು ಒಲ್ಲೆ ಎಂದ, ಕೊನೆಗೆ ಒಂದು ಸಲ ಭೇಟಿ ಮಾಡಿದರೆ ಏನೂ ಆಗಲ್ಲವೆಂದುಕೊಂಡು ಒಪ್ಪಿದ.

ಸಿನ್ನಮಾನ್ ಆ ಒಬ್ಬರನ್ನು ಭೇಟಿ ಮಾಡಲು ಒಪ್ಪಿಕೊಂಡಿದ್ದರಿಂದ ಮಾ ಬಾಬಾರಿಗೆ ಮಹದಾನಂದವಾಯಿತು. ಆ ಒಬ್ಬರು ಯಾರೆಂದರೆ ಡಾಕ್ಟರ್ ನೀಲಿಮಾ ಶೆಣ್ಯೈ. ಸಹಾನುಭೂತಿಯ ಕಣ್ಣುಗಳು, ಭುಜದ ತನಕ ಉದ್ದ ಕೂದಲು, ಅವರು ಮಕ್ಕಳ ಮನೋವಿಜ್ಞಾನ ತಜ್ಞರಾಗಿದ್ದು NIBM ರಸ್ತೆಯಲ್ಲಿನ ಒಂದು ಕ್ಲಿನಿಕ್ಕಿನಲ್ಲಿ ಕೆಲಸ ಮಾಡುತ್ತಿದ್ದರು. ಬಾಬಾರ ಶಾಲಾ ಸಹಪಾಠಿ ಆಗಿದ್ದವರು.

ಸಿನ್ನಮಾನ್ ಕ್ಲಿನಿಕ್ಕಿನ ಬಳಿ ಬಂದಾಗ ಅಲ್ಲಿ ಅವನದೇ ವಯಸಿನ ಬೇರೆ ಮಕ್ಕಳನ್ನು ಕಂಡು ತುಸು ನಿರಾಳನಾದ. ಅಲ್ಲಿನ ಕೋಣೆಗೆ ಹೊಳೆಯುವ ಹಳದಿ ಬಣ್ಣ ಬಳಿಯಲಾಗಿದ್ದು ಒಳಗೆ ಸಾಕಷ್ಟು ಆಟದ ಸಾಮಾನುಗಳಿದ್ದವು. ಡಾಕ್ಟರ್ ಶೆಣ್ಯೈ ಡೆಸ್ಕಿನ ಹಿಂದೆ ಕುಳಿತಿದ್ದು ಇವನನ್ನು ಕುತೂಹಲದಿಂದ ವೀಕ್ಷಿಸಿದರು. ಈ ಡಾಕ್ಟರು ಏನು ಕೇಳಬಹುದಪ್ಪ ಎಂದು ಅನಿಸುತ್ತಿತ್ತು ಸಿನ್ನಮಾನಿಗೆ.

'ನಿನಗೆ ಏನಿಷ್ಟ? ಒಂದು ಆಟ ಆಡೋಣ್ವಾ?' ಶೆಣ್ಯೈ ಕೇಳಿದರು. ಸಿನ್ನಮಾನ್ ಮೌನದಿಂದ ಕುಳಿತಿದ್ದ. ಶೆಣ್ಯೈ 'ಆಟ' ಎಂದು ಯಾವುದರ ಬಗ್ಗೆ ಕೇಳಿದರು ಅವನಿಗೆ ಹೊಳೆಯಲಿಲ್ಲ. ಅವರು ಅವನಿಗೊಂದು ಬಿಳಿಹಾಳೆ ಕೊಟ್ಟು 'ಇದರ ಮೇಲೆ ನೀನು ಚಿತ್ರ ಬರೆಯಬಹುದು. ನಿನ್ನ ಬಾಬಾ, ಆಯಿ ಎಲ್ಲರೂ ನಿನಗೆ ಚಿತ್ರ ಬಿಡಿಸುವುದು ಬಹಳ ಇಷ್ಟವೆಂದು ಹೇಳಿದ್ದಾರೆ. ನಿನಗೇನು ಬೇಕೋ ಅದನ್ನು ಬಿಡಿಸು' ಎಂದರು.

‘ಯಾವ ಚಿತ್ರ ಬಿಡಿಸಬೇಕು?’

‘ನಿನ್ನ ಮನಸಿಗೆ ಏನು ಬರುತ್ತೋ ಅದು.’

ಅವನ ಮನಸಿಗೆ ತಕ್ಷಣಕ್ಕೆ ಏನೂ ಬರಲಿಲ್ಲ. ಒಂದು ಮನೆ ಬರೆದ. ಮನೆಯ ಎದುರುಗಡೆ ಒಬ್ಬ ಗಂಡಸು, ಒಂದು ಹೆಂಗಸು ಮತ್ತು ಒಂದು ಹುಡುಗ ನಿಂತಿರುವ ಚಿತ್ರ ಬಿಡಿಸಿದ. ಹುಡುಗ ಅಪ್ಪ ಅಮ್ಮನಿಂದ ಬಹುದೂರ ಕೈ ಕಟ್ಟಿ ನಿಂತುಕೊಂಡಿದ್ದ. ಮನೆಯ ಮಧ್ಯದಲ್ಲಿ ಗೋಡೆ ಬಿರುಕು ಬಿಟ್ಟಿತ್ತು.

ಸೆಶನ್ ಮುಗಿದ ನಂತರ ಡಾಕ್ಟರ್ ಶೆಣೈ ಬಿಳಿಹಾಳೆಯನ್ನು ನೋಡಿದರು, ಏನನ್ನೂ ಹೇಳಲಿಲ್ಲ. ‘ಸರಿ ರೋಶನ್, ಮುಂದಿನ ಸೆಶನ್ ಸಿಗೋಣ.’ ಎಂದು ಅವನ ಕೈಕುಲುಕಿದರು. ಯಾರಾದರೂ ಹಾಗೆ ತನ್ನ ಕೈಕುಲುಕಿದಾಗ ಅವನಿಗೆ ತಾನು ದೊಡ್ಡವನೆನಿಸುತ್ತಿತ್ತು. ಈ ಡಾಕ್ಟರೊಂದಿಗಿನ ಸಂವಾದ ಅವನಿಗೆ ಆಶ್ಚರ್ಯ ಉಂಟು ಮಾಡಿತ್ತು. ಯಾವುದೇ ಪ್ರಶ್ನೆಗಳಿರಲಿಲ್ಲ. ಉದ್ದ ಭಾಷಣಗಳಿರಲಿಲ್ಲ.

ಎರಡನೆಯ ಸೆಶನ್ನಿನಲ್ಲಿ ಡಾಕ್ಟರ್ ಶೆಣೈ ‘ನಿನಗೆ ಯಾವ ಸಬ್ಜೆಕ್ಟುಗಳು ಇಷ್ಟ? ಸ್ಕೂಲ್ ಹೊರಗಿನ ಚಟುವಟಿಕೆಗಳಲ್ಲಿ ಏನೇನು ಇಷ್ಟ?’ ಎಂದು ಕೇಳಿದರು.

ಇದೆಲ್ಲ ಯಾಕೆ ಕೇಳ್ತಿದಾರೆ ಎಂದು ಅರ್ಥವಾಗದೆ ಸಿನ್ನಮಾನ್ ‘ಇಂಗ್ಲೀಷು, ಇತಿಹಾಸ, ಚಿತ್ರಕಲೆ ಮತ್ತು ಕ್ರೀಡೆ ಇಷ್ಟ’ ಎಂದ.

‘ಮತ್ತು ಮ್ಯಾಥ್ಸ್?’

ಸಿನ್ನಮಾನಿಗೆ ನಗು ತಡೆಯಲಾಗಲಿಲ್ಲ. ಮುಖ ತೀಡಿಕೊಳ್ಳುತ್ತಾ ‘ಇಲ್ಲಪ್ಪ ಗಣಿತ ಇಷ್ಟ ಇಲ್ಲ’ ಎಂದ.

‘ನಿನ್ನ ಜೀವನದಲ್ಲಿ ಇಲ್ಲಿತನಕ ನಿನಗೆ ಖುಷಿ ಕೊಟ್ಟಿರುವ ಸಂಗತಿ ಯಾವುವು ಹೇಳು’

ಇವರಿಗೆ ಯಾಕೆ ನನ್ನ ಜೀವನದ ಮೇಲೆ ಆಸಕ್ತಿ ಅಂದುಕೊಂಡ ಸಿನ್ನಮಾನ್.

‘ಸಿನ್ನಮಾನ್ ಇತ್ತೀಚೆಗಿನ ಕೆಲವು ಖುಷಿ ಕೊಟ್ಟ ಅನುಭವಗಳನ್ನು ಹೇಳ್ತೀಯಾ?’ ಡಾಕ್ಟರ್ ಮತ್ತೆ ಕೇಳಿದರು.

ಅವನು ನಿಟ್ಟುಸಿರುಬಿಟ್ಟ. 'ಶಾಲಾ ಗೆಳೆಯರೊಂದಿಗೆ ಫುಟ್ಬಾಲ್ ಬಾಸ್ಕೆಟ್‌ಬಾಲ್ ಆಡುವುದು. ನನ್ನ ಸ್ಕೂಲಿಗಾಗಿ ಆಡಿದ ಫುಟ್ಬಾಲ್ ಫೈನಲ್ ಪಂದ್ಯ, ಶಾಲೆಯ ನಾಟಕಗಳಲ್ಲಿ ನಟನೆ ಮಾಡುವುದು.'

ಆನಂತರ ಶೆಣ್ಯೈ ಎರಡು ಕೈಗೊಂಬೆಗಳನ್ನು ಎತ್ತಿಕೊಂಡು ಒಂದನ್ನು ಸಿನ್ನಮಾನ್ ಕೈಗೆ ಕೊಟ್ಟು ಇನ್ನೊಂದನ್ನು ನರ್ಸಿಗೆ ಕೊಟ್ಟರು. ಅವನ ಕೈಗೊಂಬೆ ನರ್ಸಿನ ಕೈಗೊಂಬೆಗೆ ಏನು ಬೇಕಾದರೂ ಹೇಳಬಹುದು ಎಂದರು.

'ಹ್ಯೆ, ನೀನು ಯಾಕೆ ನನ್ನನ್ನು ಬಿಟ್ಟುಹೋದೆ ಗೊತ್ತಾಗಬೇಕಿತ್ತು, ಯಾಕೆ ನನ್ನನ್ನು ನೀನೇ ಇಟ್ಟುಕೊಳ್ಳಲಿಲ್ಲ?' ಸಿನ್ನಮಾನಿನ ಕೈಗೊಂಬೆ ಕೇಳಿತು.

ನರ್ಸಿನ ಕೈಗೊಂಬೆ 'ನಾನು ನಿನ್ನನ್ನು ಬಿಟ್ಟುಹೋಗಲಿಲ್ಲ. ನನಗೆ ನಿನ್ನ ಮೇಲೆ ತುಂಬಾ ಪ್ರೀತಿ ಇತ್ತು. ದಯವಿಟ್ಟು ಅರ್ಥ ಮಾಡಿಕೋ ನನಗೆ ನಿನ್ನ ಮೇಲೆ ತುಂಬಾ ಪ್ರೀತಿ ಇತ್ತು.' ಎಂದಿತು.

ಸೆಶನ್ ಮುಗಿದ ನಂತರ ಡಾಕ್ಟರು ಕಬ್ಬಿನಹಾಲಿನ ಜ್ಯೂಸನ್ನು ಕೊಟ್ಟರು. ಸಿನ್ನಮಾನ್ ಮೊದಲು ಬೇಡ ಅಂದು ಆನಂತರ ಕುಡಿದ. ಪುಣೆಯ ಬಿಸಿಲಿನ ತಾಪಕ್ಕೆ ಅದು ತಂಪೆನಿಸಿತು. ಬೇರೆಯವರಿಗೆ ಹೋಲಿಸಿದರೆ ಶೆಣ್ಯೈ ತುಂಬಾ ಒಳ್ಳೆಯವರು ಅನಿಸಿತು. ಕನಿಷ್ಟ ಅವರು ಅವನು ಹೇಳುವುಕ್ಕೆ ಏನೂ ಅಡ್ಡಿ ಮಾಡುತ್ತಿರಲಿಲ್ಲ...

***

ಮುಂದಿನ ಕೆಲವು ತಿಂಗಳುಗಳಲ್ಲಿ ಸಿನ್ನಮಾನ್ ಶೆಣ್ಯೈ ಅವರನ್ನು ಅನೇಕ ಸಲ ಭೇಟಿ ಮಾಡಿದ. ಪ್ರತಿ ಸಲ ಶೆಣ್ಯೈ ಅವನಿಗೆ ಕೆಲವು ಪ್ರಶ್ನೆಗಳನ್ನು ಕೇಳುತ್ತಿದ್ದರು. ಆದರೆ ಉತ್ತರಕ್ಕೆ ಒತ್ತಾಯ ಮಾಡುತ್ತಿರಲಿಲ್ಲ. ಅಥವಾ ಕೊಟ್ಟ ಉತ್ತರದ ಬಗ್ಗೆ ತನಗೇನನಿಸಿತು ಎಂದು ಹೇಳುತ್ತಿರಲಿಲ್ಲ. ಸರಿಯಾದ ಉತ್ತರಕ್ಕೆ ಬಹುಮಾನ ಇರಲಿಲ್ಲ. ತಪ್ಪು ಉತ್ತರಕ್ಕೆ ಶಿಕ್ಷೆ ಇರಲಿಲ್ಲ. ಪ್ರತಿ ಸಲ ಚಿತ್ರ ಬಿಡಿಸಲು ಕೇಳಿದಾಗ ಅವನು ಬೇರೆ ಬೇರೆ ಚಿತ್ರ ಬಿಡಿಸುತ್ತಿದ್ದ. ಒಂದು ಸಲ ಬಾಬಾ, ಮಾ, ಇನ್ನೊಂದು ಸಲ ಮನೆ, ಮತ್ತೊಂದು ಸಲ ಕ್ಲಿನಿಕ್ಕು. ಯಾಕೆ ಎಂದು ವಿವರಿಸಲು ಆಗದಿದ್ದರೂ ಕ್ರಮೇಣ ಚಿತ್ರ ಬಿಡಿಸುವುದು ಅವನ ಮನಸ್ಸನ್ನು ಪ್ರಶಾಂತಗೊಳಿಸುತ್ತಿತ್ತು. ಕ್ಲಿನಿಕ್ಕಿನಲ್ಲಿದ್ದ ಇತರೆ ಮಕ್ಕಳಿಂದ ಅವನಿಗೆ ತಾನು ಒಬ್ಬನೇ ಅಲ್ಲವೆಂಬ ಧೈರ್ಯ ಮೂಡುತ್ತಿತ್ತು.

ಅಲ್ಲೊಂದು ಮುದ್ದಾದ ಹುಡುಗಿ ಇದ್ದಳು. ಅವಳಿಗೆ ವಿಸ್ಮಯಕರವಾದ ಅಗಲ ಕಿವಿಗಳು ಇದ್ದವು. ಅವಳು ಸದಾ ಅವನ ಪಕ್ಕ ಕುಳಿತು ಅವನ ಚಿತ್ರಗಳನ್ನು ದಿಟ್ಟಿಸುತ್ತಿದ್ದಳು. ಅವಳು ತನ್ನೊಂದಿಗೆ ಯಾವಾಗಲೂ ಪುಸ್ತಕ ಒಯ್ಯುತ್ತಿದ್ದಳು. ಒಮ್ಮೊಮ್ಮೆ ಅವನ ಭುಜದ ಮೇಲೆ ತಲೆ ಒರಗಿಸುತ್ತಿದ್ದಳು. ಅವನಿಗೆ ಯಾಕೆ ಇವಳ ತಲೆ ಇಷ್ಟು ಭಾರ ಅನಿಸುತ್ತಿತ್ತು. ತುಂಬಾ ಓದಿ ಓದಿ ಭಾರ ಆಗಿರಬಹುದೇನೊ ಅನಿಸುತ್ತಿತ್ತು. ಅವಳು ಒಮ್ಮೊಮ್ಮೆ ಅಕಾರಣ ಜೋರಾಗಿ ನಕ್ಕುಬಿಡುತ್ತಿದ್ದಳು. ಅವಳು ತನ್ನ ಪಕ್ಕ ಕೂರುವುದು ಅವನಿಗೆ ತೊಂದರೆ ಅನಿಸುತ್ತಿರಲಿಲ್ಲ. ಅವಳು ಇರುವುದು ಅವನಿಗೆ ಇಷ್ಟವಾಗುತ್ತಿತ್ತು. ಅವಳ ಹೆಸರು ಸ್ಯಾಲೀ. ಅವಳೂ ಸಹ ದತ್ತುಮಗಳಾಗಿದ್ದಳು.

ನಿಧಾನವಾಗಿ ಸಿನ್ನಮಾನಿನ ದುಃಖ ಕಡಿಮೆಯಾಗತೊಡಗಿತು. ಮೊದಲಿನಂತೆ ಈಗ ಯಾರೋ ತನ್ನನ್ನು ಬಿಟ್ಟುಹೋಗಿದ್ದಾರೆ ಅನಿಸುತ್ತಿರಲಿಲ್ಲ. ಮೊದಲಿದ್ದ ನಿರುತ್ಸಾಹ ಇಲ್ಲವಾಗಿತ್ತು. ಬದಲಾಗಿ ಅವನ ಮನಸು 'ನಾನು ದತ್ತು ಮಗನಾಗಿದ್ದಲ್ಲಿ ಅದರ ಬಗ್ಗೆ ನಾನು ಏನೂ ಮಾಡಲಾಗದು. ಅದು ವಿಶೇಷವೂ ಅಲ್ಲ ನಾಚಿಕೆ ಪಡುವಂಥದ್ದೂ ಅಲ್ಲ. ಎಷ್ಟೊಂದು ಜನ ದತ್ತು ಮಕ್ಕಳಾಗಿದ್ದಾರೆ' ಎಂದು ಧೈರ್ಯ ತುಂಬುತ್ತಿತ್ತು.

ರಜೆಗಳು ಮುಗಿದು ಶಾಲೆ ತೆರೆಯಿತು. ಅಪಾರ್ಟ್‌ಮೆಂಟಿನ ಹೊರಗಿದ್ದ ಗುಲ್ಮೊಹರ್, ಬೇವು, ಅಶೋಕ ಮರಗಳು ಎಲೆಗಳನ್ನು ಉದುರಿಸಲಾರಂಭಿಸಿದ್ದವು. ಕೊಡೆ, ಬ್ಯಾಗು, ರೈನ್‌ಕೋಟುಗಳು ಹೊರಗೆ ಬಂದಿದ್ದವು. ಪುಣೆಯ ಗುಂಡಿ ರಸ್ತೆಗಳು ಕೊಚ್ಚೆ ನೀರಿನಿಂದ ಕಂದುಬಣ್ಣಕ್ಕೆ ತಿರುಗಿದ್ದವು. ಶಾಲೆಗೆ ಹೊರಡುವ ಸಮಯ ಮರಳಿತ್ತು. ಹೊಸ ಶೈಕ್ಷಣಿಕ ವರ್ಷ ಶುರುವಾಗಿತ್ತು; ಹೊಸ ಪುಸ್ತಕಗಳು, ಹೊಸ ನೋಟ್‌ಬುಕ್ಕುಗಳು, ಹಳೆಯ ಗೆಳೆಯರು, ನೆನಪುಗಳು.

***

ಸಿನ್ನಮಾನಿನ ಹುಟ್ಟಿದ ಹಬ್ಬಕ್ಕೆ ಮಾ ಬಾಬಾ ದುಬಾರಿ ಉಡುಗೊರೆ ಕೊಡದಿದ್ದರೂ ಮನೆಯಲ್ಲಿ ಒಂದು

ಸಂಭ್ರಮಾಚರಣೆ ಏರ್ಪಡಿಸಿದ್ದರು. ಸಮೋಸ, ಕೂಲ್‌ಡ್ರಿಂಕ್ಸು, ಮ್ಯೂಜಿಕಲ್ ಚೇರಿನ ಆಟ, ಪಾಸ್–ದಿ–ಪಾರ್ಸೆಲ್ ಆಟ ಮುಂತಾದ ಆಕರ್ಷಣೆಗಳಿದ್ದವು. ಹೊಸ ಸೈಕಲ್ಲಿಗೆ ಸಮವಲ್ಲದಿದ್ದರೂ ಸಂತೋಷಕರವಾಗಿತ್ತು.

ಆದರೆ ಹಳೆಯ ನೆನಪುಗಳು, ಪ್ರಶ್ನೆಗಳು ಆಗಾಗ್ಗೆ ಅವನನ್ನು ಕಾಡುತ್ತಿದ್ದವು. ಒಂದೊಂದು ದಿನ ಬಹಳ ಧೈರ್ಯ ಬಂದುಬಿಡುತ್ತಿತ್ತು, 'ನನ್ನ ಹೆಸರೇ ಸಿನ್ನಮಾನ್, ನಾನು ಬರಿದೇ ಯಾರದೋ ಮಗನಲ್ಲ, ನಾನು ನಾನಾಗೆ ಒಬ್ಬ ಮನುಷ್ಯ. ನನ್ನನ್ನು ನೋಡಿ, ನನ್ನ ಬರ್ತ್ ಸರ್ಟಿಫಿಕೇಟನ್ನಲ್ಲ!' ಎಂದು ಕೂಗಿ ಕೂಗಿ ಹೇಳಬೇಕು ಅನಿಸುತ್ತಿತ್ತು. ಇನ್ನು ಕೆಲವು ದಿನ ವಿಷಣ್ಣತೆಯ ಕಾರ್ಮೋಡ ಕವಿದು ಬಿಡುತ್ತಿತ್ತು. ನನ್ನ ಅಪ್ಪ ಅಮ್ಮ ಯಾರು? ಅವರಿಗೂ ನನ್ನ ಹಾಗೇ ಕಪ್ಪು ಕಣ್ಣುಗಳಿದ್ದವಾ? ಅವರಿಗೆ ಎಂದಾದರೂ ನನ್ನನ್ನು ನೋಡುವ ಆಸೆ ಇದೆಯಾ? ಎಂದು.

ಆದರೆ ಯಾರೂ ಅವನ ಪ್ರಶ್ನೆಗಳಿಗೆ ಉತ್ತರಿಸುತ್ತಿರಲಿಲ್ಲ.

ಒಂದೊಂದು ಸಲ ಸಿನ್ನಮಾನ್ ತಾನು ತನ್ನ ನಿಜವಾದ ತಂದೆತಾಯಿಯರೊಂದಿಗೆ ಇದ್ದ ಹಾಗೆ ದೃಶ್ಯಗಳನ್ನು ಕಲ್ಪಿಸಿಕೊಳ್ಳುತ್ತಿದ್ದ. ತಾನು ಎಲ್ಲಿಂದ ಬಂದೆ ಎಂಬುದರ ಮೂಲ ಅವನಿಗೆ ಗೊತ್ತಾಗಬೇಕಿತ್ತು. ಅವರು ನೋಡಲು ಹೇಗಿದ್ದಾರೆ, ಈಗ ಎಲ್ಲಿದ್ದಾರೆ? ತನ್ನ ಬಗ್ಗೆ ಎಂದಾದರೂ ಯೋಚಿಸಿರಬಹುದಾ? ಯಾಕೆ ಅವರು ನನ್ನನ್ನು ಕಾಣುವ ಪ್ರಯತ್ನವನ್ನೇ ಮಾಡಿಲ್ಲ? ಅವರ ಹೆಸರುಗಳು ಏನಿರಬಹುದು? ಎಂದು.

ಅವನಿಗೆ ತನ್ನ ಜೈವಿಕ ತಂದೆತಾಯಿ ಎಲ್ಲಿದ್ದಾರೆಂಬ ಸಣ್ಣ ಸುಳಿವು ಇರದಿದ್ದರೂ ಅವರನ್ನು ಭೇಟಿಯಾಗಲೇಬೇಕೆಂಬ ಛಲ ಬಂದುಬಿಟ್ಟಿತ್ತು. ನನಗೊಂದು ಧ್ಯೇಯ ಎಂಬುದಿದ್ದಲ್ಲಿ ಅದು ನನ್ನನ್ನು ಹುಟ್ಟಿಸಿದ ತಂದೆತಾಯಿಯರನ್ನು ಕಾಣುವುದು ಎಂದು ತನಗೆ ತಾನೆ ಹೇಳಿಕೊಂಡ.

ಒಂದು ಅಚ್ಚರಿಯ ಉಡುಗೊರೆ

ಫ್ಲೈಟ್ ನಂ ಎಸ್ ಜೆ 1172, ದೆಹಲಿಯಿಂದ– ಆಗಮಿಸಿದೆ. ಬೋರ್ಡಿನ ಕೆಳಗೆ ಆಗಮನದ ಬಾಗಿಲಲ್ಲಿ ಜನ ಕಿಕ್ಕಿರಿದಿದ್ದರು. ಅನೇಕರು ಕೈಗಳಲ್ಲಿ ಬೋರ್ಡುಗಳನ್ನು ಹಿಡಿದಿದ್ದರು. ಸಿನ್ನಮಾನ್ ಬಾಬಾ ಹೊರಬರುವುದನ್ನು ಕಾತುರದಿಂದ ಕಾಯುತ್ತಿದ್ದ. ಬಾಬಾ ದೆಹಲಿ ಹೋದಾಗೆಲ್ಲ ಎಷ್ಟು ಬೇಗ ಸಾಧ್ಯವೋ ಅಷ್ಟು ಬೇಗ ಮರಳಿಬಿಡುತ್ತಿದ್ದರು. ಈ ಸಲ ಮಾತ್ರ ಒಂದು ವಾರಕ್ಕಿಂತ ಮಿಗಿಲಾಗಿ ಉಳಿದುಕೊಂಡಿದ್ದರು.

'ಬಾಬಾ ಫೋನನ್ನು ಚಾರ್ಜ್ ಮಾಡಿಕೊಂಡಿಲ್ಲ ಅನ್ಸುತ್ತೆ' ಮಾ ತನ್ನ ಫೋನನ್ನು ನೋಡುತ್ತ ನಿಟ್ಟುಸಿರಿಟ್ಟರು. ಸಿನ್ನಮಾನ್ ಅತ್ತಿಂದಿತ್ತ ಶತಪಥ ಇಡುತ್ತಿದ್ದ. ತಮ್ಮ ತಮ್ಮ ಫೋನುಗಳಲ್ಲಿ ಮುಳುಗಿದ್ದ ಜನಸಾಗರವೇ ಅಲ್ಲಿತ್ತು, ಬಾಬಾ ಮಾತ್ರ ಕಾಣಿಸುತ್ತಿರಲಿಲ್ಲ.

ಕೊನೆಗೂ ಬಾಬಾ ಕಂಡರು. ಕಪ್ಪು ಬಣ್ಣದ ತೋಳಿಲ್ಲದ ದಪ್ಪ ಸ್ವೆಟರನ್ನು ಧರಿಸಿದ್ದರು. 'ಬಾಬಾ', ಸಿನ್ನಮಾನ್ ಕೂಗಿಕೊಂಡ. ಬಾಬಾ ಕೈಬೀಸಿದರು. ಬಾಬಾ ಹೊರಬಂದು ಇಬ್ಬರನ್ನೂ ತಬ್ಬಿಕೊಂಡರು. ಮೂವರೂ ಪುಣೆಯ ವಿಮಾನ ನಿಲ್ದಾಣದ ಪಾರ್ಕಿಂಗಿಗೆ ನಡೆದರು. ಅಲ್ಲಿ ಅವರ ಕಾರು ನಿಂತಿತ್ತು.

'ಹೇಗಿತ್ತು ನಿಮ್ಮ ದೆಹಲಿ ಪ್ರಯಾಣ?' ಮಾ ಕಾರನ್ನು ಸ್ಟಾರ್ಟ್ ಮಾಡುತ್ತ ಕೇಳಿದರು. 'ಅವಲಕ್ಕಿ, ಉಪ್ಪಿಟ್ಟು ಇರುವ ಹೊಟೆಲು ಸಿಕ್ಕಿತಾ ಹೇಗೆ?'

ಬಾಬಾ ನಸುನಕ್ಕರು. 'ಚಾನ್ಸೇ ಇಲ್ಲ. ಆಲೂಗಡ್ಡೆ ತುಂಬಿದ್ದ ನೂರೊಂದು ಬಗೆಯ ಪರಾಟಗಳಷ್ಟೇ ಅಲ್ಲಿ. ಪ್ರಯಾಣ ಚನ್ನಾಗಿತ್ತು.'

'ಚನ್ನಾಗಿತ್ತು?' ಸಿನ್ನಮಾನ್ ಅಷ್ಟೇನ ಎಂಬಂತೆ ಕೇಳಿದ. ಬಾಬಾ ಸಾಮಾನ್ಯವಾಗಿ ಪ್ರತಿ ನಗರದಿಂದ ಮರಳಿದಾಗ ಸ್ವಾರಸ್ಯಕರ ಅನುಭವಗಳನ್ನು ಹಂಚಿಕೊಳ್ಳುತ್ತಿದ್ದರು. ಸಾಕಷ್ಟು ಉಡುಗೊರೆಗಳನ್ನು ತರುತ್ತಿದ್ದರು. ಬಾಬಾ ಟ್ರಿಪ್ ಹೋಗಿದ್ದಾರೆಂದರೆ ಬೆಂಗಳೂರಿಂದ ಬನಾನ ಚಿಪ್ಸು, ವಡೆ, ಸೂರತ್‌ನಿಂದ ಕರಿದ ವಡೆ, ಸೋಸ್ಯೋ ಕೋಲಾ, ಡೆಹ್ರಾಡೂನಿನಿಂದ ಬಾಲ್ ಮಿಠಾಯಿ, ಹೈದರಾಬಾದಿನಿಂದ ಬಿರಿಯಾನಿ, ಚಿಕನ್ ಸಮೋಸಗಳು ಗ್ಯಾರಂಟಿಯಾಗಿರುತ್ತಿದ್ದವು.

ಅವರು ಮನೆ ತಲುಪಿದಾಗ ಬಾಬಾ ಎಂದಿನಂತೆ ಬ್ಯಾಗುಗಳನ್ನು ತೆರೆದು ಸಿನ್ನಮಾನಿಗೆ ಸಿಹಿತಿನಿಸು ಉಡುಗೊರೆ ಕೊಡುವ ಬದಲು ಊಟ ಮಾಡಿ ಬಾಥ್‌ರೂಮಿಗೆ ಹೋದರು. ಆನಂತರ ಬಾಬಾ, ಮಾ ಬೆಡ್‌ರೂಮಿನಲ್ಲಿ ಕುಳಿತು ತುಂಬಾ ಹೊತ್ತು ಮಾತನಾಡಿದರು. ರಾತ್ರಿ ಊಟದ ಸಮಯದಲ್ಲೂ ಏನೋ ಗಹನವಾದ ಚರ್ಚೆಯಲ್ಲಿ ಮುಳುಗಿದ್ದು ಊಟವಾದ ಕೂಡಲೇ ತಮ್ಮ ರೂಮಿಗೆ ಹೋಗಿಬಿಟ್ಟರು. ಸಿನ್ನಮಾನ್ ತಾನೇ ಏನಾದರೂ ಮಾಡಬೇಕು ಅಂದುಕೊಂಡು ಮೆಲ್ಲಗೆ ಅವರ ಬೆಡ್‌ರೂಮಿನ ಬಾಗಿಲಿನ ತನಕ ಹೋದ.

'ಅದು ತುಂಬಾ ಕಷ್ಟ ಅನಿಸುತ್ತೆ' ಮಾ ಧ್ವನಿ. ಸಿನ್ನಮಾನ್ ಬಾಬಾರನ್ನು ಕೇಳಿಸಿಕೊಳ್ಳಲು ಕಿವಿಗಳನ್ನು ಬಾಗಿಲಿಗೆ ಒತ್ತಿ ಹಿಡಿದ.

'ಕಷ್ಟ ಗೊತ್ತು ಆದರೆ ನನಗೆ ಭರವಸೆ ಇದೆ. ಆ ಹೊತ್ತಲ್ಲಿ ನನಗೆ ನಿಜವಾಗಿಯೂ...' ಎನ್ನುತ್ತಿದ್ದವರು ನಿಲ್ಲಿಸಿ 'ಸಿನ್ನಮಾನ್' ಎಂದು ಕೂಗಿದರು. ಸಿನ್ನಮಾನ್ ಒಳಗೆ ಹೋದ. ಬಾಬಾ ಎದುರಿದ್ದ ಡೆಸ್ಕಿನ ಮೇಲೆ ಒಂದು ರಿಪೋರ್ಟ್ ಇತ್ತು. ಅವರು ಕಾಲು ಚಾಚಿ ಕುಳಿತಿದ್ದು ಕಿವಿಯಲ್ಲಿ ಒಂದು

ಪೆನ್ನು ಸಿಗಿಸಿಕೊಂಡಿದ್ದರು. ಮಾ ಹಾಸಿಗೆ ಮೇಲೆ ಕುಳಿತಿದ್ದರು. ಸಿನ್ನಮಾನ್ ರಿಪೋರ್ಟಿನ ಪತ್ರವನ್ನು ಎತ್ತಿಕೊಳ್ಳಲು ಹೋದ, ಬಾಬಾ ಕಸಿದುಕೊಂಡರು.

'ಅದು ನಿನಗಲ್ಲ ರಾಜಾ' ಎಂದರು ಮೃದುವಾಗಿ.

'ದೆಹಲಿಯಿಂದ ನನಗೆ ಏನು ತಂದಿರಿ'

'ದಿ ಕಂಪ್ಲೀಟ್ ಕಲೆಕ್ಷನ್ ಆಫ್ ಶೆರ್ಲಾಕ್ ಹೋಮ್ಸ್ ಮತ್ತು ಫೆಲೂಡ ಸ್ಟೋರಿಸ್. ದೆಹಲಿಯಿಂದ ದಾಲ್ಮೊತ್, ಆಂಧ್ರ ಭವನ್‌ನಿಂದ ಬಿರಿಯಾನಿ' ಬಾಬಾ ಕಣ್ಣುಗಳು ಮಿನುಗುತ್ತಿದ್ದವು.

'ನನಗೆ ಈಗಲೇ ಬೇಕು!'

'ಮಾ ಮತ್ತು ನಾನೂ ಏನನ್ನೋ ಮಾತಾಡಬೇಕು. ನಿಂಜೊತೆ ಆಮೇಲೆ ಮಾತಾಡ್ತೀನಿ'

ಮಾ ಅವನ ತಲೆಗೂದಲಲ್ಲಿ ಕೈಯಾಡಿಸುತ್ತಾ 'ಈಗ ಮಲಗು ಕಂದಾ' ಎಂದರು.

ಬೇರೆ ದಾರಿ ಕಾಣದೆ ಸಿನ್ನಮಾನ್ ಕೋಣೆಯಿಂದ ಹೊರಬಂದ. ಮಾ ಬಾಬಾ ತಮ್ಮ ಮಾತುಕತೆ ಮುಂದುವರೆಸಿದರು. ಸಿನ್ನಮಾನ್ ಕದ್ದು ಆಲಿಸಲು ಪ್ರಯತ್ನಿಸಿದನಾದರೂ ಮಾ ತನ್ನ ಧ್ವನಿಯನ್ನು ಇನ್ನಷ್ಟು ಇಳಿಸಿದ್ದರಿಂದ ಏನೂ ಕೇಳಿಸುತ್ತಿರಲಿಲ್ಲ. ಅವನು ತನ್ನ ಕೋಣೆಗೆ ಹೋಗಿ ಮಲಗಿದ.

***

'ಸಿನ್ನಮಾನ್, ನಿನ್ನ ಹದಿನಾಲ್ಕನೇ ಹುಟ್ಟಿದ ಹಬ್ಬಕ್ಕೆ ಏನು ಬೇಕು?' ಬಾಬಾ ಮರುದಿನ ತಿಂಡಿ ತಿನ್ನುತ್ತ ಕೇಳಿದರು.

'ಎಲ್ಲಾನೂ'

'ಹಾಗಲ್ಲ, ಸರಿಯಾಗಿ ಹೇಳಬೇಕು, ಏನು ಬೇಕು ಅಂತ'

'ದೊಡ್ಡ ಸೈಕಲ್. ರಸ್ಕಿನ್ ಬಾಂಡಿನ ಇನ್ನೊಂದು ಪುಸ್ತಕ ಅಥವಾ 'ಡೈರಿ ಆಫ್ ಎ ವಿಂಪಿ ಕಿಡ್'. ಅಷ್ಟೇ. ಇಲ್ಲ ತಡೀರಿ. ಜೊತೆಗೆ ಒಂದು ಜೊತೆ ಹೊಸಾ ನೈಕ್ ಶೂಸು, ಮತ್ತೇ ಒಂದು ಡೆನಿಮ್ ಜಾಕೆಟ್ಟು,

ಅಷ್ಟೇ. ಮತ್ತೇ ಲೇಟೆಸ್ಟ್ ವಿಡಿಯೋ ಗೇಮ್ಸ್. ಅಷ್ಟೇ. ಮತ್ತೆ ನಾನು ಉದ್ದ ಕೂದಲು ಬಿಡಬೇಕು. ಮತ್ತೇ...'

ಬಾಬಾ ಅವನಿಗೆ ನಿಲ್ಲಿಸಲು ಸನ್ನೆ ಮಾಡಿದರು. 'ನಿಂಗೆ ಗೊತ್ತಿದೆ ಎಲ್ಲಾನೂ ಸಾಧ್ಯವಿಲ್ಲ ಅಂತ'

ಸಿನ್ನಮಾನ್ ಅಂಜುತ್ತ 'ಇನ್ನೊಂದು ಇದೆ' ಎಂದ.

'ಹೇಳು'.

ಸಿನ್ನಮಾನ್ ಹಿಂಜರಿದ.

'ನನಗೇನು ಸಿಟ್ಟ ಬರಲ್ಲ. ಪ್ರಾಮಿಸ್. ಹೇಳು.' ಬಾಬಾ ಆಶ್ವಾಸನೆ ಕೊಟ್ಟರು.

ಸಿನ್ನಮಾನ್ ನೆಲವನ್ನು ದಿಟ್ಟಿಸುತ್ತ ತನ್ನ ದನಿಯನ್ನು ಸ್ಥಿರವಾಗಿಟ್ಟುಕೊಳ್ಳಲು ಪ್ರಯತ್ನಿಸುತ್ತ ಎಷ್ಟು ಸಾಧ್ಯವೋ ಅಷ್ಟು ಸಹಜವಾಗಿ 'ನನಗೆ ನನ್ನ ಹೆತ್ತ ಅಪ್ಪಾಮ್ಮ ನೋಡಬೇಕೆಂದು ಆಸೆ. ಅಷ್ಟೇ' ಎಂದ.

ಬಾಬಾ ತಮ್ಮ ತುಟಿಗಳನ್ನು ಜಿಪ್ಪು ಹಾಕಿರುವಂತೆ ಒತ್ತಿಕೊಂಡರು. ಮಾ ಅವಾಕ್ಕಾಗಿ ಬಾಯಿಗೆ ಕೈಯಿಟ್ಟುಕೊಂಡರು 'ನೋಡೋಣ ನಮ್ಮ ಕೈಲಿ ಏನಾಗುತ್ತೋ' ಎಂದರು ಬಾಬಾ. ಸಿನ್ನಮಾನಿಗೆ ಹೃದಯ ಹಾರಿದಂತಾಯಿತು.

***

ಕೆಲವು ದಿನಗಳ ನಂತರ ಬಾಬಾ 'ಸಿನ್ನಮಾನ್ ನಾನು ದತ್ತು ಕೇಂದ್ರಕ್ಕೆ ಹೋಗ್ತಿದ್ದೇನೆ' ಎಂದು ತಿಳಿಸಿದರು. ಅವರು ಒಂದು ನೀಲಿ ಲ್ಯಾಪ್‌ಟಾಪಿನ ಬ್ಯಾಗು ಏರಿಸಿಕೊಂಡಿದ್ದರು.

'ನಾನೂ ಬರ್ತೀನಿ'

ಬಾಬಾ ಬೇಡವೆಂದು ತಲೆಯಾಡಿಸಿದರು. 'ನಾನೂ ಮಾ ಇಬ್ಬರೇ ಹೋಗ್ತೇವೆ' ಎನ್ನುತ್ತ ತಮ್ಮ ಸ್ಕೋಡಾ ಕಾರನ್ನು ಹತ್ತಿ ಹೊರಟುಬಿಟ್ಟರು.

ಆ ದಿನ ಸಂಜೆ ಮೀನಾಭಾಯಿ ಟೀಯನ್ನು ಕಪ್ಪಿಗೆ ಸುರಿಯುತ್ತಿದ್ದಾಗ ಬಾಗಿಲ ಕರೆಗಂಟೆ ಕೇಳಿಸಿತು. ಬಾಬಾ ಮಾ ಒಳಗೆ ಬಂದರು. ಅಮ್ಮನ ಮುಖಭಾವದಿಂದ ಹೋದ ಕೆಲಸ ಆಗಿಲ್ಲವೆಂದು ಸಿನ್ನಮಾನಿಗೆ ಗೊತ್ತಾಯಿತು.

'ಮಾ, ಏನಾದರೂ ಮಾಹಿತಿ ಸಿಕ್ತಾ?', ಹೌದು ಎನ್ನಬಹುದಾ ಎಂಬ ದೂರದ ಆಸೆಯಿಂದ ಕೇಳಿದ.

ಮಾ ತಲೆ ಅಲ್ಲಾಡಿಸಿದರು. 'ಇನ್ನೂ ನೋಡ್ತಾ ಇದ್ದೀವಿ ಮಗೂ', ಅವನ ಹೃದಯ ಕುಸಿಯಿತು.

ಮುಂದಿನ ಕೆಲವು ವಾರಗಳು ಆ ವಿಷಯ ಬಂದಾಗೆಲ್ಲ ಬಾಬಾ ಮಾ 'ಇನ್ನೂ ಪ್ರಯತ್ನಿಸ್ತಾ ಇದ್ದೀವಿ' ಎಂದಷ್ಟೆ ಹೇಳುತ್ತಿದ್ದರು. ಒಂದು ಭಾನುವಾರ ಮುಂಜಾನೆ ಎಲ್ಲರೂ ಅಡುಗೆಮನೆಯ ಊಟದ ಟೇಬಲ್ಲಿನ ಸುತ್ತ ಕುಳಿತಿದ್ದರು. ಬಾಬಾ ಎದುರಿಗೆ ಒಂದು ಟೈಪ್ ಮಾಡಿರುವ ಪೇಪರು ಇತ್ತು.

'ಅಡಾಪ್ಷನ್ ಏಜೆನ್ಸಿಯವರು ಈ ಮಾಹಿತಿಯನ್ನು ನಮ್ಮೊಂದಿಗೆ ಹಂಚಿಕೊಳ್ಳಲು ಹರಸಾಹಸ ಪಡಬೇಕಾಯ್ತು. ಕಾನೂನು ಪ್ರಕಾರ ಇದನ್ನು ಅವರು ಹಂಚಿಕೊಳ್ಳಂಗಿಲ್ಲ. ಮಾ ನಾನೂ ಅವರನ್ನು ಬೇಡಿಕೊಂಡೆವು ಇದು ನಮಗೆ ತುಂಬಾ ಅಗತ್ಯ ಇದೆ ಎಂದು. ನಮ್ಮ ಅದೃಷ್ಟಕ್ಕೆ ನಿನ್ನ ಹೆತ್ತ ಅಮ್ಮ ತನ್ನನ್ನು ಸಂಪರ್ಕಿಸಲು ಒಂದು ನಂಬರ್ ಕೊಟ್ಟಿದಾರೆ. ನಿನ್ನ ಹೆತ್ತ ತಂದೆಯ ಹೆಸರು ವಿಲಾಸ್ ಗಾವಿತ್, ಅಮ್ಮನ ಹೆಸರು ಅದಿತಿ ಗಾವಿತ್'. ಬಾಬಾ ಒಮ್ಮೆ ಮಾ ಕಡೆಗೆ ಇನ್ನೊಮ್ಮೆ ಸಿನ್ನಮಾನ್ ಕಡೆಗೆ ಪ್ರತಿಕ್ರಿಯೆ ಹೇಗಿರುತ್ತೆ ಎಂದು ನೋಡಿದರು.

'ನಿನ್ನ ಹೆತ್ತವರ ಊರು ನಂದುರ್ಬಾರ್ ಎಂದು'. ವಿಷಯ ಎಲ್ಲರ ಒಳಗಿಳಿಯಲೆಂದು ಸ್ವಲ್ಪ ಹೊತ್ತು ಕಾದರು.

ನಂದುರ್ಬಾರ್! ಸಿನ್ನಮಾನ್ ಭೂಗೋಳದ ಕ್ಲಾಸುಗಳಲ್ಲಿ ಕೇಳಿದ್ದ ಹೆಸರು. ಆಗೆಲ್ಲ ಅದೊಂದು ಉರು ಹೊಡೆದು ಪರೀಕ್ಷೆಯಲ್ಲಿ ಬರೆವ ಹೆಸರು ಮಾತ್ರವೇ ಆಗಿತ್ತು. ಆದರೆ ಈಗ ಅದಕ್ಕೆ ವಿಶೇಷ ಅರ್ಥ ಸಿಕ್ಕಿಬಿಟ್ಟಿತ್ತು. ನಂದುರ್ಬಾರಿನಲ್ಲಿ ತನ್ನ ಹೆತ್ತ ಅಪ್ಪ ಅಮ್ಮ ಹುಟ್ಟಿ ಬೆಳೆದು ವಾಸವಿದ್ದಾರೆ!

ಬಾಬಾ ತನ್ನ ಗಂಟಲನ್ನು ಸರಿಮಾಡಿಕೊಂಡು ಮಾತು ಮುಂದುವರಿಸಿದರು. 'ಅಡಾಪ್ಷನ್ ಏಜೆನ್ಸಿಯ ರೇಷಮ ಗವಾಲಿ ಎಂಬುವವರನ್ನು ಸಂಪರ್ಕಿಸಿದೆ. ಅವರು ನಿನ್ನ ತಾಯಿಯೊಂದಿಗೆ ನಂಟು ಇರುವ ಅದೇ ಊರಿನ ವ್ಯಾಪಾರಸ್ಥ. ಏಜೆನ್ಸಿಯಿಂದ ಒಬ್ಬ ಸಾಮಾಜಿಕ ಕಾರ್ಯಕರ್ತೆ ನಿಮ್ಮ ತಾಯಿಯನ್ನು ಭೇಟಿ ಮಾಡಲು

ಹೋಗಿದ್ದಾರೆ. ಅವರು ಇನ್ನೂ ಅದೇ ಜಿಲ್ಲೆಯಲ್ಲಿದಾರೆ. ಆದರೆ ಬೇರೆ ಹಳ್ಳಿಗೆ ಹೋಗಿದ್ದಾರೆ. ನಾವು ಅವರನ್ನು ಭೇಟಿ ಮಾಡಬಹುದು.'

ಸಿನ್ನಮಾನಿಗೆ ಕೆಲಹೊತ್ತು ಹೃದಯ ಬಡಿತ ನಿಂತಂತಾಯಿತು. ಮಾ ಎತ್ತಲೋ ನೋಡುತ್ತಿದ್ದರು. ಬಾಬಾ ಮಾ ಬಳಿ ಹೋಗಿ ಅವರ ಹೆಗಲ ಮೇಲೆ ಕೈಹಾಕಿದರು. ಮಾ ಏನೂ ಹೇಳಲಿಲ್ಲ. ಸ್ವಲ್ಪ ಹೊತ್ತಿನ ಬಳಿಕ ಮಾ ಎದ್ದು ಬೆಡ್‌ರೂಮಿಗೆ ಹೋದರು. ಬಾಬಾ ಮಾ ಹಿಂದೆ ಹೋದರು. ಇಬ್ಬರೂ ಸಂಜೆ ತನಕ ರೂಮಿನಲ್ಲಿಯೆ ಉಳಿದಿದ್ದರು. ಮಾ ಮಧ್ಯಾಹ್ನ ಊಟಕ್ಕೂ ಹೊರಗೆ ಬರಲಿಲ್ಲ. ಸಂಜೆ ಬಂದು ಚಿಕನ್ ಸೂಪು ಕುಡಿದು ಮತ್ತೆ ಹೋಗಿಬಿಟ್ಟರು.

ಸಿನ್ನಮಾನಿಗೆ ಏನೋ ಸರಿಯಿಲ್ಲ ಅನಿಸುತ್ತಿತ್ತು. ಮಾಗೆ ಹುಷಾರಿಲ್ಲದಿದ್ದರೂ ಬರೀ ಚಿಕನ್ ಸೂಪ್ ಕುಡಿದು ಸುಮ್ಮನಾಗಿದ್ದರು. ಆನಂತರದ ಕೆಲವು ದಿನಗಳು ಅವರು ಆಫೀಸಿಂದ ಬಂದವರೇ ಸೀದಾ ತನ್ನ ಕೋಣೆಗೆ ಹೋಗಿಬಿಡುತ್ತಿದ್ದರು. ಸಿನ್ನಮಾನಿಗೆ ಸಣ್ಣದಾಗಿ ಗುಸುಗುಸು ಕೇಳಿಸುತ್ತಿತ್ತಾದರೂ ಏನೆಂದು ಗೊತ್ತಾಗುತ್ತಿರಲಿಲ್ಲ. ಇದು ಕೆಲವು ದಿನಗಳವರೆಗೆ ಮುಂದುವರೆಯಿತು.

ಒಂದು ಶನಿವಾರ ಬೆಳಗ್ಗೆ ಸಿನ್ನಮಾನ್ ಕಣ್ಣು ತೆರೆದಾಗ ಬಾಬಾ ಅವನ ಹಾಸಿಗೆ ಬಳಿ ನಿಂತಿದ್ದರು. 'ಸಿನ್ನಮಾನ್, ರತ್ನಾಪುರ್‌ಗೆ ಬಸ್ಸು ಹಿಡಿಯಲು ತಡವಾಗುತ್ತದೆ ಹೊರಡು' ಎಂದರು.

ಶುಭ ಪ್ರಯಾಣ

ಸಿನ್ನಮಾನ್ ಟ್ರಾವೆಲ್ ವೆಬ್‌ಸೈಟುಗಳನ್ನು ಹುಡುಕಲಾರಂಭಿಸಿದ, ಇಷ್ಟೆಲ್ಲ ಬೆಳವಣಿಗೆಗಳು ಅವನಿಗೆ ನಂಬಲು ಆಗುತ್ತಿರಲಿಲ್ಲ. ಪುಣೆಯಿಂದ ರತ್ನಾಪುರಕ್ಕೆ ನೇರ ರೈಲು ಸಂಪರ್ಕವಿಲ್ಲವೆಂದು ಗೊತ್ತಾಯಿತು. ಒಂದೇ ಒಂದು ರಾತ್ರಿ ಹೊತ್ತು ಸಂಚರಿಸುವ ಖಾಸಗಿ ಸ್ಲೀಪರ್ ಬಸ್ಸು ಇತ್ತು. ಅದರ ಹೆಸರೂ ಒಂದು ರೀತಿ ಅನುಮಾನಾಸ್ಪದಕರವಾಗಿತ್ತು– 'ಹ್ಯಾಪಿ ಜರ್ನಿ ಟ್ರಾನ್ಸ್‌ಪೋರ್ಟ್ ಲಿಮಿಟೆಡ್' ಎಂದು. ಜೊತೆಗೆ ಸುಪರ್ ಲಕ್ಷುರಿ ಎಸಿ ಸ್ಲೀಪರ್ ವಿತ್ ಲೇಡೀಸ್ ಟಾಯ್ಲೆಟ್ ಎಂದು ಹೆಮ್ಮೆಯೆಂದ ಬರೆದುಕೊಂಡಿತ್ತು. ಅದು ರಾತ್ರಿ ಹತ್ತು ಗಂಟೆಗೆ ಸಂಗಂವಾಡಿ ಬಸ್ ಡಿಪೋದಿಂದ ಹೊರಡುತ್ತಿತ್ತು.

ಸಿನ್ನಮಾನ್ ನಂದುರ್ಬಾರ್ ಬಗ್ಗೆಯೂ ಗೂಗಲ್ ಮಾಡಿದ. ಆ ಜಿಲ್ಲೆ ಬಗ್ಗೆ ಏನೇನು ಮಾಹಿತಿ ಇತ್ತೋ ಎಲ್ಲವನ್ನೂ ಓದಿದ. ಅದೊಂದು ಗುಜರಾತ್ ಮತ್ತು ಮಧ್ಯಪ್ರದೇಶ

11.

ರಾಜ್ಯಗಳ ಗಡಿ ಸಮೀಪ ಇರುವ ಜಿಲ್ಲೆ. ಅಲ್ಲಿ ಬುಡಕಟ್ಟು ಸಮುದಾಯಗಳೇ ಹೆಚ್ಚು. ಆ ಜಿಲ್ಲೆಯಲ್ಲಿ ಬಹುಸಂಖ್ಯಾತರು ಆದಿವಾಸಿಗಳಾಗಿದ್ದು ಮುಖ್ಯವಾಗಿ ಭಿಲ್ ಎಂಬ ಬುಡಕಟ್ಟು ಸಮುದಾಯಕ್ಕೆ ಸೇರಿದ್ದರು. ಜಿಲ್ಲೆಯು ಪ್ರಮುಖ ಪ್ರವಾಸಿ ತಾಣಗಳನ್ನು ಹೊಂದಿದ್ದು ಹಚ್ಚ ಹಸಿರಿನ ಗುಡ್ಡತಾಣವಾದ ತೋರನ್ಮಲ್ ಮತ್ತು ಪ್ರಕಾಶ ದೇವಾಲಯ ಈ ಜಿಲ್ಲೆಯ ಭಾಗವಾಗಿದ್ದವು. ಸಿನ್ನಮಾನಿಗೆ ಮಾ ಖಂಡಿತ ಈ ಸ್ಥಳಕ್ಕೆ ಭೇಟಿ ಕೊಡುತ್ತಾರೆ ಅನಿಸಿತು. ಜಿಲ್ಲೆಯಲ್ಲಿ ಬಹು ದೊಡ್ಡ ಸಮಸ್ಯೆ ಅಪೌಷ್ಟಿಕತೆ ಎಂದು ಓದಿ ಬೇಸರವಾಯಿತು. ಮೂಲಭೂತ ಆರೋಗ್ಯ, ಪೌಷ್ಟಿಕತೆ, ನಿರುದ್ಯೋಗ ಮಾರ್ಗ ಮುಂತಾದವು ಆ ಜಿಲ್ಲೆಯ ಪ್ರಮುಖ ಸಮಸ್ಯೆಗಳಾಗಿದ್ದವು.

ಅಂತರ್ಜಾಲದಲ್ಲಿ ಸಾಕಷ್ಟು ಮಾಹಿತಿ ತಿಳಿದುಕೊಂಡಾಗಿತ್ತು, ಇನ್ನೀಗ ಉಳಿದಿರುವುದೊಂದೇ– ಪ್ಯಾಕಿಂಗ್. ಸಾಮಾನ್ಯವಾಗಿ ಮಾ ಇಂತಹ ಕೆಲಸಗಳ ಮುತುವರ್ಜಿ ವಹಿಸುತ್ತಿದ್ದರು, ಪ್ಯಾಕಿಂಗ್ ಮಾಡುವುದು, ಏನೆಲ್ಲ ತಗೊಂಡು ಹೋಗಬೇಕು ಎಂಬ ಉದ್ದ ಪಟ್ಟಿ ಮಾಡುವುದು ಮುಂತಾಗಿ. ಆದರೆ ಈ ಸಲ ಅವರು ಯಾಕೋ ಯಾವುದರ ಬಗ್ಗೆಯೂ ಆಸಕ್ತಿ ತೋರಿಸಲಿಲ್ಲ. ಬಾಬಾ ಸಿನ್ನಮಾನ್ ಮೀನಾಭಾಯಿ ಇವರೇ ಸೇರಿ ಬಟ್ಟೆಬರೆ, ಅಗತ್ಯ ವಸ್ತುಗಳು, ತಿಂಡಿತಿನಿಸುಗಳನ್ನು ತಮ್ಮ ಕೆಂಪು ಸೂಟ್‌ಕೇಸಿನಲ್ಲಿ ಪ್ಯಾಕ್ ಮಾಡಿದರು. ಅವರೇ ಕ್ಯಾಬ್ ಬುಕ್ ಮಾಡಿದರು, ಫ್ರಿಡ್ಜು ಆಫ್ ಮಾಡಿದರು, ಹಾಲಿನವನಿಗೆ, ಪೇಪರಿನವನಿಗೆ ಇನ್ನೆರಡು ವಾರ ವರ್ತನೆ ನಿಲ್ಲಿಸಿ ಎಂದು ತಿಳಿಸಿದರು.

'ಎರಡು ವಾರ?' ಬಾಬಾ ಫೋನಿನಲ್ಲಿ ಹೇಳಿದ್ದು ಕೇಳಿಸಿಕೊಂಡ ಸಿನ್ನಮಾನ್ ಆಶ್ಚರ್ಯ ವ್ಯಕ್ತಪಡಿಸಿದ. ಬಾಬಾ ಕಿವಿ ತೀಡಿಕೊಳ್ಳುತ್ತ 'ಹಾಗಾದರೆ ಇನ್ನು ಸ್ವಲ್ಪ ಕಡಿಮೆ ಮಾಡೋಣವಾ?' ಎಂದು ಛೇಡಿಸಿದರು.

ಸಿನ್ನಮಾನ್ ತಕ್ಷಣ 'ಬೇಡ ಬೇಡ' ಎಂದು ಪ್ಯಾಕಿಂಗ್ ಮುಂದುವರೆಸಿದನು.

ರಾತ್ರಿ ಸರಳ ಊಟ ಬಿಸಿ ತಾಲಿಪಟ್ಟು, ಲೊಂಚಾ ಮತ್ತು ತಣ್ಣನೆಯ ಮೊಸರು, ಇಷ್ಟನ್ನು ಸವಿದು ಎಲ್ಲರೂ ಕ್ಯಾಬ್ ಹತ್ತಿದರು. ಕಾರು ಇರುಳಿನ ಬೀದಿಗಳನ್ನು ಭೇದಿಸಿಕೊಂಡು ಪುಣೆಯ ಅತ್ಯಂತ ದೊಂಬಿಮಯ ಬಸ್‌ಸ್ಟ್ಯಾಂಡ್ ಎಂದೇ ಕುಖ್ಯಾತಿ ಪಡೆದಿದ್ದ ಸಂಗಮವಾಡಿ ಬಸ್ ನಿಲುದಾಣ ತಲುಪಿತು. ದಢೂತಿ ಸ್ಲೀಪರ್ ಬಸ್ಸುಗಳು ಒಂದರ ಪಕ್ಕ ಒಂದು ಆನೆಗಳ ಹಿಂಡಿನಂತೆ ನಿಂತಿದ್ದವು. ಹ್ಯಾಪಿ ಜರ್ನಿ ಟ್ರಾವೆಲ್ಸಿನ ಬಸ್ಸು ಸುಲಭವಾಗಿ ಗುರುತು ಸಿಕ್ಕಿತು. ಅದೊಂದೇ ಬಸ್ಸು ಮೂರು ಭಾಷೆಗಳಲ್ಲಿ ಬೋರ್ಡನ್ನು ಹಾಕಿಸಿಕೊಂಡಿದ್ದು: ಪುಣೆ–ಸೂರತ್, ಮರಾಠಿ, ಗುಜರಾತಿ ಮತ್ತು ಇಂಗ್ಲೀಷಿನಲ್ಲಿ. ಬಾಡಿಗೆ ಕಾರಿನ ಚಾಲಕನಿಗೆ ಹಣ ಕೊಟ್ಟು ಎಲ್ಲರೂ ಬಸ್ ಹತ್ತಿ ತಮ್ಮ ತಮ್ಮ ಸೀಟಿನಲ್ಲಿ ಕುಳಿತರು. ಸಿನ್ನಮಾನಿಗೆ ಕೆಳಗಿನ ಒಂಟಿ–ಹಾಸಿಗೆ. ಮಾ ಬಾಬಾರಿಗೆ ಅವನ ಎದುರಿಗಿದ್ದ ಮೇಲಿನ ಜೋಡಿ–ಹಾಸಿಗೆ.

ಬಸ್ಸು ಅವರು ಅಂದುಕೊಂಡಷ್ಟು ಕೆಟ್ಟದಾಗಿ ಇರಲಿಲ್ಲ. ಅವರು ಅಂದುಕೊಂಡದ್ದಕ್ಕಿಂತಲೂ ಜಾಸ್ತಿಯೇ ಕೆಟ್ಟದಾಗಿತ್ತು! ಹಾಸಿಗೆಗಳ ಮೇಲೆ ಚಿತ್ರ ವಿಚಿತ್ರ ದ್ರವಗಳ ಒದ್ದೆ ಗುರುತುಗಳು ಇದ್ದವು. ಬೆಡ್‌ಶೀಟುಗಳು ಪುರಾತನ ಕಾಲದಿಂದಲೂ ಬದಲಾಯಿಸಿಲ್ಲವೇನೊ ಎಂಬಷ್ಟು ಹಳೆಯದಾಗಿದ್ದವು. ಹೊದಿಕೆಗಳು ಗಬ್ಬು ನಾರುತ್ತಿದ್ದವು. ಹಸಿದ ತಿಗಣೆಗಳು ಆಹಾರಕ್ಕಾಗಿ ಅವರನ್ನು ಮುತ್ತಿಗೆ ಹಾಕಿದ್ದವು. ಬೆನ್ನ ಮೇಲೆ ಮಲಗಿದರೆ ಇನ್ನೊಂದು ರೀತಿಯ ಬಾಧೆ, ಆದ್ದರಿಂದ ಎಲ್ಲರೂ ಹೊಟ್ಟೆ ಮೇಲೆ ಮಲಗಿದರು, ತುರಿಕೆಯನ್ನು ಬೆನ್ನಿನಿಂದ ಹೊಟ್ಟೆಗೆ, ಎದೆಗೆ, ಹೇಳಬಾರದ ಜಾಗಗಳಿಗೆ ವರ್ಗಾಯಿಸಿ. ಎಸಿ ಕಿಂಡಿಗಳಿಂದ ಬಿಸಿ ಹವೆ ಬರುತ್ತಿತ್ತು. ಚಾರ್ಜಿಂಗ್ ಪಾಯಿಂಟುಗಳು ಹೆಸರಿಗಷ್ಟೇ ಇದ್ದವು. 'ಪುರುಷರಿಗೂ ಮಹಿಳೆಯರಿಗೂ ಪ್ರತ್ಯೇಕ' ಎಂದಿದ್ದ ಬಾತ್‌ರೂಮುಗಳನ್ನು ಉಪಯೋಗಿಸಲು ವಿಶೇಷ ತರಬೇತಿ ಅಗತ್ಯವಿತ್ತು. ಓಡುವ ಬಸ್ಸು ರೈಲುಗಳಲ್ಲಿ ಜಾರಿದ ಹಾಗೆ ಮೂಗು ಹಿಡಿದು ಕೂರುವ ಆಟದಲ್ಲಿ ಒಲಂಪಿಕ್ ಹಂತದ ಕೌಶಲ್ಯಗಳನ್ನು ಹೊಂದಿರಬೇಕಿತ್ತು.

ಸಿನ್ನಮಾನಿನ ತಲೆ ಮೇಲಿನ ಹಾಸಿಗೆ ಬಡಿದು ನೋವಿನಿಂದ ಹಣೆ ಉಜ್ಜಿಕೊಂಡ. ರೈಲಿನ ಮಧ್ಯದ ಹಾಸಿಗೆಯಾಗಲಿ ಬಸ್ಸಿನ ಕೆಳಗಿನ ಹಾಸಿಗೆಯಾಗಲಿ ಅವನು ಪ್ರತಿ ಸಲ ಹಾಗೆ ಬಡಿಸಿಕೊಳ್ಳುತ್ತಿದ್ದ. ಬಸ್ಸಿನ ಹಾಸಿಗೆಯುದ್ದ ಕಾಲು ಚಾಚಿದ. ತನ್ನ ಉದ್ದನೆಯ ಕೈಕಾಲುಗಳು ಹಾಸಿಗೆಯ ಉದ್ದಗಲ ಹರಡಿಕೊಂಡಿದ್ದವು. ಭಯ ಪುಲಕಗಳು ಅವನನ್ನು ಆವರಿಸಿದ್ದವು. ಇದ್ದಕ್ಕಿದ್ದಂತೆ ಹುಟ್ಟಿಕೊಂಡ

ಸಂಶಯವೊಂದು ಅವನನ್ನು ಕಾಡಲಾರಂಭಿಸಿತು. ತನಗೆ ಉಂಟಾದ ತೊಳಲಾಟದಷ್ಟೇ ತನ್ನ ಹೆತ್ತ ಅಪ್ಪ ಅಮ್ಮನಿಗೆ ಆಗದಿದ್ದರೆ? ಅವರಿಗೆ ನನ್ನೊಂದಿಗೆ ಹಂಚಿಕೊಳ್ಳಲು ಏನೂ ಇರದಿದ್ದರೆ? ಬಾಬಾ ಉರುಳಿಕೊಂಡು ಕಿವಿಗೆ ಬೃಹತ್ತಾದ ಇಯರ್ ಫೋನ್‌ಗಳನ್ನು ಸಿಗಿಸಿಕೊಂಡಿದ್ದರು. ಅವರು ಆಗಾಗ್ಗೆ ಕಣ್ಣು ಮುಚ್ಚುವುದು, ತಲೆದೂಗುವುದನ್ನು ಗಮನಿಸಿದ. ಬಹುಶಃ ವಸಂತರಾವ್ ದೇಶಪಾಂಡೆಯ ಅಥವಾ ಭೀಮಸೇನ್ ಜೋಶಿಯವರ ಸಂಗೀತ ಕೇಳುತ್ತಿರಬಹುದು ಅಂದುಕೊಂಡ. ಬಾಬಾ ಪಕ್ಕದ ಹಾಸಿಗೆ ಖಾಲಿಯಾಗಿತ್ತು. ಮಾ ಎಲ್ಲಿ ಹೋದರು? ಸಮೀಪದಲ್ಲಿ ಜಗಳ ಕೇಳಿಸಿತು.

'ಸರ್, ನಿಮಗೇನಾದರೂ ಮಹಿಳಾ ಪ್ರಯಾಣಿಕರ ಬಗ್ಗೆ ಕಿಂಚಿತ್ತಾದರೂ ಕಾಳಜಿ ಇದೆಯಾ' ಮಾ ಕಂಡಕ್ಟರನ್ನು ತರಾಟೆಗೆ ತಗೊಂಡಿದ್ದರು. ಅವರು ಮಹಿಳಾ ಶೌಚಾಲಯದ ಎದುರು ನಿಂತಿದ್ದರು.

'ಹೌದು ಮೇಡಮ್. ಖಂಡಿತ ಇದೆ ಮೇಡಮ್'

'ಈ ಬಾಥ್‌ರೂಮಿನ ಸ್ಥಿತಿ ನೋಡಿದ್ದೀರಾ?'

ಕಂಡಕ್ಟರ್ ಗುಟ್ಕಾದಲ್ಲಿ ಸ್ವಲ್ಪ ಸುಣ್ಣ ಬೆರೆಸಿ ಬಾಯಿಗೆ ಎಸೆದುಕೊಂಡು 'ಮೇಡಮ್, ಅದು ಒಂದು ರಾತ್ರಿಗೆ ಮಾತ್ರ ಅಂತ ಇರುವುದು' ಎಂದ, ತುಸು ಅಂಜುತ್ತ.

'ನಾನು ನಿಮ್ಮನ್ನು ಅದು ಎಷ್ಟು ದಿನಕ್ಕೆಂದು ಇರುವುದು ಅಂತೆಲ್ಲ ಕೇಳಲಿಲ್ಲ. ನೋಡಿದ್ದೀರಾ ನೀವದನ್ನು? ನಿಮ್ಮ ತಾಯಿ ಅಥವಾ ಹೆಂಡತಿಯನ್ನ ಅದರೊಳಗೆ ಬಿಡ್ತೀರಾ?' ಮಾ ಶೌಚಾಲಯದ ಬಾಗಿಲು ತೆರೆದು ತೋರಿಸಿದರು. ಅಷ್ಟರಲ್ಲಿ ಬಸ್ಸಿನಲ್ಲಿದ್ದ ಅನೇಕ ಮಹಿಳೆಯರು ಮಾ ಜೊತೆಗೂಡಿ ಕಂಡಕ್ಟರಿಗೆ ಉಗುಳಲಾರಂಭಿಸಿದ್ದರು.

'ನಲ್ಲಿಯಲ್ಲಿ ನೀರು ಬರ್ತಿಲ್ಲ. ಟಾಯ್ಲೆಟ್ಟನ್ನು ಸ್ವಚ್ಛ ಮಾಡಿಲ್ಲ, ಇಡೀ ಬಾಥ್‌ರೂಮು ಗಬ್ಬು ನಾರುತ್ತಿದೆ. ಬಳಸಲಾಗ್ತಿಲ್ಲ. ಈ ಬಾಗಿಲಿಗೆ ಚಿಲಕ ಸಹ ಬೀಳ್ತಿಲ್ಲ' ಮಾ ಅಲ್ಲಿದ್ದ ಮಹಿಳೆಯರ

ಕಡೆ ತಿರುಗಿ 'ಇದೇ ಇವರ ಆಶ್ವಾಸನೆ ನೋಡ್ರಮ್ಮಾ' ಎಂದರು. ತಮ್ಮ ಫೋನ್ ಹೊರತೆಗೆದು ಫೋಟೋ ಕ್ಲಿಕ್ಕಿಸಿಕೊಂಡರು. 'ಇದನ್ನು ಸೋಶಿಯಲ್ ಮಿಡಿಯಾದಲ್ಲಿ ವಾಟ್ಸಾಪಲ್ಲಿ ಹಾಕ್ತೀನಿ, ವೈರಲ್ ಆಗದಿದ್ದರೆ ಕೇಳಿ', ಮಾ ಘೋಷಿಸಿದರು. ಟ್ರಾವೆಲ್ಸ್ ಕಂಪನಿಯ ಹೆಸರಿದ್ದ ಟಿಶರ್ಟ್ ಹಾಕಿಕೊಂಡ ಒಬ್ಬ ಹೆಂಗಸು ಅಲ್ಲಿಗೆ ಬಂದರು.

ಮಾ ಎಲ್ಲರತ್ತ ತಿರುಗಿ 'ಬಸ್ಸು ಒಂದು ಹದಿನೈದು ಇಪ್ಪತ್ತು ನಿಮಿಷ ತಡವಾದರೆ ನಿಮ್ಮಲ್ಲಿ ಯಾರಿಗಾದರೂ ತೊಂದರೆಯಾಗುತ್ತಾ? ಅಷ್ಟರಲ್ಲಿ ಟಾಯ್ಲೆಟ್ ಕ್ಲೀನಾಗುತ್ತೆ'

ಸಮಸ್ತ ಮಹಿಳಾಮಣಿಗಳು 'ಕಾಯ್ತೀವಿ' ಎಂದು ಉದ್ಘೋಷಿಸಿದರು.

'ಹೌದು ನಾವೂ ಕಾಯ್ತೇವೆ' ಬಾಬಾ ತಮ್ಮದೂ ದನಿ ಸೇರಿಸಿದರು. ಸಿನ್ನಮಾನಿಗೆ ಆ ಕ್ಷಣದಲ್ಲಿ ತಾನೂ ಏನಾದರೂ ಹೀರೋ ತರಹ ಮಾಡಬೇಕು ಅನಿಸಿತು. ಏನು ಮಾಡಬೇಕೆಂದು ಹೊಳೆಯಲಿಲ್ಲ. ಅವನು ತನ್ನ ಸೊಂಟದ ಮೇಲೆ ಕೈಯೂರಿ ಕಂಡಕ್ಟರನ್ನು ದುರದುರನೆ ನೋಡಿದ. ಬಸ್ಸು ಒಂದು ನಲವತ್ತು ನಿಮಿಷ ನಿಲ್ಲುವಂತಾಯಿತು. ಟ್ರಾವೆಲ್ ಏಜೆನ್ಸಿ ಶೌಚಾಲಯವನ್ನು ಸ್ವಚ್ಛಗೊಳಿಸಿ ತೊಟ್ಟಿಯಲ್ಲಿ ನೀರನ್ನು ತುಂಬಿಸಿದರು. ಮಾ ಬಾಬಾ ಇಡೀ ಸಮಯ ಅಲ್ಲಿಯೇ ನಿಂತಿದ್ದರು.

ಕಂಪನಿಯ ಒಬ್ಬ ಉದ್ಯೋಗಿ 'ಆಹೋ, ನೀವಿನ್ನು ಹೋಗಿ ಕೂತ್ಕೊಬಹುದು' ಎಂದನು, ಮರಾಠಿಯಲ್ಲಿ.

'ನನಗೆ ಬೇಕಾದಾಗ ನಾನು ಕೂತ್ಕೊಳ್ತೀನಿ' ಮಾ ಗುಡುಗಿದರು.

ಶೌಚಾಲಯ ಎಲ್ಲರಿಗೂ ತೃಪ್ತಿಯಾಗುವಷ್ಟು ಸ್ವಚ್ಛಗೊಂಡ ನಂತರ ಮಾ ಗೆ ಉಳಿದ ಮಹಿಳಾಮಣಿಗಳಿಂದ ಅಭಿನಂದನೆಗಳ ಸುರಿಮಳೆಯಾಯಿತು. ಮಾ ಗೆದ್ದವರಂತೆ ಬೀಗುತ್ತ ತನ್ನ ಹಾಸಿಗೆಗೆ ತೆರಳಿ ಉರುಳಿಕೊಂಡರು. ಬಾಬಾ ಮಾ ಕಡೆಗೆ ನಿಷ್ಕಲ್ಮಶ ಮೆಚ್ಚುಗೆಯಿಂದ ನೋಡಿದರು.

'ಮಿಸೆಸ್ ಘೋಶಾಲ್, ತಾವು ತಮಗಾಗಿ ಖಂಡಿತ ಹೊರಾಡುತ್ತೀರಿ ಎಂದು ಇಲ್ಲಿ ಎಲ್ಲರಿಗಿಂತ ನನಗೆ ಚನ್ನಾಗಿ ಗೊತ್ತಿತ್ತು. ಆದರೆ ಮೊದಲ ಸಲ ತಾವು ಬೇರೆಯವರಿಗಾಗಿ ಹೋರಾಡಿದ್ದು ನೋಡಿದಂತಾಯಿತು. ಒಳ್ಳೆಯ ವಕೀಲಿಗಿರಿ ಮಾಡಿದಿರಿ ಇವತ್ತು. ವೆಲ್ ಡನ್ ಮೇಡಂ! ನಮಗೆ ನಿಮ್ಮ ಬಗ್ಗೆ ಹೆಮ್ಮೆಯಾಗ್ತಿದೆ' ಬಾಬಾ ದೊಡ್ಡ ನಗೆಯೊಂದಿಗೆ ಅಭಿನಂದನೆ ಸೂಚಿಸಿದರು.

ಮಾ ಬಾಬಾಗೆ ಹೆಮ್ಮೆಯಾಗಿರುವುದನ್ನು ತಾವು ಮೊದಲೇ ಅರಿತವರ ಹಾಗೆ ನಗೆ ಸೂಸಿದರು.

'ಸರ್, ನಮಗೆ ಮರಾಠಿ ಅಷ್ಟು ಸರಾಗವಾಗಿ ಬರದಿರಬಹುದು, ಆದರೆ ಆರಾಮಾಗಿ ಮರಾಠಿಯಲ್ಲಿ ಜಗಳ ಆಡಬಲ್ಲೆ. ಅಷ್ಟಕ್ಕೂ ನಾನು ಮದುವೆ ಆಗಿರೋದು ಯಾರನ್ನ, ಒಬ್ಬ ಮಹಾರಾಷ್ಟ್ರದವನನ್ನ. ಬೇರೆಯವರ ಪರವಾಗಿಯೂ ತುಂಬಾ ಸಲ ದನಿ ಎತ್ತಿದ್ದೇನೆ ನಾನು. ನೀವು ನನ್ನನ್ನ ಜಗಳಗಂಟಿ ಅಂತ ಕರೆದಿದ್ದೀರಿ ಗೊತ್ತು, ಯಾವ ಕಾರಣಕ್ಕಾಗಿ ಎಂದು ತಿಳಕೊಳ್ಳದೇ ಯಾರನ್ನೂ ಯಾವತ್ತೂ ಜಡ್ಜ್ ಮಾಡಬಾರದು!'

ರತ್ನಾಪುರ

ಸಿನ್ನಮಾನಿಗೆ ಎಚ್ಚರವಾದಾಗ ಜೋರು ಮಳೆ ಸುರಿದಿರುವುದು ಗೊತ್ತಾಗಿ ಮನಸಿಗೆ ಅಹ್ಲಾದವೆನಿಸಿತು. ಗಡಿಯಾರ ನೋಡಿಕೊಂಡ, ಬೆಳಗ್ಗೆ ಆರೂವರೆ ಎಂದು ತೋರಿಸುತ್ತಿತ್ತು. ಮಾಸಿದ ನೀಲಿ ಬಣ್ಣದ ಕಿಟಕಿ ಪರದೆಯನ್ನು ಎಳೆದು ಹೊರಗೆ ಇಣುಕಿದ. ಬೆಳ್ಳಾನೆ ಬೆಳ್ಳಗಿನ ಕುರಿಗಳ ಉಣ್ಣೆಯಂತಹ ಮೋಡಗಳು ನಿಧಾನವಾಗಿ ಆಕಾಶದಲ್ಲಿ ತೇಲುತ್ತಿದ್ದವು. ಮಳೆ ಎಲ್ಲವನ್ನೂ ಒದ್ದೆಯಾಗಿಸಿತ್ತು. ದಟ್ಟ ಹಸಿರಿನ ಭವ್ಯ ಬೆಟ್ಟಗಳು ಹೊಳೆಯುತ್ತಿದ್ದವು, ಬಸ್ಸು ಸಾಗಿದಂತೆ ಒಂದರ ಹಿಂದೆ ಒಂದು ಹಿಂದೆ ಸರಿಯುತ್ತಿದ್ದವು. ಅಲ್ಲೊಂದು ಇಲ್ಲೊಂದು ಮಣ್ಣಿನ ಮನೆಗಳು ದಿಗಂತದಲ್ಲಿ ಹರಡಿಕೊಂಡಿದ್ದವು. ಮಳೆಯು ಮುತ್ತಿಟ್ಟ ಥಂಡಿ ಗಾಳಿಗೆ ಬಾಳೆ, ಕಬ್ಬಿನ ಎಲೆಗಳು ತುಯ್ದಾಡುತ್ತಿದ್ದವು. ಕಂಠಮಟ್ಟ ಕೆಂಪು ಮೆಣಸಿನಕಾಯಿ, ಜೋಳ, ಭತ್ತ, ಕಬ್ಬು ತುಂಬಿಕೊಂಡಿದ್ದ ಟೆಂಪೋಗಳು ಹಾದು ಹೋಗುತ್ತಿದ್ದವು.

ಹೆದ್ದಾರಿಯ ಹೊಟೆಲೊಂದರ ಬಳಿ ಬಸ್ಸು ನಿಂತುಕೊಂಡಿತು. ಪ್ರಯಾಣಿಕರು ಪೇಪರ್ ಕಪ್ಪಿನಲ್ಲಿ ಟೀ ಕುಡಿಯಲೆಂದು ಇಳಿದರು. ಸಿನ್ನಮಾನ್ ಬಾಬಾ ಸಹ ಇಳಿದರು. ಹೆದ್ದಾರಿಗಳಿದ್ದೇ

ವಿಶೇಷತೆಯುಳ್ಳ ಟೀ ಅದು; ಕುಡಿಯುವುದಕ್ಕಿಂದ ಕೈನಲ್ಲಿ ಹಿಡಿಯಲು ವಾಸನೆ ಗ್ರಹಿಸಲು ಚಂದ.

ಗಂಡಸರು ಮರಗಳನ್ನು ಪೊದೆಗಳನ್ನು ಹುಡುಕಿಕೊಂಡು ಹೋಗಿ ಮುಗಿಲು ನೋಡುತ್ತಾ ಏನು ಮಾಡಬೇಕಿತ್ತೋ ಅದನ್ನು ಮಾಡಿ ಮುಗಿಸಿದರು. ಹೆಂಗಸರು ಬಸ್ಸಿನೊಳಗೆ ಉಳಿದುಕೊಂಡಿದ್ದರು. ಈ ಹೆಂಗಸರಿಗೇನಾದರೂ ಪ್ರಕೃತಿಯು ದೊಡ್ಡ ಮೂತ್ರಚೀಲಗಳನ್ನು ಕೊಟ್ಟಿದೆಯಾ ಎಂಬ ಅನುಮಾನ ಕಾಡಿತು ಸಿನ್ನಮಾನಿಗೆ. ಪ್ರಶ್ನೆಯನ್ನು ತನ್ನ 'ಆಮೇಲೆ ಕೇಳಬೇಕಾದ ಪ್ರಶ್ನೆಗಳು' ಪಟ್ಟಿಯಲ್ಲಿ ಸೇರಿಸಿಕೊಂಡ.

'ಬಾಬಾ, ರತ್ನಾಪುರ ಇನ್ನೂ ಎಷ್ಟು ದೂರ ಇದೆ?' ಅವನ ತಾಳ್ಮೆ ಕರಗುತ್ತಿತ್ತು.

'ಇನ್ನೆರಡು ಗಂಟೆ ಮಾತ್ರ' ಬಾಬಾ ಫೋನಿನಲ್ಲಿನ ಆಪ್ ನೋಡಿಕೊಂಡು ಹೇಳಿದರು.

***

ಕೊನೆಗೂ ಅವರು ರತ್ನಾಪುರ ತಲುಪಿದಾಗ, ಅದೊಂದು ಪುಟ್ಟ ಜೂಗುಡಿಸುವ ಊರಾಗಿತ್ತು. ಒಂದು ದೊಡ್ಡ ಕಾಂಕ್ರೀಟ್ ರಸ್ತೆ ಹೊಂದಿತ್ತು. ಬಸ್ ಸ್ಟಾಂಡಿನಲ್ಲಿ ರಾಜ್ಯ ಸಾರಿಗೆ ಸಂಸ್ಥೆಯ ಕೆಲವು ಕೆಂಪು ಬಸ್ಸುಗಳು ನಿಂತಿದ್ದವು. ಬೀದಿ ವ್ಯಾಪಾರಿಗಳು ತಾಜಾ ಸೌತೇಕಾಯಿ, ಬಿಕ್ಕೆಹಣ್ಣು, ಬಾಳೆಹಣ್ಣು, ಹಲಸಿನ ಚಿಪ್ಪುಗಳನ್ನು ಹಿಡಿದು ಕೂಗುತ್ತ ಮಾರುತ್ತಿದ್ದರು.

ಬಾಬಾ ಒಬ್ಬನನ್ನು ಕರೆದು ಸೌತೇಕಾಯಿ ಕೊಂಡರು. ಉದ್ದನೆಯ ಸೌತೆಯ ಸೀಳಿಗೆ ನಿಂಬೆ ರಸ, ಮಸಾಲೆ ಪುಡಿ, ಖಾರದ ಪುಡಿ ಹಚ್ಚಿ ಶಾಲೆಯ ಹೋಮ್‌ವರ್ಕ್ ಹಾಳೆಗಳಲ್ಲಿ ಸುತ್ತಿಕೊಟ್ಟಿದ್ದನ್ನು ಮೂವರೂ ಸವಿದರು. ಬಾಬಾ ಯಾವಾಗಲೂ 'ಹಲ್ಲುಜ್ಜದೇ ತಿನ್ನುವುದು ಕುಡಿಯುವುದು ನಿಷಿದ್ಧ' ಎಂದು ಕೂಗಾಡುತ್ತಿದ್ದವರು ಅಂದು ಆರಾಮಾಗಿ ನಿಯಮಗಳನ್ನು ಮರೆತಿರುವವರಂತೆ ಸೌತೇಕಾಯಿಯನ್ನು ಮೆಲ್ಲುತ್ತಿದ್ದರು. ದೊಡ್ಡವರು ತಮಗೆ ಬೇಕಾದ ಹಾಗೆ ರೂಲ್ಸು

ಮಾಡುವುದು ಮುರಿಯುವುದು ಮಾಡ್ತಾರೆ ಅಂದುಕೊಂಡ ಸಿನ್ನಮಾನ್.

ಅವನು ಸುತ್ತಲಿನ ಜನರನ್ನು ಗಮನಿಸುತ್ತಿದ್ದ. ಬಾಬಾ ರೇಷಮ ಗವಾಲಿಯವರಿಗೆ ಕರೆ ಮಾಡಿದರು. 'ರೇಷಮ ಸರ್, ನಾನು ರಿಶಿಕೇಶ್ ಮಾತಾಡ್ತಿರೋದು, ನಾವು ಊರು ತಲುಪಿದ್ದೇವೆ. ಈಗ ಬಸ್ ಸ್ಟಾಂಡಿನಲ್ಲಿ ಕಾಯ್ತಿದ್ದೇವೆ'

'ಬನ್ನಿ ಬನ್ನಿ ಮಿಸ್ಟರ್ ಪರಾಂಜಪೆ. ಇನ್ನು ಹತ್ತು ನಿಮಿಷಗಳಲ್ಲಿ ದೇವೇಂದ್ರ ನಿಮ್ಮನ್ನು ಬಂದು ಪಿಕ್ ಮಾಡ್ತಾನೆ. ಪ್ಲಾಟ್‌ಫಾರಂ ನಾಲ್ಕರಲ್ಲಿ ನಿಂತಿರಿ. ಅವನು ನಿಮ್ಮನ್ನು ಹೋಟೆಲಿಗೆ ಡ್ರಾಪ್ ಮಾಡ್ತಾನೆ. ಅಲ್ಲಿ ಫ್ರೆಶಪ್ ಆಗುವಿರಂತೆ', ಆ ಕಡೆಯ ಧ್ವನಿ.

ದೇವೇಂದ್ರ ಬಹಳ ಉದ್ದನೆಯ ಸಣಕಲ ಮನುಷ್ಯ. ಭುಜದ ತನಕ ಕೂದಲು ಬೆಳೆಸಿದ್ದ. ಎಂದೂ ಕ್ಷೌರಿಕನ ಬ್ಲೇಡಿನ ಮುಖವನ್ನು ನೋಡಿರದಷ್ಟು ದಟ್ಟವಾದ ಒರಟಾದ ಗಡ್ಡ ಮೀಸೆ ಹೊಂದಿದ್ದ. ತನ್ನ ಟಾಪ್ ಇಲ್ಲದ ಪುರಾತನ ಜೀಪನ್ನು ಬಸ್ ಸ್ಟಾಂಡಿನ ಒಳಗೆ ನುಗ್ಗಿಸಿದ. ಕಡು ಹಸಿರು ಕುರ್ತಾ, ಹವಾಯಿ ಚಪ್ಪಲಿ, ಮಾಸಲು ನೀಲಿ ಜೀನ್ಸ್ ಧರಿಸಿದ್ದ. ಒಂದು ಯೂನಿ-ಬಾಲ್ ಪಾಯಿಂಟ್ ಪೆನ್ನನ್ನು ಕುರ್ತಾಗೆ ಸಿಗಿಸಿಕೊಂಡಿದ್ದ. ಸಿನ್ನಮಾನ್ ಅವನಷ್ಟು ಸಣಕಲ ಮನುಷ್ಯನನ್ನು ಜೀವನದಲ್ಲಿ ನೋಡಿರಲಿಲ್ಲ. ಅವನು ಅಷ್ಟು ಸಣ್ಣಗಿದ್ದುದು ತೂಕ ಕಳೆದುಕೊಂಡಲ್ಲ ನಿಶಕ್ತಿಯಿಂದಲ್ಲ. ಅವನು ಜೈವಿಕವಾಗಿ ಇದ್ದುದೇ ಹಾಗೆ.

'ಮಿಸ್ಟರ್ ಪರಾಂಜಪೆ?' ದೇವೇಂದ್ರ ಗೊಗ್ಗರು ದನಿಯಲ್ಲಿ ಕೇಳಿದ. ಅವನ ತೆಳು ದೇಹಕ್ಕೆ ಹೊಂದಾಣಿಕೆ ಇರದಷ್ಟು ಒರಟಾಗಿತ್ತು ಗಂಟಲು. ಸಿನ್ನಮಾನಿಗೆ ಸಿನಿಮಾ ತಾರೆ ಇರ್ಫಾನ್ ಖಾನ್ ನೆನಪಾಯಿತು.

ಬಾಬಾ ಅವನ ಕೈ ಕುಲುಕಿದರು. 'ನಾನು ದೇವೇಂದ್ರ' ಎಂದು ಆತ ಹಿಂದಿಯಲ್ಲಿ ಪರಿಚಯ ಮಾಡಿಕೊಂಡ. 'ನಾನು ಮೊದಲು ನಿಮ್ಮನ್ನು ಹೋಟೆಲಿಗೆ ಡ್ರಾಪ್ ಮಾಡ್ತೀನಿ. ಫ್ರೆಶಪ್ ಆಗಿ. ಮತ್ತೆ ಬಂದು ಪಿಕ್ ಮಾಡ್ತೀನಿ' ಎಂದ.

ಬಾಬಾ ಜೀಪಿನ ಮುಂದಿನ ಸೀಟಿನಲ್ಲಿ, ಮಾ ಸಿನ್ನಮಾನ್ ಹಿಂದಿನ ಸೀಟಿನಲ್ಲಿ ಕುಳಿತರು. ಬಾಬಾ ಜೀಪನ್ನು ಸಂಶಯದಿಂದ ನೋಡಿದರು. 'ಗ್ಯಾರಂಟಿ ನೀನು ನಮ್ಮನ್ನು ಎಲ್ಲಿಯೂ ಬೀಳಿಸಲ್ಲ ತಾನೆ?'.

ದೇವೇಂದ್ರ ಕಣ್ಣು ಮಿಟುಕಿಸುತ್ತ 'ಎಲ್ರೂ ಹಿಂಗೇ ಕೇಳ್ತಾರೆ ಸರ್. ಆದರೆ ಇಷ್ಟು ವರ್ಷಗಳಲ್ಲಿ ಒಂದಿನ ಕೆಟ್ಟುನಿಂತಿಲ್ಲ ಇದು' ಎಂದ.

ಸೀನುತ್ತಾ ಹೂಂಕರಿಸುತ್ತಾ ಹೊರಟ ಜೀಪು ರತ್ನಾಪುರದ ಪುಟ್ಟ ರಸ್ತೆಗಳಿಗೆ ಇಳಿಯಿತು. ಸಿನ್ನಮಾನಿನ ಎದೆ ಬಡಿತ ಜೋರಾಯಿತು. ಅವನು ಹುಟ್ಟಿದ ಊರು ಇದು. ಅಲ್ಲಲ್ಲಿ ಅಂಗಡಿಗಳ ಎದುರು ಮರಾಠಿ ಗುಜರಾತಿ ನಾಮಫಲಕಗಳು ಇದ್ದವು. ಭೋರಾ, ಖೋಜಾ ವ್ಯಾಪಾರಿಗಳು ತಮ್ಮ ವಿಶಿಷ್ಟ ಟೊಪ್ಪಿಗಳನ್ನು ಹಾಕಿಕೊಂಡು ಅಂಗಡಿಗಳ ಖಜಾನೆ ಎದುರು ಕುಳಿತಿದ್ದರು.

'ಇದೇ ನಿಮ್ಮ ಪ್ಯಾಲೇಸ್' ಎನ್ನುತ್ತ ದೇವೇಂದ್ರ ಒಂದು ಕಟ್ಟಡದ ಕಡೆ ಕೈಮಾಡಿ ತೋರಿಸಿದ. ರತ್ನಾಪುರ ಪ್ಯಾಲೇಸ್ ನಾಲ್ಕು ಮಹಡಿಯ ಕಟ್ಟಡ. ಹೊಟೆಲು ಇತ್ತೀಚೆಗೆ ಬಣ್ಣ ಹೊಡೆಸಿಕೊಂಡಿತ್ತು. ಎದುರು ಕೆಲವು ವಾಹನಗಳು ತಮ್ಮ ಬಾನೆಟ್ ಮೇಲೆ ಭಾರತದ ತ್ರಿವರ್ಣ ಬಳಿದುಕೊಂಡು ನಿಂತಿದ್ದವು. ಹೋಟೆಲಿಗೊಂದು ರೆಸ್ಟೋರೆಂಟು ಅಂಟಿಕೊಂಡಿತ್ತು, ಸ್ಥಳೀಯ ಖಾಂದೇಶಿಯಿಂದ ಹಿಡಿದು ದಕ್ಷಿಣ ಬಾರತ, ಮಹಾರಾಷ್ಟ್ರ ಗುಜರಾತಿ ಕಡೆಯ ಊಟಗಳು ಸಿಗುತ್ತಿತ್ತು ಅಲ್ಲಿ.

ಮುಂಬಾಗಿಲಲ್ಲಿ 'ರತ್ನಾಪುರ ಪ್ಯಾಲೇಸ್' ಎಂಬ ಅಕ್ಷರಗಳಿಗೆ ಮಿಣಿ ಮಿಣಿ ಬೆಳಕು ಬಿಡಲಾಗಿತ್ತು. ರಿಸೆಪ್ಷನ್ನಿನ ಗೋಡೆಯ ಮೇಲೆ ಭಾರತ ಮತ್ತು ದುಬೈ ಸಮಯಗಳನ್ನು ತೋರಿಸುವ ಎರಡು ದೊಡ್ಡ ಗಡಿಯಾರಗಳನ್ನು ನೇತುಹಾಕಲಾಗಿತ್ತು. ಹಜಾರದಲ್ಲಿ ಅಂದಿನ ಇಂಗ್ಲೀಶ್ ಮರಾಠಿ ಗುಜರಾತಿ ದಿನಪತ್ರಿಕೆಗಳನ್ನು ಒಟ್ಟಿದ್ದರು. ಸಾಧಾರಣ ಎತ್ತರದ, ಕ್ರಾಪು ಬಾಚಿದ್ದ, ಫ್ರೆಂಚ್ ಗಡ್ಡದ ಒಬ್ಬ ವ್ಯಕ್ತಿ ಅವರನ್ನು ಸ್ವಾಗತಿಸಿದ. 'ಪುಣೆಯಿಂದಲಾ? ರೇಷಮ ಕಡೆಯವರಾ?' ಎಂದು ವಿಚಾರಿಸಿ ಹೋಟೆಲಿನ ಬೃಹತ್ ದಾಖಲಾತಿ ಪುಸ್ತಕ ತೆರೆದ. 'ನೀವು ಬರ್ತೀರಿ ಎದು ಅವರು ತಿಳಿಸಿದ್ದರು. ನನ್ನ ಹೆಸರು ರಾಜು ಅಂತ', ಎನ್ನುತ್ತ ಎಲ್ಲರ ಕೈಕುಲುಕಿದ. ರಾಜು ಪ್ರತಿ ಮಾತಿನ ಕೊನೆಗೆ ಅದು ತಮಾಷೆಯಿರಲಿ ಬಿಡಲಿ ಅಂಗೈಗಳನ್ನು ಉಜ್ಜಿ ಕಿಸಕ್ಕನೆ ನಗುತ್ತಿದ್ದ. 'ರೇಷಮರ ಸ್ನೇಹಿತರು ನನಗೂ ಸ್ನೇಹಿತರೇ' ಎನ್ನುತ್ತಿದ್ದ.

ಒಬ್ಬ ಕೂಲಿ ಅವರ ಲಗೇಜನ್ನು ಲಾಡ್ಜಿನ ರೂಮಿಗೆ ತಂದಿಟ್ಟ. ಎಲ್ಲರಿಗೂ ಎ ಸಿ ಕೋಣೆ ಸಿಕ್ಕಿದ್ದರಿಂದ ನಿರಾಳ ಅನಿಸಿತ್ತು. ಅಷ್ಟರಲ್ಲಿ ರಾಜು 'ಅದು ಈಗ ಕೆಲಸ ಮಾಡ್ತಿಲ್ಲ. ಈ ಕಾಲದಲ್ಲಿ ನಿಮಗೆ ಎ ಸಿ ಬೇಕಾಗಿಯೂ ಇಲ್ಲ. ನಿಮಗೆ ಬೇರೇನಾದರೂ ಅಗತ್ಯ ಇದ್ದರೆ ತಿಳಿಸಿ' ಎಂದ.

'ಮಾಂಸಾಹಾರಿ ಊಟ ಸಿಗತ್ತಾ?' ಬಾಬಾ ಊಟದ ಪಟ್ಟಿಯನ್ನು ಹಿಂದೆ ಮುಂದೆ ಆಡಿಸಿ ಕೇಳಿದರು. ಸಿನ್ನಮಾನ್ ಊಟದಪಟ್ಟಿಯ ಮೇಲೆ ಕಣ್ಣಾಡಿಸಿ 'ಬರೀ ಘಾಸ್ ಫೂಸ್ (ಹುಲ್ಲುಸೊಪ್ಪು)' ಎಂದು ನಿರಾಸೆ ವ್ಯಕ್ತಪಡಿಸಿದ.

ರಾಜು 'ಇಲ್ಲಿ ಸಸ್ಯಾಹಾರಿ ಮಾತ್ರ' ಎಂದು ಇನ್ನೊಮ್ಮೆ ಕಿಸಕ್ಕನೆ ನಕ್ಕ.

ಅವರು ಬ್ಯಾಗುಗಳನ್ನು ತೆರೆದು ಬಟ್ಟೆಗಳನ್ನು ಕಬೋರ್ಡಿನಲ್ಲಿ ಜೋಡಿಸಿಕೊಂಡರು. ಹೋಟೆಲಿನ ಹೆಸರು ಪ್ಯಾಲೇಸ್ ಎಂದಿದ್ದರೂ ಅದು ಅರಮನೆಯಾಗಿರಲಿಲ್ಲ, ಆದರೆ ರೂಮು ಮಾತ್ರ ಆಶ್ಚರ್ಯಕರವಾಗಿ ವಿಶಾಲವಾಗಿದ್ದು ಶೌಚಾಲಯ ಅತ್ಯಂತ ಸ್ವಚ್ಛವಾಗಿತ್ತು. ವೆಸ್ಟರನ್ ಟಾಯ್ಲೆಟ್ಟುಗಳನ್ನು ನೋಡಿ ಸಿನ್ನಮಾನ್ 'ಥ್ಯಾಂಕ್ ಗಾಡ್' ಎಂದುಕೊಂಡ. ರೂಮಲ್ಲಿ ಒಂದು ದೊಡ್ಡ ಬರವಣಿಗೆ ಟೇಬಲ್, ಒಂದು ಗೋದ್ರೆಜ್ ಕಬೋರ್ಡ್, ಒಂದು ಕನ್ನಡಿಯುಳ್ಳ ಡ್ರೆಸಿಂಗ್ ಟೇಬಲ್, ದೊಡ್ಡ ಅಟ್ಯಾಚಡ್-ಬಾಥ್‌ರೂಮು, ಕಿಂಗ್-ಸೈಜ್ ಹಾಸಿಗೆ ಎಲ್ಲವೂ ಇತ್ತು. ಮುಖ್ಯವಾಗಿ ವೈಫೈ ಇತ್ತು.

'ಸರಿ ನಾವೆಲ್ಲ ಫ್ರೆಶಪ್ ಆಗೋಣ. ಇನ್ನೆರಡು ಗಂಟೆಗಳಲ್ಲಿ ದೇವೇಂದ್ರ ಬಂದು ಪಿಕ್ ಮಾಡ್ತಾನೆ. ರೇಷಮ ಅವರನ್ನು ಅವರ ಮನೆಯಲ್ಲಿ ಭೇಟಿ ಮಾಡೋಣ' ಬಾಬಾ ಸೂಚನೆ ಕೊಟ್ಟರು.

ದೇವೇಂದ್ರ ಸರಿಯಾಗಿ ಎರಡು ಗಂಟೆ ನಂತರ ಬಂದ. ಎಲ್ಲರೂ ಹೊರಟರು. ಜೀಪು ಅಂಕುಡೊಂಕಾಗಿ ಕೊಂಡಿ ಬಿದ್ದಿದ್ದ ರಸ್ತೆಗಳ ಮೂಲಕ ಹಾದು ಹೋಗುತ್ತಿತ್ತು. ಸಿನ್ನಮಾನ್ ರಸ್ತೆ ಮಗ್ಗುಲಲ್ಲಿ ಪ್ಲಾಸ್ಟಿಕ್ ಚೇರು ಹಾಕಿಕೊಂಡು ಇಸ್ಪೀಟು

ಆಡುತ್ತಿದ್ದ ಹುಡುಗರನ್ನು, ಕ್ರಿಕೆಟ್ ಆಡುತ್ತಿದ್ದವರನ್ನು ಕಂಡ. 'ನಮ್ಮ ಎಸ್ ಬಿ ರೋಡು ಜೆ ಎಂ ರೋಡುಗಳ ನಟ್ಟ ನಡುವೆ ಚೇರು ಹಾಕಿಕೊಂಡು ಕಾರ್ಡ್ಸ್ ಆಡುವುದನ್ನು ಊಹಿಸಿಕೊಳ್ಳಬಹುದೇ' ಎಂದ.

'ಪಲ್ಲಿ ಮತ್ತು ರಾಘವ್‌ನ ಕರಕೊಂಡು ನೀನು ಪ್ರಯತ್ನ ಮಾಡಬಹುದು' ಎಂದು ಬಾಬಾ ಫಕ್ಕನೆ ನಕ್ಕರು. ಮಾ ಮಗುಮ್ಮಾಗಿದ್ದರು. ಜೀಪು ಸಾಲು ಸಾಲಾದ ಬಂಗಲೆಗಳಿದ್ದ ಇಕ್ಕಟ್ಟಾದ ರಸ್ತೆಗೆ ಇಳಿಯಿತು. ಅಲ್ಲಿ ನಿಲ್ಲಿಸಿದ್ದ ಕಾರುಗಳಿಂದ ಇದೊಂದು ಶ್ರೀಮಂತರ ಬಡಾವಣೆ ಎಂದು ಆರಾಮಾಗಿ ಊಹಿಸಬಹುದಿತ್ತು. ಅವರು ಒಂದು ಎನ್ಫೀಲ್ಡ್ ಬೈಕಿನ ಪಕ್ಕ ಕಪ್ಪು ಸ್ಕಾರ್ಪಿಯೋ ನಿಂತಿದ್ದ ಮನೆಗೆ ಬಂದರು. ಮನೆಗೆಲಸದವನು ಸ್ಕಾರ್ಪಿಯೋ ಕಾರಿಗೆ ಜೋರು ನೀರನ್ನು ಬಿಡುತ್ತ ತೊಳೆಯುತ್ತಿದ್ದ.

ಅವರು ಬಾಯಿ ತೆರೆಯುವ ಮೊದಲೇ ಮನೆಯೊಳಗಿಂದ ಒಬ್ಬ ವ್ಯಕ್ತಿ ಹೊರಬಂದರು. ಕುಳ್ಳಗಿದ್ದರೂ ನಿರಂತರ ಜಿಮ್‌ಗೆ ಹೋಗಿ ಕಸರತ್ತು ಮಾಡುವ ದೇಹ ಹೊಂದಿದ್ದರು. ಕಂದು ಬಣ್ಣದ ಪಂಚೆ ಬಿಳಿ ಟಿ ಶರ್ಟ್ ಧರಿಸಿದ್ದರು. 'ಬನ್ನಿ ಒಳಗೆ ಬನ್ನಿ' ಎಂದು ರೇಷಮ ಆತ್ಮೀಯವಾಗಿ ಬರಮಾಡಿಕೊಂಡು ಜೀಪಿನ ಮುಂಬಾಗಿಲನ್ನು ತೆರೆದರು. ಮುಂಬಾಗಿಲ ಬಳಿ ನಿಂತಿದ್ದ ಪುಟ್ಟ ಹುಡುಗಿಗೆ ಏನೋ ಹೇಳಿದರು, ಹುಡುಗಿ ಮನೆಯೊಳಗೆ ಓಡಿಹೋಯಿತು. ಅತಿಥಿಗಳಿಗೆ ತಿನ್ನಲು ಕೊಡಲು ಏನೋ ತಯಾರಿ ಎಂದು ಊಹಿಸಿದ ಸಿನ್ನಮಾನ್. ಮನೆಯೊಳಗೆ ಕತ್ತಲೆಯಿತ್ತು. ನಡುಮನೆಯಲ್ಲಿ ದೊಡ್ಡ ಗಾತ್ರದ ಫ್ಲಾಟ್-ಸ್ಕ್ರೀನ್ ಟಿವಿ, ಎರಡು ಕಡುನೀಲಿ ಸೋಫಾಗಳು, ಒಂದು ಕಾಶ್ಮೀರಿ ನೆಲಹಾಸುಗೆ, ಮತ್ತು ಒಂದು ಕೆಳಗೆ ತೂಗುತ್ತಿದ್ದ ಭವ್ಯ ಬಲ್ಬುಗಳ ಗೊಂಚಲು.

'ಈಗ ಕರೆಂಟ್ ಇಲ್ಲ. ನಮ್ಮಲ್ಲಿ ಆಗಾಗ್ಗೆ ಒಂದೆರಡು ಗಂಟೆ ಹೋಗುತ್ತಿರುತ್ತೆ. ಯಾವಾಗ ಹೋಗುತ್ತೆ ಯಾವಾಗ ಬರುತ್ತೆ ಹೇಳಕ್ಕಾಗಲ್ಲ' ರೇಷಮ ಸಂಕೋಚದಿಂದ ಹೇಳಿದರು.

'ದಯಮಾಡಿ ಕಿಟಕಿ ತೆರೆಯಬಹುದಾ?' ಮಾ ವಿನಯದಿಂದ ಕೇಳಿದರು. ಟೀ ಮತ್ತು ತಿನಿಸು ಕೊಡುತ್ತಿದ್ದ ಸೇವಕ ಹೋಗಿ ಕಿಟಕಿಗಳ ಪರದೆ ತೆರೆದ. ಬಿಸಿಲ ಕೋಲು ನುಗ್ಗಿ ಬಂತು.

'ದೇವೇಂದ್ರ ನಿಮ್ಮ ಬಗ್ಗೆ ಎಲ್ಲ ಹೇಳಿದ್ದಾನೆ' ರೇಷಮ ಸಣಕಲ ವ್ಯಕ್ತಿಯ ಕಡೆ ತೋರಿಸಿ ಹಿಂದಿಯಲ್ಲಿ ಹೇಳಿದರು. 'ಅವನಿಗೆ ನಿಮ್ಮ ಸಮಸ್ಯೆ ಬಗ್ಗೆ ಗೊತ್ತಾಗಿ

ನಾನೇನಾದರೂ ಸಹಾಯ ಮಾಡಬಹುದಾ ಕೇಳಿದ್ದ. ನಾನು ಇದೇ ಊರಿನವನು ಎಂದು ಅವನಿಗೆ ಗೊತ್ತು. ನನಗೆ ಇಲ್ಲಿ ಸಿಕ್ಕಾಪಟ್ಟೆ ಜನರು ಗೊತ್ತು. ಇಲ್ಲಿನ ಸುತ್ತಮುತ್ತಲ ಪ್ರದೇಶ ಸಹ ನನಗೆ ತುಂಬಾ ಚನ್ನಾಗಿ ಗೊತ್ತು' ಎಂದರು ರೇಷಮ. 'ಗ್ರಾಮ ಪಂಚಾಯ್ತಿಯವರಾಗಲಿ ಪೊಲೀಸರಾಗಲಿ, ಅಧಿಕಾರಿಗಳಾಗಲಿ ಎಲ್ಲರೂ ನನ್ನ ಕೈಗೆ ಸಿಗಷ್ಟು ಹತ್ತಿರದಲ್ಲಿದಾರೆ'.

ಒಬ್ಬ ತರುಣಿ ಬಂದು ಎಲ್ಲರಿಗೂ ಸೇವ್ ಭಜಿ, ಫಲರಿ ಚಿವ್ಡಾ, ಬಟಾಣಿ ಕಾಳು ತುಂಬಿದ ಉಪ್ಮಾ ಮತ್ತು ಬಿಸಿ ಟೀ ಕೊಟ್ಟರು. ಊಟವನ್ನು ಸ್ಟೀಲ್ ಪ್ಲೇಟಿನ ಮೇಲೆ ಬಾಳೆ ಎಲೆ ಹಾಕಿ ಬಡಿಸಲಾಯಿತು. ಬಾಬಾ ಸೊರಸರನೆ ಟೀ ಕುಡಿಯುತ್ತಿರುವುದು ನೋಡಿದ ಸಿನ್ನಮಾನ್ ಬಾಬಾಗೆ ಟೀ ಬಹಳ ಇಷ್ಟವಾಗಿದೆ ಅಂದುಕೊಂಡ. ಮಾ ಒಬ್ಬರೇ ಏನನ್ನೂ ಸರಿಯಾಗಿ ತಿನ್ನಲಿಲ್ಲ.

ರೇಷಮ ದೇವೇಂದ್ರನತ್ತ ತಿರುಗಿ ಏನನ್ನೋ ನೆನಪಿಸಿಕೊಂಡರು. 'ಆಕೆ ತನ್ನ ಎರಡನೆಯ ಮದುವೆ ನಂತರ ಹೆಸರು ಬದಲಾಯಿಸಿಕೊಂಡು ಬೇರೆ ಊರಿನಲ್ಲಿ ವಾಸ ಮಾಡ್ತಿದ್ದರಿಂದ ನನಗೆ ಹುಡುಕಲು ಸಮಯ ತಗೊಳ್ತು. ಅವರು ಪುಣೆಗೆ ಹೋಗಿ ಸ್ವಲ್ಪ ಕಾಲ ಕೆಲಸ ಮಾಡಿ ವಾಪಸ್ ಬಂದಿದ್ದಾರೆ'

'ಯಾಕೆ ವಾಪಸ್ ಬಂದಿದ್ದು?' ಸಿನ್ನಮಾನ್ ಮಧ್ಯೆ ಬಾಯಿ ಹಾಕಿದ.

'ಇಲ್ಲಿನ ಜನ ಹಾಗೇನೆ. ಅನುಕೂಲ ಹುಡಿಕ್ಕೊಂಡು ದೂರ ಹೋದರೂ ಮತ್ತೆ ಇಲ್ಲಿಗೆ ಮರಳಬೇಕು ಅಂತ ಮನ್ಸಲ್ಲಿ ಇರುತ್ತೆ. ಈ ಜಾಗವೇ ಅಷ್ಟು ಸುಂದರ ನೋಡಿ' ರೇಷಮ ಮಾತು ನಿಲ್ಲಿಸಿ ಟೀ ಗುಟುಕು ಎಳೆದುಕೊಂಡರು. ಆದರೆ ಅವರ ಕಣ್ಣುಗಳು ಅತಿಥಿಗಳಿಂದ ಅತ್ತಿತ್ತ ಸರಿಯಲಿಲ್ಲ. ಸಿನ್ನಮಾನನ್ನು ಕುತೂಹಲದಿಂದ ನೋಡುತ್ತ 'ದೇವೇಂದ್ರ ಇಲ್ಲಿ ಯಾರಾದರೂ ವಿಲಾಸ್ ಗಾವಿತ್, ಅದಿತಿ ಗಾವಿತ್ ಅಂತ ಇದಾರಾ' ಎಂದು ಕೇಳಿದ್ದ. ರತ್ನಾಪುರ ತಾಲೂಕಿನ ಮೋರೆಗಾವ್‌ನಿಂದ ಬಂದಿರೋರು, ಪುಣೆಗೆ ಹೋಗಿದ್ದೋರು, ಅಲ್ಲಿ ಕೆಲವು ವರ್ಷ ಇದ್ದು ವಾಪಾಸಾದೋರು ಎಂದೆಲ್ಲ ವಿವರಗಳನ್ನು ಕೊಟ್ಟಿದ್ದ. ನನಗೆ ಸ್ವಲ್ಪ ಸಮಯ ಹಿಡಿಯಿತು.

ಈಗವರು ಗುಡ್ಡಗಾಡಿನ ಒಂದು ಹಳ್ಳಿಯಲ್ಲಿದಾರೆ. ಗಂಡ ಹೆಂಡತಿ ಇಬ್ಬರೂ ಒಂದು ಹೋಟೆಲ್ ನಡೆಸ್ತಿದಾರೆ. ಇತ್ತೀಚೆಗೆ ಸಿಕ್ಕಿದ್ದರು'

'ಆ ಇಬ್ಬರೂ ಇದೇ ವಿಲಾಸ್, ಅದಿತಿ ಅಂತ ನಿಮಗೆ ಹೇಗೆ ಖಚಿತ?' ಬಾಬಾ ಕೇಳಿದರು. ಅವರು ಇಷ್ಟು ದೂರ ಬಂದಿದ್ದರೂ ಅವರೊಳಗೆ ಇನ್ನೂ ಒಂದಿಷ್ಟು ಸಂದೇಹ ಉಳಿದಿತ್ತು. 'ಅವರು ಇವರೇ ಆಗಿರದಿದ್ದಲ್ಲಿ ಇದೊಳ್ಳೆ ಕಾಡು ಬಾಥ್‌ಕೋಳಿಯ ಬೆನ್ನತ್ತಿದ ಹಾಗಾಗುತ್ತೆ' ಎಂದರು.

'ಚಿಂತೆ ಮಾಡಬೇಡಿ. ಹಾಗೇನು ಆಗಲ್ಲ. ನಾನು ಆಗಲೇ ಅವರ ಬಗ್ಗೆ ವಿಷಯ ಸಂಗ್ರಹ ಮಾಡಿದ್ದೀನಿ' ರೇಷಮ ಪ್ರಶ್ನಾತೀತ ದನಿಯಲ್ಲಿ ಹೇಳಿದರು. 'ನಾನು ನಿಮಗೆ ಹೇಳಿದ್ದೆನಲ್ಲ. ಆ ಹೆಂಗಸು ತನ್ನ ಹಳ್ಳಿಯಲ್ಲಿ ಇನ್ನೊಂದು ಜಾತಿ ಗಂಡಸಿನೊಂದಿಗೆ ಮದುವೆಯಾಗಿ ಹುಟ್ಟಿದ ಮಗುವನ್ನು ಅಡಾಪ್ಷನ್ ಏಜೆನ್ಸಿಗೆ ಕೊಟ್ಟು ಪುಣೆಗೆ ಹೋಗಿದ್ದಾರೆ. ಆಕೆ ಹಣಕಾಸಿನ ತೊಂದರೆಯಿಂದ ಹಾಗೆ ಮಾಡಿದ್ದಾರೆ' ಬಾಬಾ ತಲೆ ಗುಣುಕು ಹಾಕಿ ತನ್ನ ಖುರ್ಚಿಗೆ ಒರಗಿದ್ದನ್ನು ಸಿನ್ನಮಾನ್ ಗಮನಿಸಿದ. ಇಷ್ಟನ್ನು ಕೇಳಿ ಅವನಿಗೆ ಅವರೇ ತನ್ನ ತಾಯಿಯಿರಬಹುದು ಎಂಬುದು ಧೃಢವಾಗತೊಡಗಿತು. 'ಮೇಲಾಗಿ ನಾನು ಅದೇ ಹಳ್ಳಿಯವನು. ನನಗೆ ಆಕೆಯೂ ಗೊತ್ತು ಆಕೆಯ ತಂದೆತಾಯಿಯೂ ಗೊತ್ತು'

ರೇಷಮ ಹೇಳುತ್ತಿದ್ದುದು ಕೇಳಿಸದಷ್ಟು ಸಿನ್ನಮಾನ್ ಯೋಚನೆಗಳಲ್ಲಿ ಮುಳುಗಿದ್ದ. ತನ್ನ ಹೆತ್ತವರು ಯಾರು? ಎಲ್ಲಿರುತ್ತಾರೆ ಎಂಬುದು ಅವನ ಯಾವಾಗಿನ ಪ್ರಶ್ನೆಯಾಗಿತ್ತು. ಇನ್ನೇನು ಸಿಗಲಿದ್ದಾರೆ ಎಂಬ ಸಂಗತಿ ನಂಬಲು ಕಷ್ಟವಾಗಿತ್ತು. ಅವನನ್ನು ನೋಡಿದ ತಕ್ಷಣ ಅವರ ಪ್ರತಿಕ್ರಿಯೆ ಹೇಗಿರಬಹುದು? ಅಷ್ಟು ವರ್ಷಗಳ ನಂತರ ಅವನನ್ನ ನೋಡಿದ ಕೂಡಲೇ ಅವರಿಗೆ ಏನನಿಸಬಹುದು? ತಮ್ಮೊಂದಿಗೆ ಇರು ಎಂದು ಕೇಳುತ್ತಾರಾ? ಮೊದಲ ಬಾರಿಗೆ ಅವನಿಗೆ ಹೆದರಿಕೆಯಾಯಿತು.

'ನಾವು ಇವತ್ತೇ ಹೋಗಕ್ಕಾಗಲ್ವಾ?' ತಲೆಯಲ್ಲಿ ಕೊರೆಯುತ್ತಿದ್ದುದನ್ನು ಕೇಳಿದ. ರೇಷಮ ಕಳಕಳಿಯಿಂದ ಆಗಲ್ಲವೆಂದರು. ಮಾ ತನ್ನ ತಟ್ಟೆಯನ್ನು ಟೇಬಲ್ ಮೇಲಿಟ್ಟಿದ್ದರು, ಉಪ್ಮಾ ಅರ್ಧ ತಿಂದು ಬಿಟ್ಟಿದ್ದರು. ಟೀಯನ್ನು ಅರೆಮನಸಿನಿಂದ ಕುಡಿಯುತ್ತಿದ್ದರು. ಬಾಬಾ ತಿನ್ನೆಂದು ಇನ್ನೊಮ್ಮೆ ಒತ್ತಾಯಿಸಿದರೂ ಮಾ ಒಲ್ಲೆಯೆಂದರು.

'ಇಲ್ಲಿನ ಜನ ಹೊಟ್ಟೆಪಾಡಿಗೆ ಏನೇನು ಮಾಡ್ತಾರೆ?' ಕೇಳಿದ ಬಾಬಾ.

'ಜಮೀನು ಇರೋರು ಏನಾದರೂ ಕೃಷಿ ಮಾಡ್ತಾರೆ. ಬರ್ಡೋಲಿ ಮತ್ತು ಜುನಾಗಢ್ ಕಡೆ ಮುಖ್ಯವಾಗಿ ಕಬ್ಬು ಬೆಳೀತಾರೆ. ಓದಿರೋ ಯುವಕರು ಈಗೀಗ ಮುಂಬೈ ನಾಶಿಕ್ ಪುಣೆ ಕಡೆಗೆ ಗುಳೆ ಹೊರಟಿದ್ದಾರೆ, ನಿಜ ಹೇಳಬೇಕೆಂದರೆ ಇಡೀ ಇಂಡಿಯಾ ಮುಂಬೈ ಪುಣೆ ಸೇರ್ಕೊಂಡುಬಿಟ್ಟಿದೆ' ಎನ್ನುತ್ತ ಜೋರಾಗಿ ನಕ್ಕರು.

ದೇವೇಂದ್ರ ಮರಳಿದಾಗ ಹರಟೆಗೆ ಬ್ರೇಕ್ ಬಿತ್ತು.

'ಇವನು ನನ್ನ ಸಹೋದ್ಯೋಗಿ, ದೇವೇಂದ್ರ. ಈತ ಇಲ್ಲಿಗೆ ಬಂದಿರೋದು...' ರೇಷಮ ಪದಗಳಿಗಾಗಿ ತಡಕಾಡಿದರು.

ದೇವೇಂದ್ರ ಸ್ವಲ್ಪ ಹೊತ್ತು ನೋಡಿ 'ಫೆಲೋಶಿಪ್ಪಿಗಾಗಿ' ಎಂದು ಸೇರಿಸಿದ.

'ಹ್ಞಾ, ಅದೇ, ಫೆಲೋಶಿಪ್ಪು!' ಎಂದರು ರೇಷಮ. ಆನಂತರ ಅವರು ತಮ್ಮ ಯೋಜನೆಯನ್ನು ವಿವರಿಸಿದರು. 'ನಾಳೆ ನಾನು ಸ್ವಲ್ಪ ಅಫಿಶಿಯಲ್ ಕೆಲಸದಲ್ಲಿ ಬಿಜಿ ಇರ್ತೇನೆ. ದೇವೇಂದ್ರ ನಿಮಗೆ ಸಹಾಯ ಮಾಡ್ತಾನೆ. ದೇವೇಂದ್ರಾ, ನಾಳೆ ಬೆಳಗ್ಗೇನೆ ಇವರನ್ನು ಅದಿತಿ, ಗಾವಿತ್ ಭೇಟಿ ಮಾಡಿಸಲು ಹಳ್ಳಿಗೆ ಕರಕೊಂಡು ಹೋಗು' ಎಂದು ದೇವೇಂದ್ರನಿಗೆ ಸೂಚಿಸಿದರು.

'ಸಧ್ಯಕ್ಕೆ ಇವರನ್ನು ವಾಪಸ್ ರತ್ನಾಪುರ ಪ್ಯಾಲೇಸಿಗೆ ಬಿಡು, ಹೈ ಕ್ಲಾಸ್ ಹೋಟೆಲ್ಲು ಅದು. ಇಡೀ ರತ್ನಾಪುರದಲ್ಲೇ ಬೆಸ್ಟು ಹೊಟೆಲು'

'ನಾನು ತ್ರೀ ಸ್ಟಾರ್, ಫೋರ್ ಸ್ಟಾರ್ ಹೋಟೆಲುಗಳನ್ನ ಕೇಳಿದ್ದೀನಿ. ಇದೇನಿದು ಹೈ ಕ್ಲಾಸ್ ಹೊಟೆಲು?' ಸಿನ್ನಮಾನಿಗೆ ನುಗ್ಗಿ ಬಂದ ಪ್ರಶ್ನೆ ತಡೆಯಲಾಗಲಿಲ್ಲ.

ರೇಷಮ, ದೇವೇಂದ್ರ ಸಿನ್ನಮಾನನ್ನು ದುರುಗುಟ್ಟಿದರು. ಬಾಬಾ ಗಂಟಲು ಸರಿಪಡಿಸಿಕೊಂಡು ಸಿನ್ನಮಾನಿನ ಕಿವಿಯಲ್ಲಿ 'ಎಲ್ಲಿ ನಿನಗೆ ಶುಚಿಯಾದ ಟವೆಲ್ಲುಗಳು ಸಿಗುತ್ತೋ ನಲ್ಲಿಗಳಲ್ಲಿ ನೀರು ಬರುತ್ತೋ ಎಲ್ಲಿ ನಿನಗೆ ಇಲಿ ಹೆಗ್ಗಣಗಳಿಂದ ಸೊಳ್ಳೆಗಳಿಂದ

ರಕ್ಷಣೆ ಸಿಗುತ್ತೋ ಅದೇ ಹೈ ಕ್ಲಾಸ್ ಹೋಟೆಲ್. ಇವತ್ತಿಗೆ ನಿನ್ನ ಪ್ರಶ್ನೆಗಳು ಸಾಕುಮಾಡು'.

ಬಾಬಾ ರೇಷಮ ಕಡೆ ತಿರುಗಿ 'ನಾವು ಆಗಲೇ ಹೋಟೆಲಿನಲ್ಲಿ ಚೆಕಿನ್ ಆಗಿದ್ದೇವೆ. ತುಂಬಾ ಚನ್ನಾಗಿದೆ. ಅಂದಹಾಗೆ ಅಲ್ಲಿಗೆ ಎಷ್ಟೊತ್ತು ಹಿಡಿಯುತ್ತೆ?'

'ಅಯ್ಯೋ ಒಂದೈದತ್ತು ನಿಮಿಷ ಅಷ್ಟೇ'

'ಹೋಟಿಲಿಗಲ್ಲ, ಅದಿತಿ ಇರೋ ಹಳ್ಳಿಗೆ ಎಷ್ಟೊತ್ತು ಹಿಡಿಯುತ್ತೆ ಅಂದೆ. ನಾವು ಆ ಹಳ್ಳಿಗೆ ಹೇಗೆ ಹೋಗಬಹುದು? '

'ಓಹ್ ಅದಾ. ಒಂದು ಮುವತ್ತು ನಿಮಿಷ ಆಗಬಹುದು, ಅಥವಾ ಒಂದು ಗಂಟೆ. ಬೆಳಗ್ಗೆಯೇ ಅಷ್ಟೊತ್ತಿಗೆ ಹೋಟೆಲ್ ಬಿಡಿ. ನೀವು ಬಹಳ ಒಳ್ಳೆಯ ಸಮಯದಲ್ಲಿ ಬಂದಿದ್ದೀರ, ಜುಲೈನಲ್ಲಿ. ಎಲ್ಲಾನೂ ಹಚ್ಚ ಹಸಿರಾಗಿರುತ್ತೆ, ಮುಂಗಾರು ಮಳೆಯಿಂದಾಗಿ ಬಹಳ ಸುಂದರವಾಗಿರುತ್ತೆ. ನಿಸರ್ಗದ ಸೌಂದರ್ಯ ಉಸಿರು ಹಿಡಿಯಂಗಿರುತ್ತೆ'

ಮೇಲೆ ಫ್ಯಾನು ತಿರುಗಲು ಆರಂಭಿಸಿತು. ಟಿವಿ ಮೇಲೆ ಕೆಂಪು ಬಲ್ಬು ಹತ್ತಿಕೊಂಡಿತು. ರೇಷಮ 'ಇಲ್ಲೇ ಊಟ ಮಾಡ್ತೀರಾ?' ಎಂದು ಕೇಳುತ್ತ ರಿಮೋಟ್ ಎತ್ತಿಕೊಂಡರು, ಹಾಗೆ ಸೇವಕಿಯನ್ನು ಕರೆದರು.

'ಹ್ಞು ಅನ್ನು ಬಾಬಾ' ಸಿನ್ನಮಾನ್ ಊಟದ ಘಮಘಮ ವಾಸನೆ ಹಿಡಿದು ಪಿಸುಗುಟ್ಟಿದ. ತನ್ನ ಹುಟ್ಟೂರಿನ ರುಚಿರುಚಿಯಾದ ತಿನಿಸುಗಳನ್ನು ತಿನ್ನುವ ಆಸೆ ಅವನಿಗೆ. ಆದರೆ ಆ ಆಸೆಗೆ ತಣ್ಣೀರು ಎರಚಲಾಯಿತು. ಮಾ ಬಾಬಾ ಪರಸ್ಪರ ನೋಡಿಕೊಂಡರು, ಅದರ ಅರ್ಥ ಎದ್ದು ನಡೆಯಿರಿ ಎಂದು. ಬಾಬಾ ಎದ್ದು-

'ನಿಮ್ಮ ಎಲ್ಲಾ ಸಹಾಯಕ್ಕೆ ತುಂಬು ಹೃದಯದ ಧನ್ಯವಾದಗಳು. ನೀವಿಲ್ಲದೆ ಇದು ಸಾಧ್ಯವಿರಲಿಲ್ಲ. ನಿಮಗೆ ಋಣಿಯಾಗಿದ್ದೇವೆ. ಈಗ ಇಲ್ಲಿಂದ ಹೊರಡುವುದು ಉತ್ತಮ. ನಿಮ್ಮ ಸಮಯ ಮತ್ತು ಸಹಾಯಕ್ಕೆ ಮತ್ತೊಮ್ಮೆ ಧನ್ಯವಾದ' ಎಂದರು.

ಪರಸ್ಪರ ಬೀಳ್ಕೊಟ್ಟ ನಂತರ ಬಾಬಾ ಮಾ ಸಿನ್ನಮಾನ್ ದೇವೇಂದ್ರನ ಜೀಪು ಹತ್ತಿ ಹೋಟೆಲಿಗೆ ಹೊರಟರು. 'ನೀವು ಹೋಟೆಲಿನವರಿಗೆ ಖಂದೇಶ್ ಸ್ಟೈಲಿನ ಮಸೂರ್ ದಾಲ್ ಖಿಚಡಿ ಅಥವಾ ಖಡಿ ಖಿಚಡಿ ಮಾಡಲು

ಹೇಳಬೇಕು. ಈ ಖಂದೇಶ್ ಪ್ರಾಂತ್ಯದಲ್ಲಿ ರಾತ್ರಿಯ ಖಿಚಡಿ ವಿಶೇಷ. ತುಪ್ಪ ಮಜ್ಜಿಗೆ ಮತ್ತು ಉಪ್ಪಿನಕಾಯಿಯೊಂದಿಗೆ ತಿನ್ನಿರಿ. ಸಖತ್ತಾಗಿರುತ್ತೆ' ದೇವೇಂದ್ರ ಉಬ್ಬಸ ಬಂದವರ ಹಾಗೆ ಸದ್ದು ಮಾಡುತ್ತಿದ್ದ ಜೀಪಿನಿಂದ ಗಮನ ಬೇರೆಡೆ ಸೆಳೆಯಲು ಪ್ರಯತ್ನಿಸಿದ.

ಬಾಬಾ ಹ್ಞೂಗುಟ್ಟಿದರು. 'ಅವರು ಎಷ್ಟು ಬೇಗ ಊಟ ಬಡಿಸಿದ್ರು ನೋಡಿದ್ಯಾ? ನನಗೆ ದೀರ್ಘ ಪ್ರಯಾಣದ ನಂತರ ಒಳ್ಳೆ ಮನೆ ಊಟ ಸಿಕ್ಕಿದರೆ ಪರಮಾನಂದವಾಗುತ್ತೆ' ಬಾಬಾ ಆ ಮನೆಯವರನ್ನು ಮೆಚ್ಚಿ ಹೊಗಳಿದರು.

'ಯಾವ ಒಳ್ಳೆ ಊಟ? ಯಾವುದೋ ಹೋಟೆಲಿಂದ ತಂದು ಬಿಸಿ ಮಾಡಿಕೊಟ್ಟಂಗಿತ್ತು' ಮಾ ಕುಪಿತರಾಗಿದ್ದರು. 'ಯಾವ ಮನೆಯಲ್ಲೂ ಅಷ್ಟೊಂದು ಗರಂ ಮಸಾಲೆ ಸುರಿಯಲ್ಲ'

ದೇವೇಂದ್ರನ ಕಳ್ಳನಗೆಯನ್ನು ಕನ್ನಡಿಯಲ್ಲಿ ಕಂಡುಹಿಡಿದ ಸಿನ್ನಮಾನಿಗೆ ಮಾ ಹೇಳ್ತಿರುವುದು ನಿಜ ಅನಿಸಿತು.

'ಏನೇ ಆಗಲಿ, ಬಹಳ ರುಚಿಯಾಗಿತ್ತು. ಅನುಮಾನವೇ ಇಲ್ಲ'

'ಮತ್ತು ಅದೇನದು ಅಷ್ಟು ಪುಟ್ಟ ಮಗುವನ್ನು ಕೆಲಸಕ್ಕೆ ಇಟ್ಟುಕೊಂಡಿರುವುದು? ಕಾನೂನಿಗೆ ವಿರುದ್ಧ ಅದು, ಅದರ ಬಗ್ಗೆಯೂ ಅನುಮಾನ ಬೇಡ. ಕನಿಷ್ಠ ಹೋಟೆಲಿನ ವಾಸ ನೆಮ್ಮದಿಯಿಂದಿರಲಿ ಎಂದು ಆಶಿಸುತ್ತೇನೆ' ಎಂದು ಗುರುಗುಟ್ಟಿದರು.

'ಅದು ಒಳ್ಳೆ ಹೋಟೆಲ್ ಆಂಟಿ. ನಾನು ಉಳಿದುಕೊಂಡಿದ್ದೆ. ರೇಷಮ ಸರ್ ಮೂಲಕ ಯಾರು ಬಂದರೂ ಅದೇ ಹೋಟೆಲಿನಲ್ಲಿ ಉಳಿದುಕೊಳ್ಳುವುದು' ದೇವೇಂದ್ರ ಆಶ್ವಾಸನೆ ಕೊಟ್ಟ.

'ಆಂಟಿ ಅಂತ ಕರೀಬೇಡ ನನ್ನ!' ಮಾ ಕೂಗಿಬಿಟ್ಟರು. ಮಾ ತನ್ನ ಹಳೆಯ ಎನರ್ಜಿಯನ್ನು ಕಳೆದುಕೊಂಡಿಲ್ಲವೆಂಬುದು ಸಿನ್ನಮಾನಿಗೆ ಖುಷಿ ಕೊಟ್ಟಿತು. ಆನಂತರ ಯಾರೂ ಒಂದು ಮಾತು ಆಡಲಿಲ್ಲ.

ಹೋಟೆಲ್ ತಲುಪಿದ ನಂತರ ಮಾ ಬಾಬಾ ಬಟ್ಟೆ ಬದಲಾಯಿಸಿಕೊಂಡು ಬೇಗನೆ ನಿದ್ದೆಗೆ ಜಾರಿದರು. ಸಿನ್ನಮಾನಿಗೆ ನಿದ್ದೆ ಬರುತ್ತಿರಲಿಲ್ಲ. ಇದು ಅವನ ಹುಟ್ಟೂರು. ಕೊನೆಗೂ ಇಲ್ಲಿಗೆ ತಲುಪಿದ್ದ. ತಾನೇ ಓಡಿ ಹೋಗಿ ತನ್ನ ಅಪ್ಪ ಅಮ್ಮನನ್ನು ನೋಡಬೇಕು ಎಂದು ಅನಿಸುತ್ತಿತ್ತು. ಆದರೆ ಅದು ಆಗದ ಕೆಲಸ, ಕಾಯಬೇಕು ಅಂದುಕೊಂಡ.

***

ರಾತ್ರಿ ಸಿನ್ನಮಾನ್ ಮಾ ಬಾಬಾ ಆ ಪುಟ್ಟ ಪಟ್ಟಣದ ಬೀದಿಗಳಲ್ಲಿ ವಾಕಿಂಗಿಗೆಂದು ಹೊರಟರು. ಯುವಕರು ದುಬಾರಿ ಬೈಕುಗಳಲ್ಲಿ ಜುಯ್ಯನೆ ಹೋಗುತ್ತಿದ್ದರು. ರಸ್ತೆ ಬದಿಯ ಅಂಗಡಿಗಳು ಕಣ್ಣು ಕುಕ್ಕುವ ಲೈಟುಗಳನ್ನು ಹಚ್ಚಿಕೊಂಡು ಖಿಚಡಿ, ಪಾವ್ ಬಜಿ, ಫ್ರೈಡ್ ರೈಸ್, ಸ್ಪೈಸಿ ಪಲಾವ್ ಮತ್ತು ಚೈನೀಸ್ ನೂಡಲ್ಸನ್ನು ಮಾರುತ್ತಿದ್ದವು. ಅವರು 'ಜೈ ಮಹಾರಾಷ್ಟ್ರ ಶೇಜ್ವಾನ್ ಚೈನೀಸ್ ನೂಡಲ್ಸ್ ಸೆಂಟರ್' ಎಂಬ ಅಂಗಡಿಯಲ್ಲಿ ಖಿಚಡಿಯನ್ನು ತಿಂದರು. ಮಾ ಚಿಕನ್ ನೂಡಲ್ಸನ್ನು ತಿಂದರು. ಸಿನ್ನಮಾನಿಗೆ ಅಲ್ಲಿನ ಅನೇಕರಲ್ಲಿ ತನ್ನ ಮುಖ ಹೋಲಿಕೆ ಕಾಣಿಸಿ ರೋಮಾಂಚನಗೊಂಡ. ತನ್ನ ಸುತ್ತಲಿನ ಚಿಟಪಟ ಮಾತುಗಳಲ್ಲಿ ಅನೇಕ ಬಗೆಯ ಒಳನುಡಿಗಳ ಮಿಶ್ರಣಗಳನ್ನು ಗಮನಿಸಿದ. ಪ್ರತಿ ಅಂಗಡಿಯವ ಕೇವಲ ಮರಾಠಿ ಹಿಂದಿ ಗುಜರಾತಿಯಲ್ಲದೆ ಭಿಲಿ, ಪಾವರಿ, ಮೌಚಿ, ಕೊಕ್ನಿ ಮುಂತಾಗಿ ಭಿನ್ನ ಭಿನ್ನ ಭಾಷೆಗಳಲ್ಲಿ ಉತ್ತರಿಸುತ್ತಿದ್ದರು.

ಒಬ್ಬ ಗಿರಾಕಿ ಅಂಗಡಿಯವನಿಗೆ 'ಒಂದು ಕಾಲದಲ್ಲಿ ರತ್ನಾಪುರ ಬಹಳ ಮುಖ್ಯ ಘಟನೆಗಳಿಗೆ ಸಾಕ್ಷಿಯಾಗಿತ್ತು' ಎಂದು ಹೇಳುತ್ತಿದ್ದ. ಸಿನ್ನಮಾನ್ ನಸುನಗುತ್ತ 'ಎಷ್ಟು ಚಿಕ್ಕ ಊರು ಇದು ಮಾ, ಇಲ್ಲಿ ವಾಸ ಮಾಡೋದು ಎಷ್ಟು ಚನ್ನಾಗಿರುತ್ತೆ ಅಲ್ವಾ?' ಎಂದ.

ಮಾ ಅವನ ಕಡೆಗೆ ವಕ್ರವಾಗಿ ನೋಡಿದರು. ಬಾಬಾ ಖಿಚಡಿಯನ್ನು ಸವಿಯುತ್ತಾ ತುಸು ನಕ್ಕರಾದರೂ ಏನನ್ನೂ ಹೇಳಲಿಲ್ಲ.

ಖೋಕಾ ಪುಣೆಗಿಂತ ಇಲ್ಲೇನಾದರೂ ವಿಶೇಷ ಇರುತ್ತೆ ಅನ್ಸುತ್ತಾ?' ಕೇಳಿದರು ಮಾ.

'ಖಂಡಿತ ತುಂಬಾ ಭಿನ್ನವಾಗಿರುತ್ತೆ. ನೀವು ಇಲ್ಲಿ ಅದದೇ ವ್ಯಕ್ತಿಗೆ ದಿನಕ್ಕೆ ಇಪ್ಪತ್ತು ಸಲ ಹಾಯ್ ಹೇಳಬೇಕಾಗುತ್ತೇನೊ'

‘ಸಿನ್ನಮಾನ್ ನಾನು ನಿನ್ನಷ್ಟಿದ್ದಾಗ ದೇಶ ವಿದೇಶಗಳ ಬೇರೆ ಬೇರೆ ನಗರಗಳಿಗೆ ಹೋಗಿ ವಾಸ ಮಾಡುವ ಕನಸು ಇತ್ತು. ಆ ಕನಸು ಬಹಳ ಮೋಹಕವಾಗಿತ್ತು. ಹಂಗಾಗಿ ಚಿಕ್ಕವಳಿದ್ದಾಗ ನನಗೆ ದೆಹಲಿ ಹೈದರಾಬಾದಿನ ನನ್ನ ಸಂಬಂಧಿಕರ ಮನೆಗೆ ಹೋಗುವುದು ಇಷ್ಟವಾಗುತ್ತಿತ್ತು. ಕಾಲೇಜಿಗೆಂದು ಪುಣೆಗೆ ಹೋದೆ. ಕೆಲಸಕ್ಕೆಂದು ಬೆಂಗಳೂರಿಗೆ ಹೋದೆ. ಮಾಸ್ಟರ್ಸ್ ಡಿಗ್ರಿಯನ್ನು ಯುಎಸ್ಎನಲ್ಲಿ ಮುಗಿಸಿದೆ. ನಿಜಕ್ಕೂ ಆಗ ಸಿಕ್ಕಿದ ಸ್ವಾತಂತ್ರ್ಯದ ಹುಚ್ಚು ಅನುಭವಗಳನ್ನು ಆನಂದಿಸಿದೆ. ಆದರೆ ಒಂದು ಸಲ ಒಂದು ಪುಸ್ತಕದಲ್ಲಿ ಓದಿದ್ದು ನನಗೆ ನಿಜ ಅನಿಸಲಾರಂಭಿಸಿತು. ನೀನು ಏನೇ ಆಗಿರು ಎಲ್ಲೇ ಇರು ಕಾಲ ಕಳೆದಂತೆ ನಿನ್ನ ಸುತ್ತ ಕೆಲವು ಜನರ ಒಂದು ಗುಂಪು ಬೆಳೆದುಕೊಳ್ಳುತ್ತೆ. ಆದುವೆ ಒಂದು ಪುಟ್ಟ ಹಳ್ಳಿಯಂತಿರುತ್ತದೆ. ನಿನ್ನ ಸ್ನೇಹಿತರು, ನಿನ್ನ ಕುಟುಂಬ, ನಿನ್ನ ಗಂಡ ಅಥವಾ ಹೆಂಡತಿ, ಸಹೋದ್ಯೋಗಿಗಳು, ಶಾಲೆ ಮತ್ತು ಕಾಲೇಜಿನ ಸಹಪಾಠಿಗಳು, ಪಕ್ಕದ ಮನೆಯವರು, ದಿನಾ ಬಸ್ಸಲ್ಲಿ ರೈಲಲ್ಲಿ ಹೋಗಿ ಬರ್ತಾ ಸಿಗುವ ಸಹಪ್ರಯಾಣಿಕರು. ಅದೇ ಎಲ್ಲರಿಗೂ ದಕ್ಕುವ ಪುಟ್ಟ ಹಳ್ಳಿ. ಇಂತಹ ಒಳ್ಳೆಯ ಜನರ ಸಂಗ ಸುತ್ತಲೂ ಇದ್ದರೆ ಅಷು ಸಾಕಲ್ಲವೇ ಜೀವನದಲ್ಲಿ?’

ಸಿನ್ನಮಾನಿಗೆ ಅದು ಒಪ್ಪಿಗೆಯಾಗದಿದ್ದರೂ ಆ ಕ್ಷಣದಲ್ಲಿ ವ್ಯಕ್ತಪಡಿಸಲಿಲ್ಲ. ಅವರು ಮೌನವಾಗಿ ತಿರುಗಿ ಹೋಟೆಲ್ಲಿಗೆ ನಡೆದರು. ಸಿನ್ನಮಾನ್ ಮಾ ಕೈ ಹಿಡಿದ. ಮಾ ತಾನು ಯಾವಾಗಲಾದರೂ ಆಳವಾದ ಯೋಚನೆಯಲ್ಲಿದ್ದಾಗ ಹಾಡುವ ಬೆಂಗಾಲಿ ಹಾಡೊಂದನ್ನು ಮೆಲುದನಿಯಲ್ಲಿ ಹಾಡುತ್ತಿದ್ದರು. ಸಿನ್ನಮಾನಿಗೆ ಆ ಹಾಡು ಗೊತ್ತಿತ್ತು. ಅದರ ಕೆಲವು ಆರಂಭಿಕ ಸಾಲುಗಳೂ ನೆನಪಿದ್ದವು.

ಪುರಾನೋ ಶೇ ದಿನೇರು ಕೋತಾ (ಕಳೆದುಹೋದ ದಿನಗಳ ನೆನಪುಗಳು) ಎಂಬ ಹಾಡು.

ಬೆಟ್ಟದ ಮೇಲೆ

ಹಸಿರು ಮೇಥಿ ಥಾಪಟೆ, ಚಟ್ನಿ, ಸಕ್ಕರೆ ಮತ್ತು ಚಹಾ ಸವಿದು ಅವರು ಸರಿಯಾಗಿ 7.30ಕ್ಕೆ ಆಗಮಿಸಿದ್ದ ದೇವೇಂದ್ರನೊಟ್ಟಿಗೆ ಹೊರಟರು. ಪಟ್ಟಣ ಚಿಕ್ಕದಿದ್ದರಿಂದ ಮತ್ತು ಅಷ್ಟು ಮುಂಜಾನೆ ವಾಹನ ದಟ್ಟಣೆ ಇರದಿದ್ದರಿಂದ ಬೇಗನೆ ಪಟ್ಟಣ ದಾಟಿ ಹೊರಬಂದಿದ್ದರು. ಹೆದ್ದಾರಿಯನ್ನೂ ಅಷ್ಟೇ ಬೇಗ ದಾಟಿ ಹಳ್ಳಿಗಳ ಸಣ್ಣ ರಸ್ತೆಗೆ ಇಳಿದಿದ್ದರು. ಜೀಪು ಮೇಲೆ ಕೆಳಗೆ ಕುಲುಕುತ್ತಿತ್ತು. ಮನೆಗಳು ವಿರಳವಾಗತೊಡಗಿದವು. ಆ ಮನೆಗಳು ಇಟ್ಟಿಗೆ ಮತ್ತು ಮಣ್ಣಿನಿಂದ ಕಟ್ಟಲ್ಪಟ್ಟಿದ್ದವು. ಸೂರುಗಳು ಇಳಿಜಾರಿನಂತೆ ಬಾಗಿದ್ದು ಹೆಂಚು ಹೊದಿಸಲಾಗಿತ್ತು. ಅಲ್ಲಲ್ಲಿ ರಸ್ತೆ ಸಂಪೂರ್ಣವಾಗಿ ಕಿತ್ತು ಹೋಗಿತ್ತಾದರೂ ಅದೃಶ್ಯವಾಗಿರಲಿಲ್ಲ. ಹಳ್ಳಿಗಾಡಿನ ಒಳಹೊಕ್ಕರೂ ಕರೆಂಟಿನ ಕಂಬಗಳು, ಮೊಬೈಲ್ ಟವರುಗಳು ಅವರ ಜೊತೆಯಾಗಿದ್ದವು.

ಅಲ್ಲಲ್ಲಿ ಹದಿ ವಯಸ್ಸಿನ ಹುಡುಗರ ಗುಂಪುಗಳು ಜೀಪನ್ನು ತಡೆಯುತ್ತಿದ್ದವು. ಕೈಯಲ್ಲಿ ಉದ್ದನೆಯ ಮರದ ಕೊಂಬೆಗಳನ್ನು ಹಿಡಿದು 'ಓಯ್ ಪಾಜಿ, ಹತ್ ರುಪಾಯಿ ತೆಗಿ' ಎಂದು

ದೇವೇಂದ್ರನಿಗೆ ಹಿಂದಿಯಲ್ಲಿ ಗುಟುರು ಹಾಕುತ್ತಿದ್ದರು. ಆ ಹುಡುಗರು ಕುಳ್ಳಗೆ ತೆಳ್ಳಗಿದ್ದರು. ಅವರ ಧ್ವನಿಯಲ್ಲಿ ಹುಡುಗಾಟದ ಛಾಯೆಯಿದ್ದರೂ ಬೆದರಿಕೆ ಹಾಕುವ ಇರಾದೆ ಇದ್ದಿದ್ದನ್ನು ಸಿನ್ನಮಾನ್ ಗಮನಿಸಿದ. ದೇವೇಂದ್ರ ಇಲ್ಲವೆಂದು ತಲೆ ಆಡಿಸುತ್ತಿದ್ದ, ಆದರೆ ಹುಡುಗರನ್ನು ಭೇದಿಸಿಕೊಂಡು ನುಗ್ಗಿ ಹೋಗುವ ಬದಲಾಗಿ ಅವರ ಮನವೊಲಿಸಿ ಜಾಗ ಬಿಡಿಸಿಕೊಳ್ಳುತ್ತಿದ್ದ. ಇದು ಪುನರಾವರ್ತನೆ ಆಗುತ್ತಿತ್ತು. ಒಮ್ಮೆ ಮಾತ್ರ ದೇವೇಂದ್ರ ಹತ್ತು ರುಪಾಯಿ ತೆಗೆದುಕೊಟ್ಟ.

'ಈ ಹುಡುಗರು ರಸ್ತೆಯಲ್ಲಿ ಹೋಗಿ ಬರೋರನ್ನೆಲ್ಲ ತಡೆದು ಕೇಳ್ತಾರಾ ಹೇಗೆ?' ಬಾಬಾ ಪ್ರಶ್ನಿಸಿದರು.

'ಅವರಲ್ಲಿ ನನಗೆ ಕೆಲವರು ಗೊತ್ತು, ಇದು ಇಲ್ಲಿನ ಹುಡುಗರಿಗೆ ಹೊತ್ತು ಕಳೆಯುವ ಆಟ. ಹೆದರಬೇಕಿಲ್ಲ. ನಿರ್ಲಕ್ಷ್ಯ ಮಾಡಿ. ಆದರೆ ಪದೇ ಪದೇ ಹಣ ಕೊಡುತ್ತಿರಬಾರದು, ಇನ್ನೂ ಜಾಸ್ತಿ ಕೇಳಲು ಶುರು ಮಾಡಿಬಿಡ್ತಾರೆ, ಒಂಥರಾ ಹೆದ್ದಾರಿ ಶುಲ್ಕ ಅಂದುಕೊಳ್ಳಿ' ಎಂದು ತಮಾಷೆ ಮಾಡಿದ ದೇವೇಂದ್ರ.

ಪ್ರತಿಯಾಗಿ ಮಾ 'ಹುಡುಗಾ, ನೀನು ಇದನ್ನು ಹೆದ್ದಾರಿ ಅನ್ನುವುದಾದರೆ ನನ್ನ ಮನೆಯನ್ನ ರಾಷ್ಟ್ರಪತಿ ಭವನ ಅಂತ ಕರೀಬೇಕು' ಎಂದು ನಕ್ಕರು. ನಂದುರ್ಬಾರಿಗೆ ಹೋಗಬೇಕು ಎಂದು ನಿರ್ಧರಿಸಿದಾಗಿಂದ ಇದೇ ಮೊದಲು ಮಾ ನಕ್ಕಿದ್ದು. ಆ ನಗುವೂ ಬೇಗನೆ ಹಾರಿ ಹೋಯಿತು. ಮಾ ಅಪರೂಪಕ್ಕೆ ಕಪ್ಪು ಕನ್ನಡಕ ಹಾಕಿರುವುದನ್ನು ಸಿನ್ನಮಾನ್ ಗಮನಿಸಿದ.

'ನಾನು ನಿಮ್ಮ ಅಮ್ಮನೊಂದಿಗೆ ಮಾತಾಡಿದ್ದೇನೆ. ನಿಮಗೆ ಅವರು ತಮ್ಮ ಹೋಟೆಲಿನಲ್ಲಿ ಸಿಗ್ತಾರೆ' ಎಂದ ದೇವೇಂದ್ರ. ದೇವೇಂದ್ರ ಹೇಳಿದ್ದು ತನಗೆ ಎಂದು ಹೊಳೆಯಲು ಸ್ವಲ್ಪ ಕಾಲ ಹಿಡಿಯಿತು ಸಿನ್ನಮಾನಿಗೆ. ಇನ್ನೊಂದು ಹೆಂಗಸನ್ನು ನಿನ್ನ ಅಮ್ಮ ಎಂದದ್ದು ಅತ್ಯಾಶ್ಚರ್ಯ ಉಂಟು ಮಾಡಿತ್ತು ಅವನಿಗೆ. ಯಾಕೆ ದೇವೇಂದ್ರ 'ಅಪ್ಪನ' ಬಗ್ಗೆ ಹೇಳಲಿಲ್ಲ ಎಂದು ಯೋಚಿಸಿದನಾದರೂ ಕೇಳಲಿಲ್ಲ.

ಭೇಟಿಯ ಗಳಿಗೆ ಹತ್ತಿರ ಬಂದಂತೆ ಸಿನ್ನಮಾನ್ ತಳಮಳಗೊಂಡ. ತನ್ನ ಹೆತ್ತ ಅಮ್ಮನನ್ನು ಅವನು ಏನೆಂದು ಕರೆಯಬೇಕು? ಅವನನ್ನು ನೋಡಿದಾಗ ಆಕೆಯಲ್ಲಿ ಯಾವ ಭಾವ ಉಂಟಾಗಬಹುದು? ಇಂತಹ ಯೋಚನೆಗಳು ಪದೇ ಪದೇ ಅವನ ಮನಸಿನಲ್ಲಿ ಸುಳಿದು ಹೋಗುತ್ತಿದ್ದವು.

'ಇನ್ನೂ ಎಷ್ಟೊತ್ತು?' ಬಾಬಾ ನಿರ್ಲಿಪ್ತರಾಗಿ ಕೇಳಿದರು.

'ಐದು ನಿಮಿಷ ಸರ್' ಎಂದನು ದೇವೇಂದ್ರ. ಕೆಲವೇ ನಿಮಿಷಗಳಲ್ಲಿ ಜೀಪು ಒಂದು ಶೆಡ್ಡಿನ ಎದುರು ನಿಂತಿತು. ಸಿನ್ನಮಾನ್ ಅದರ ಮೇಲೆ ಕಟ್ಟಿದ್ದ ನಾಮಫಲಕವನ್ನು ಓದಿದ– 'ಗಣೇಶ್ ಹೋಟೆಲ್ ಅಂಡ್ ರೆಸ್ಟೋರೆಂಟ್' ಎಂದು ಮರಾಠಿಯಲ್ಲಿ ಬರೆದಿತ್ತು. ಎಲ್ಲಾ ಶೆಡ್ಡಿನ ಹೊಟೆಲುಗಳಂತೆ ಅಲ್ಲಿಯೂ ಕೆಲವು ಪ್ಲಾಸ್ಟಿಕ್ ಚೇರುಗಳಿದ್ದವು. ಬಿಸಿಲು ಮಳೆಗಾಳಿಗಳಿಂದ ರಕ್ಷಣೆಗೆಂದು ಮೇಲೆ ಕಬ್ಬಿಣದ ಶೀಟುಗಳ ಸೂರು ಇತ್ತು. ಒಂದು ಕಡೆ ಮಳೆಯ ಇರಚಲು ಬಡಿಯದಿರಲೆಂದು ಬೆಡ್‌ಶೀಟುಗಳನ್ನು ಕಟ್ಟಲಾಗಿತ್ತು. ಸಹಜವಾಗಿ ಅಂತಹ ಜಾಗಗಳಲ್ಲಿ ಕಾರ್ಡ್ ಪೇಮೆಂಟಿನ ವ್ಯವಸ್ಥೆ ಇರಲಿಲ್ಲ.

ದೇವೇಂದ್ರ ಜೀಪಿನಿಂದ ಎಗರಿ ಇಳಿದು 'ಒಂದು ನಿಮಿಷ ತಡೆಯಿರಿ' ಎಂದನು. ಆ ಕೆಲವು ನಿಮಿಷಗಳಲ್ಲಿ ದೇವೇಂದ್ರ ಶೆಡ್ಡಿನ ಒಳಹೋಗಿದ್ದಾಗ ಸಿನ್ನಮಾನಿಗೆ ಯುಗಗಳನ್ನು ಕಳೆದಂತೆನಿಸಿತು. ಆನಂತರ ಒಳಗಿಂದ ಒಬ್ಬ ಹೆಂಗಸು ದೇವೇಂದ್ರನೊಂದಿಗೆ ಹೊರಗೆ ಬಂದರು. ಸಿನ್ನಾಮನಿನ ಹೃದಯ ಖುಷಿ, ಕಾತುರ, ತಳಮಳಗಳಿಂದ ಹಾರಲಾರಂಭಿಸಿತು. ಆಕೆ ತಲೆಗೆ ಎಣ್ಣೆ ಹಚ್ಚಿದ್ದು ಕೂದಲನ್ನು ಹಿಂದೆ ಬಾಚಿ ಕಟ್ಟಿದ್ದರು. ತುಟಿಗಳಲ್ಲಿ ನಗು ಇತ್ತು. ಬದುಕಿನಲ್ಲಿ ಅನುಭವಿಸಿದ ಅಪಾರ ಕಷ್ಟಗಳು ಮುಖದ ಮೇಲಿನ ಸುಕ್ಕು ಮತ್ತು ಜೋತು ಬಿದ್ದ ಗದ್ದದಲ್ಲಿ ಪ್ರಕಟವಾಗುತ್ತಿತ್ತು.

ಈ ಗಳಿಗೆಗಾಗಿ ಎಷ್ಟು ವರುಷಗಳಿಂದ ಕಾದಿದ್ದ ಸಿನ್ನಮಾನ್! ಇವರೇ ಅವರು. ತನಗೆ ಜನ್ಮ ಕೊಟ್ಟವರು. ತನ್ನ ತಾಯಿ!

ಅವನು ಒಂದು ಕಡೆ ನಿಂತು ಅವರನ್ನು ದಿಟ್ಟಿಸತೊಡಗಿದ. ಅವನ ಕಣ್ಣುಗಳು ನೀರಾಗಿದ್ದವು. ಅವರು ಅವನ ಎದುರು ಬಂದು ನಿಂತರು. ಸೀರೆಯ ಸೆರಗಿನ ತುದಿಯಿಂದ ತನ್ನ ಕಣ್ಣೀರನ್ನು ಒರೆಸಿಕೊಂಡು ದೂರದಲ್ಲಿ ನಿಂತಿದ್ದ ಮಾ ಬಾಬಾರನ್ನು ನೋಡಿದರು. ಸಿನ್ನಮಾನ್ ತನ್ನ ಜನ್ಮದಲ್ಲಿ ಅನುಭವಿಸಿರದ ಒಂದು ಬಿಸಿ ಅಪ್ಪುಗೆಯಲ್ಲಿ ಮುಳುಗಿದ್ದ.

'ನನ್ನನ್ನು ಯಾಕೆ ಕೊಟ್ಟುಬಿಟ್ಟರಿ?' ಅವನ ಹೃದಯ ಚೀರಿಕೊಳ್ಳುತ್ತಿತ್ತು, ಮಾತು ಹೊರಡುತ್ತಿರಲಿಲ್ಲ. ನನ್ನ ಅಪ್ಪ ಎಲ್ಲಿ?

ಮಾ, ಬಾಬಾ ಇವರಿಬ್ಬರ ಹತ್ತಿರ ಬಂದಾಗ ಅಪ್ಪುಗೆ ಸಡಿಲಗೊಂಡಿತು. ಆಕೆ ತನ್ನ ಕಣ್ಣೀರನ್ನು ಒರೆಸಿಕೊಂಡು ಅವರನ್ನು ತನ್ನ ರೆಸ್ಟೋರೆಂಟಿನ ಒಳಗೆ ಕರೆದರು. ಒಳಗೆ ತಮ್ಮ ಗಂಡನನ್ನು ಎಲ್ಲರಿಗೂ ಪರಿಚಯಿಸಿದರು. ತನ್ನ ತಾಯಿಯ ಗಂಡ ಕುಳ್ಳಗಿದ್ದು ಬೆಳ್ಳಾನೆ ಬೆಳ್ಳಗಿನ ಕುರ್ತಾ ಮತ್ತು ಸ್ವಚ್ಛ ಧೋತಿ ಧರಿಸಿದ್ದನ್ನು ಸಿನ್ನಮಾನ್ ಗಮನಿಸಿದ. ಅವರಿಗೆ ನಮಸ್ಕರಿಸಿದನಾದರೂ ಸ್ವಲ್ಪ ದೂರವೇ ಉಳಿದ. ಎಲ್ಲರೂ ಒಂದು ಸುಮಾರಾದ ಬಿಳಿ ಪ್ಲಾಸ್ಟಿಕ್ ಟೇಬಲ್ಲಿನ ಸುತ್ತ ಆಸೀನರಾದರು. ಚಹಾ ಮತ್ತು ಪಕೋಡವನ್ನು ಹಂಚಿದರು. ಅದಿತಿ ತನ್ನ ಕತೆ ಶುರು ಮಾಡಿದರು.

'ನಾನು ಬೇರೆ ಸಮುದಾಯದ ಒಬ್ಬ ಹುಡುಗನನ್ನು ಇಷ್ಟಪಟ್ಟಿದ್ದೆ. ಆರಂಭದಲ್ಲಿ ಎರಡೂ ಕಡೆಯಿಂದ ದೊಡ್ಡವರು ವಿರೋಧಿಸಿದರು. ನಾವು ಅವರನ್ನು ಒಪ್ಪಿಸಲು ಸಫಲರಾದೆವು. ಒಂದು ಸರಳ ಸಮಾರಂಭದಲ್ಲಿ ಮದುವೆ ಜರುಗಿತು. ಎರಡು ಮಕ್ಕಳಾದವು. ಆನಂತರ ಜೀವನ ಸವೆಸಲು ಅವಕಾಶ ಹುಡುಕಿಕೊಂಡು ಪುಣೆಗೆ ವಲಸೆ ಹೋಗಲು ನಿರ್ಧಾರ ಮಾಡಿದೆವು. ನಾವಿಬ್ಬರೂ ಬಹಳ ಚಿಕ್ಕ ವಯಸಿನವರಾಗಿದ್ದೆವು'.

ಸಿನ್ನಮಾನ್ ಆಕೆಯನ್ನು ದಿಟ್ಟಿಸಿದ. ಬಹಳ ಸುಂದರವಾಗಿದ್ದರು, ಅವರ ಮೊಗದ ತುಂಬ ಅಸಂಖ್ಯಾತ ಭಾವನೆಗಳು ತುಂಬಿದ್ದವು. ಅವರ ಮರಾಠಿ ಸಿನ್ನಮಾನ್ ಪುಣೆಯಲ್ಲಿ ಕೇಳಿದ್ದಕ್ಕಿಂತ ಬಹಳ ಭಿನ್ನವಾಗಿತ್ತು. ಅವರ ಭಾಷೆ ಬಹಳ ಶ್ರೀಮಂತವಾಗಿ ರಂಗುರಂಗಾಗಿತ್ತು. ಪದಗಳ ಉಚ್ಚಾರಣೆ ಹಳ್ಳಿಯವರ ರೀತಿಯಿತ್ತು.

'ನಾನು ಮನೆಗೆಲಸದವಳಾಗಿ ದುಡಿಯುತ್ತಿದ್ದೆ. ನನ್ನ ಗಂಡ ಅಲ್ಲಿ ಇಲ್ಲಿ ಸುಮಾರು ಪುಡಿಗೆಲಸಗಳನ್ನು ಮಾಡುತ್ತಿದ್ದರು. ನಾವು ಪುಣೆಯಲ್ಲಿ ನಾಲ್ಕು ವರುಷ ಇದ್ದೆವು. ಪುಣೆಗೆ ಹೋಗಿ ಎರಡು ವರ್ಷಗಳಾಗಿದ್ದಾಗ ನಮಗೆ ಮೂರನೆಯ ಮಗುವಾಯಿತು. ಅದು ನೀನೇ' ಆಕೆ ಸಿನ್ನಮಾನ್ ಕಡೆ ಕೈತೋರಿಸಿ ಹೇಳುತ್ತಿದ್ದರು.

‘ಆದರೆ ಆಗೊಂದು ದುರಂತ ಜರುಗಿತು. ನನ್ನ ಗಂಡ ಒಂದು ಟೆಂಪೋ ಅಪಘಾತದಲ್ಲಿ ತೀರಿಕೊಂಡರು. ನಾವು ಅವರನ್ನು ಆಸ್ಪತ್ರೆಗೆ ಸೇರಿಸಿದೆವಾದರೂ ತಡ ಆಗಿತ್ತು. ಮುಂದಿನ ಒಂದು ವರ್ಷ ನಾನು ಹಂಗೂ ಹಿಂಗೂ ಬದುಕು ತಳ್ಳಲು ಪ್ರಯತ್ನಿಸಿದೆ. ಆಗುತ್ತಿರಲಿಲ್ಲ. ಮನೆಗೆಲಸ ಮಾಡಿ ದುಡಿಯುತ್ತಿದ್ದ ಹಣದಲ್ಲಿ ಮೂರು ಮಕ್ಕಳನ್ನು ಸಾಕುವುದು ಅಸಾಧ್ಯವಾಗಿತ್ತು’

‘ಆಗ ಪುಣೆಯಲ್ಲಿ ಒಂದು ಏಜೆನ್ಸಿ ಬಗ್ಗೆ ನನಗೆ ಗೊತ್ತಾಯಿತು. ಅವರು ಖಂಡಿತ ಮಗುವಿಗೆ ಒಳ್ಳೆಯ ವಿದ್ಯಾಭ್ಯಾಸ ಸಿಗುತ್ತೆ, ಚನ್ನಾಗಿ ನೋಡಿಕೊಳ್ಳಲಾಗುತ್ತೆ ಅಂತ ಆಶ್ವಾಸನೆ ಕೊಟ್ಟರು. ಒಂದು ಮಗುವಿಗಾದರೂ ಒಳ್ಳೆಯ ಭವಿಷ್ಯ ರೂಪಿಸಬಹುದು ಎಂದರು. ಸಾಕಷ್ಟು ಯೋಚಿಸಿ ಭಾರದ ಹೃದಯದಿಂದ ನಾನು ಇವನನ್ನು ಅವರಿಗೆ ಕೊಟ್ಟೆ, ಮುಂದೆಂದಾದರೂ ಮತ್ತೆ ಭೇಟಿ ಮಾಡಬಹುದೆಂದು ಭಾವಿಸಿ. ಹಾಗಾಗಿ ಅವರ ದಾಖಲೆ ಪುಸ್ತಕದಲ್ಲಿ ಬರೆದು ಬಂದಿದ್ದೆ, ಮುಂದೆ ಮಗು ತಾಯಿಯನ್ನು ಭೇಟಿ ಮಾಡಬೇಕು ಅಂತ ಇಷ್ಟಪಟ್ಟರೆ ಅಗತ್ಯವಾಗಿ ಮಾಡಬಹುದು ಎಂದು’.

ಆಗಾಗ್ಗೆ ರೆಸ್ಟೋರೆಂಟಿನ ಗ್ರಾಹಕರು ಬಂದು ಹೋಗುತ್ತಿದ್ದರು. ಆಕೆಯ ಗಂಡ ಅದನ್ನು ಸಮರ್ಥವಾಗಿ ನಿಭಾಯಿಸುತ್ತಿದ್ದರು. ಗೋಡೆ ಮೇಲೆ ಒಂದು ಮರಾಠಿಯ ಕಾಲನಿರ್ಣಯ್ ಕ್ಯಾಲೆಂಡರು, ಹೂವಿನ ಹಾರ ಹಾಕಿದ್ದ ಕಟ್ಟು ಗಾಜಿನ ಎರಡು ಫೋಟೋಗಳು ಇದ್ದವು. ಅದಿತಿ ಸಿನ್ನಮಾನಿನ ಪಕ್ಕ ಹೋಗಿ ಕುಳಿತರು. ಆಕೆಯ ಕೈಗಳು ಅವನ ತಲೆಯನ್ನು ಕೋಮಲವಾಗಿ ನೇವರಿಸಿದವು. ಸಿನ್ನಮಾನ್ ತಲೆಯನ್ನು ತಗ್ಗಿಸಿದ್ದ.

‘ನಾನು ಇವನನ್ನು ಕೊಟ್ಟ ಕೆಲವು ತಿಂಗಳ ನಂತರ ಏಜೆನ್ಸಿಗೆ ಹೋಗಿದ್ದೆ. ದಾಖಲೆಗೆ ಸಹಿ ಹಾಕಿರುವ ಪ್ರಕಾರ ನಾನು ಮಗುವಿನ ಸಂಪೂರ್ಣ ಹಕ್ಕನ್ನು ಬಿಟ್ಟುಕೊಟ್ಟಿರುವೆ ಎಂದರು ಅಲ್ಲಿದ್ದವರು. ಮಗುವಿನ ಹಿತದೃಷ್ಟಿಯಿಂದ ನಾನು ಮಗುವನ್ನು ಹುಡುಕುವುದನ್ನು ನಿಲ್ಲಿಸಬೇಕೆಂದರು. ಹದಿನೆಂಟು ವರ್ಷ ವಯಸ್ಸು ತುಂಬುವವರೆಗೆ ನನ್ನನ್ನೂ ಯಾರೂ ಸಂಪರ್ಕಿಸಲ್ಲ ಎಂದಿದ್ದರು. ಗಂಡನೂ ತೀರಿಕೊಂಡಿದ್ದು ಒಂಟಿಯಾಗಿಬಿಟ್ಟಿದ್ದೆ ನಾನು...’ ಆಕೆಯ ಗಂಟಲು ಗದ್ಗತಿವಾಗಿತ್ತು.

ಅಳು ತಡೆಯಲಾರದೆ ಮುಖವನ್ನು ಮುಚ್ಚಿಕೊಂಡು ಅತ್ತುಬಿಟ್ಟರು. ಸಿನ್ನಮಾನಿನ ಕಣ್ಣುಗಳು ನೀರಿನಿಂದ ತುಂಬಿಕೊಂಡಿದ್ದವು.

ಕೆಲವು ನಿಮಿಷಗಳ ನಂತರ ಮೂಗಿನಿಂದ ಸೊರಗುಟ್ಟುತ್ತ ಮಾತು ಮುಂದುವರೆಸಿದರು.

'ನನ್ನ ಕಂದ ಎಲ್ಲೋ ಒಂದು ಕಡೆ ಸುಖವಾಗಿರುತ್ತೆ ಅಂತ ನನಗೆ ನಾನೇ ಸಮಾಧಾನ ಮಾಡಿಕೊಂಡೆ. ಸುಮಾರು ವರ್ಷ ಪುಣೆಯಲ್ಲಿ ಹೆಂಗೋ ಜೀವನ ತಳ್ಳಿದೆ. ಕೊನೆಗೆ ಊರಿಗೆ ಹೋಗೋಣವೆಂದು ನಿರ್ಧಾರ ಮಾಡಿ ಎರಡು ಮಕ್ಕಳನ್ನು ಕರೆದುಕೊಂಡು ಹೊರಟೆ. ಇಲ್ಲಿ ನಾನು ಹೊಸ ಜೀವನ ಶುರು ಮಾಡಬೇಕಿತ್ತು. ನನಗಿದ್ದ ಆಯ್ಕೆಗಳಾದರೂ ಯಾವುವು? ನನ್ನ ತಂದೆತಾಯಿ ಅಂತಿಮವಾಗಿ ನನಗೆ ಇನ್ನೊಂದು ಮದುವೆ ಏರ್ಪಾಡು ಮಾಡಿದರು. ಅವರ ಹೆಸರು ಸಂತೋಷ್.', ಆಕೆ ತನ್ನ ಗಂಡನ ಕಡೆಗೆ ನೋಡಿ ನಗೆ ಸೂಸಿದರು. ನಾವು ಜೊತೆಗೂಡಿ ಈ ಹೋಟೆಲ್ ತೆರೆದೆವು. ಆಗಿನ್ನೂ ಈ ಹೆದ್ದಾರಿಯನ್ನು ಹೊಸದಾಗಿ ಕಟ್ಟಿದ್ದರು. ಸಾಕಷ್ಟು ವಾಹನಗಳು ಓಡಾಡುತ್ತಿದ್ದವು. ಒಳ್ಳೆಯ ಅವಕಾಶ ಇತ್ತು ನಮಗೆ. ಇಲ್ಲಿನ ಬೆಟ್ಟಗಳ ಮೇಲೆ ಹೋಗಲು ಜನ ಈ ರಸ್ತೆಯನ್ನೆ ಬಳಸುತ್ತಿದ್ದರು.'

'ಆದರೆ... ಯಾಕೆ... ಯಾಕೆ... ನನ್ನನ್ನು ಬಿಟ್ಟಿದ್ದು?' ಸಿನ್ನಮಾನ್ ಜೋರಾಗಿ ಅಳುತ್ತ ಕೇಳಿದ. ಅದಿತಿಗೆ ಏನೂ ಹೇಳಲಾಗದೆ ತಲೆ ಆಡಿಸಿ ಸುಮ್ಮನಾದರು. ಆಕೆ ಅಲ್ಲಿತನಕ ಹೇಳಿದ್ದು ಕೇಳಿಸಿಲ್ಲವೇನೋ ಎಂಬಂತೆ ಅವನು ಇನ್ನೊಮ್ಮೆ 'ನಿಮಗೆ ನಾನು ನೆನಪಾಗಲೇ ಇಲ್ಲವೇ?' ಎಂದ.

ಅದಿತಿ ಒಂದು ಪೆಟ್ಟಿಗೆಯನ್ನು ಹೊರಗೆಳೆದು ಅದರಿಂದ ಎಳೆಯ ಮಕ್ಕಳ ಉಣ್ಣೆಯ ಬಟ್ಟೆಗಳನ್ನು, ಮರಾಠಿ ಸುದ್ದಿಪತ್ರಿಕೆಯಲ್ಲಿ ಸುತ್ತಿಟ್ಟಿದ್ದ ಒಂದು ಹಳೆಯ ಕಿಟಿಕಿಟಿ ಆಟದ ಸಾಮಾನನ್ನು ತೆಗೆದರು. 'ಇದೆಲ್ಲಾ ನಿನ್ನವು. ನನ್ನ ಬಳಿ ಇಟ್ಟುಕೊಂಡಿದ್ದೆ. ನಿನ್ನ ವಸ್ತುಗಳು ಅಂತ ಉಳಿದಿದ್ದು ಇದಷ್ಟೆ. ಇವನ್ನು ನೋಡುತ್ತಾ ಅಳುತ್ತಿದ್ದೆ. ಪ್ರತಿದಿನ ನಿನ್ನನ್ನು ನೆನಪಿಸಿಕೊಳ್ಳುತ್ತಿದ್ದೆ'.

'ನಾನು ನನ್ನ ಮಗನನ್ನು ಎಂದಿಗೂ ಮರೆತಿರಲಿಲ್ಲ. ಆದರೆ ಬದುಕು ಅದರದೇ ಆದ ತಿರುವು ಪಡೆಯುತ್ತಿರುತ್ತೆ. ನಾವು ನರಮನುಷ್ಯರಾಗಿ ತಲೆದೂಗಬೇಕಷ್ಟೆ. ಕೆಲವೊಮ್ಮೆ ನನಗೆ

ನಿನ್ನನ್ನು ಹುಡುಕುವ ಉಮೇದು ಬಂದುಬಿಡುತ್ತಿತ್ತು. ಆದರೆ ನೀನು ಎಲ್ಲಿದ್ದೀಯ ಎಂದು ತಿಳಿದುಕೊಳ್ಳುವ ಮಾರ್ಗ ಇರಲಿಲ್ಲ. ಒಂದು ತಿಂಗಳ ಹಿಂದೆ ರೇಷಮ ಸಾಹೇಬರು ನನಗೆ ಕರೆ ಮಾಡಿ ನಿಮ್ಮ ಮಗ ನಿಮ್ಮನ್ನು ನೋಡಬೇಕಂತೆ ಎಂದಾಗ ನನಗೆ ಹೇಗಾಗಿರಬೇಡ ಊಹಿಸು. ತಮಾಷೆ ಮಾಡುತ್ತಿದ್ದಾರೆ ಎಂದು ಭಾವಿಸಿದ್ದೆ. ನನ್ನ ಬಹುದಿನದ ಕನಸು ಈ ರೀತಿ ನಾನು ನಿರೀಕ್ಷಿಸಿರದ ರೀತಿಯಲ್ಲಿ ನಿಜವಾಗುತ್ತದೆ ಎಂದು ನನಗೆ ಗೊತ್ತಿರಲಿಲ್ಲ'

ಸ್ವಲ್ಪ ಬಿಡುವು ತಗೊಂಡು ಕಣ್ಣೊರೆಸಿಕೊಂಡರು. 'ನಿನ್ನನ್ನು ನೋಡೀಗ. ಎಷ್ಟು ಬುದ್ಧಿವಂತ ಮತ್ತು ಧೈರ್ಯವಂತ ಹುಡುಗನಾಗಿರುವೆ. ನನಗೆ ಎಷ್ಟು ಹೆಮ್ಮೆಯಾಗುತ್ತಿದೆ ಗೊತ್ತ'

'ನನ್ನ ತಂದೆ? ಅವರು ನೋಡಲು ಹೇಗಿದ್ದರು?'

ಅದಿತಿ ಒಂದಷ್ಟು ಫೋಟೋಗಳನ್ನು ತಂದು ತೋರಿಸಿದರು. ಅದರಲ್ಲಿ ಒಂದು ದೊಡ್ಡ ಕಟ್ಟು ಗಾಜು ಹಾಕಿಸಿದ ಫೋಟೊ ಇತ್ತು. ಅದರ ಮೇಲೆ ಅಚ್ಚ ಮರಾಠಿಯಲ್ಲಿ ವಿಲಾಸ್ ಕೃಷ್ಣರಾವ್ ಗಾವಿತ್ ಎಂದು ಬರೆದಿತ್ತು. ಸಿನ್ನಮಾನಿಗೆ ಮುಖ ಹೋಲಿಕೆ ಸಿಗುತ್ತಿತ್ತು. ಅದೇ ಗಡುಸು ಮುಖ, ಉದ್ದನೆಯ ಚೂಪಾದ ಮೂಗು, ಕಪ್ಪು ಚರ್ಮ, ಗುಂಗುರು ಕೂದಲು, ಮುಂದೆ ಬಂದಿರುವ ಗದ್ದದ ಮೂಳೆ ಮತ್ತು ಕೌತುಕದ ತುಂಟ ಕಣ್ಣುಗಳು.

ಅವನ ಮನಸು ಓದಿದವರ ಹಾಗೆ ಅದಿತಿ 'ನೀನು ಅವರ ಹಾಗೆ ಕಾಣ್ತೀಯ. ಅವರೂ ಬಹಳ ಉದ್ದ ಇದ್ದರು' ಎಂದರು.

ಸಿನ್ನಮಾನಿಗೆ ತಕ್ಷಣ ಇದಷ್ಟೇ ತನ್ನ ತಂದೆಯ ನೆನಪಾಗಿ ಉಳಿದಿರುವುದು ಎಂಬುದು ಹೊಳೆಯಿತು. ಕಣ್ಣಲ್ಲಿ ನೀರು ತುಂಬಿಕೊಂಡಿತು. ದುಃಖಿಸುತ್ತ 'ಅವರು ವ್ಯಕ್ತಿಯಾಗಿ ಹೇಗಿದ್ದರು?' ಕೇಳಿದ.

ಅದಿತಿ ತನ್ನ ಸೆರಗಿನಿಂದ ಅವನ ಕಣ್ಣನ್ನು ಒರೆಸಿದರು. 'ಅವರು ಜನರಿಗೆ ತುಂಬಾ ಇಷ್ಟವಾಗುತ್ತಿದ್ದರು. ಎಲ್ಲರೊಂದಿಗೆ ಬೆರೆಯುತ್ತಿದ್ದರು. ಸಮಾರಂಭಗಳಲ್ಲಿ ತಾವೇ ಮುಂದೆ ನಿಂತು ಕೆಲಸ ಕಾರ್ಯ ನಿರ್ವಹಿಸುತ್ತಿದ್ದರು. ಅವರಿಗೆ ಜನಪದ ಮತ್ತು ಪೊವಡಾ ಹಾಡುಗಳನ್ನು ಹಾಡುವುದು ಇಷ್ಟವಾಗುತ್ತಿತ್ತು. ಜನ ಯಾವಾಗಲೂ ಅವರಿಗೆ ಹಾಡೆಂದು ಧೋಲ್ ತಾಶಾ ಬಾರಿಸೆಂದು ಕೇಳಿಕೊಳ್ಳುತ್ತಿದ್ದರು. ಯಾವಾಗ ನೋಡಿದರೂ ಅವರ ಸುತ್ತ ಕೆಲವು ಮಂದಿಯಾದರೂ ಇರುತ್ತಿದ್ದರು'

ಸಿನ್ನಮಾನ್ ಎದುರಿದ್ದ ಪಕೋಡ ತುಣುಕುಗಳೊಂದಿಗೆ ಆಟವಾಡತೊಡಗಿದ. ಸಂತೋಷ್ ಅತ್ಯಂತ ವಿನಯದಿಂದ ಎಲ್ಲರಿಗೂ 'ಈಗ ನೀವೆಲ್ಲರೂ ಊಟಕ್ಕೆ ಕೂರುವುದು ಒಳ್ಳೆಯದು'

ಎಂದರು. ಎಲ್ಲರೂ ಒಪ್ಪಿದರು. ಕೆಲವೇ ಕ್ಷಣಗಲ್ಲಿ ಪಾಪಡ್, ದಾಲ್, ಮಕ್ಕ ಭಕ್ರಿ ಮತ್ತು ವಾಂಗಿ ಭಜಿಯನ್ನು ಬಡಿಸಲಾಯಿತು. ದೊಡ್ಡವರು ಏನೇನೋ ಚರ್ಚಿಸುತ್ತಿರುವುದನ್ನು ಸಿನ್ನಮಾನ್ ಗಮನಿಸಿದ. ಹಳ್ಳಿಗಳ ರಾಜಕೀಯ, ನಗರದ ಜೀವನ, ಹವಾಮಾನ ಮುಂತಾಗಿ.

'ನೀವೆಲ್ಲ ಇಲ್ಲಿ ಬಹಳ ದಿವಸ ಇರ್ತಿದ್ದೀರಾ?' ಅದಿತಿ ನಡುಗುವ ದನಿಯಿಂದ ಕೇಳಿದರು.

'ಕನಿಷ್ಠ ಎರಡು ವಾರ ಅಂದುಕೊಂಡಿದ್ದೀವಿ. ನಾವಿಬ್ಬರೂ ರಜೆ ಹಾಕ್ಕೊಂಡಿದೀವಿ. ನನ್ನದು ಸ್ವಂತ ಉದ್ಯೋಗ' ಬಾಬಾ ಉತ್ತರಿಸಿದರು.

ಅದಿತಿಯ ಮುಖ ಅರಳಿತು. ತನ್ನ ಕತೆ ಮುಂದುವರೆಸಿದರು. 'ನನಗೆ ಕೆಲಸ ಕೊಟ್ಟ ಒಬ್ಬರು ಓದು ಮುಂದುವರೆಸಲು ಪ್ರೋತ್ಸಾಹಿಸಿದರು. ನಾನು ಆದಾಗಲೇ ಒಂದು ವಯಸಿಗೆ ಓದು ನಿಲ್ಲಿಸಿದ್ದೆ. ಹಗಲೊತ್ತು ಮನೆಕೆಲಸ ಇರುಳೊತ್ತು ಓದು ಮುಂದುವರೆಸಿದೆ. ಮನೆಯ ಯಜಮಾನ್ತಿ ತಮ್ಮ ಮಕ್ಕಳ ಪುಸ್ತಕಗಳನ್ನು ನನಗೆ ಕೊಡುತ್ತಿದ್ದರು, ಅವರಿಬ್ಬರೂ ಆಮೇಲೆ ಯುಎಸ್‌ಗೆ ಹೋದರು'

ಸಿನ್ನಮಾನ್ ಶೆಡ್ಡಿನಿಂದ ಹೊರಗೆ ಇಣುಕಿದ, ಸೂರ್ಯಾಸ್ತವಾಗುವುದರಲ್ಲಿತ್ತು. ಬಾಬಾ 'ನಿನಗೆ ಇಲ್ಲೇ ಉಳಿದುಕೊಳ್ಳಬೇಕಾ?' ಕೇಳಿದರು. ಸಿನ್ನಮಾನ್ ಅವರನ್ನೇ ದಿಟ್ಟಿಸಿದ. 'ಈ ರಾತ್ರಿ ಇಲ್ಲೇ ಇರಬೇಕ ಸಿನ್ನಮಾನ್?' ಬಾಬಾ ಮತ್ತೆ ಕೇಳಿದರು.

ಅವನು ತನ್ನ ಹೆತ್ತ ಅಮ್ಮನನ್ನು ನೋಡಿದ, ಅವರು ನಗುತ್ತಾ ತಲೆ ಗುಣುಕು ಹಾಕಿ ಸಮ್ಮತಿ ಸೂಚಿಸಿದರು. 'ಅದು ಚನ್ನಾಗಿರುತ್ತೆ. ಹಾಗೆ ನೋಡಿದರೆ ನೀವೆಲ್ಲರೂ ನಮ್ಮ ಮನೆಗೆ ಬರಬಹುದು. ನನ್ನ ಇನ್ನೆರಡು ಮಕ್ಕಳು ನಂದುರ್ಬಾರಿನಲ್ಲಿರುವ ನನ್ನ ಅಕ್ಕನ ಮನೆಗೆ ಹೋಗಿದ್ದಾರೆ' ಎಂದಾಗ ಸಿನ್ನಮಾನಿನ ಹೃದಯ ಕುಪ್ಪಳಿಸತೊಡಗಿತು.

'ದೇವೇಂದ್ರ ನೀನು ಏನು ಮಾಡ್ತೀಯಾ?' ದೂರದಲ್ಲಿ ಕುಳಿತಿದ್ದ ದೇವೇಂದ್ರನನ್ನು ಬಾಬಾ ಕೇಳಿದರು.

'ನಿಮ್ಮನ್ನು ಡ್ರಾಪ್ ಮಾಡಿ ಮನೆಗೆ ಹೋಗ್ತೀನಿ'

'ತಡ ಅಗಲ್ವಾ? ಅಪಾಯ ಇರಲ್ವಾ?' ಮಾ ಕೇಳಿದರು.

'ಏನಾಗಲ್ಲ, ನಾನು ನೋಡ್ಕೊತೀನಿ'.

ಅಲ್ಲಿಗೆ ಒಂದು ನಿರ್ಧಾರಕ್ಕೆ ಬಂದಂತಾಯಿತು. ನಾಲ್ವರೂ ಜೀಪು ಹತ್ತಿದರು. ಸಂತೋಷ್ ತಮ್ಮ ಬೈಕು ಚಾಲೂ ಮಾಡಿದರು, ಅದಿತಿ ಅವರ ಹಿಂದೆ ಒಂದು ಕಡೆಗೆ ತಿರುಗಿ ಕುಳಿತರು. ಜೀಪು ಇಳಿಜಾರಿನ ದಾರಿಯಲ್ಲಿ ಅದಿತಿ ಮನೆಯತ್ತ ಹೊರಟಿತು. ಸಿನ್ನಮಾನ್ ಮುಖಕ್ಕೆ ಎದುರು ಗಾಳಿ ತಾಗುತ್ತಿತ್ತು. ನಿರ್ಮಲ, ತಾಜಾ ಗಾಳಿ. ಕೆಲವೇ ನಿಮಿಷಗಳಲ್ಲಿ ಅವರು ಊರೊಳಗಿನ ಅದಿತಿ ಮನೆ ತಲುಪಿದರು.

ಅದೊಂದು ಸರಳ ಮನೆ. ಕೆಳಗೆ ಗ್ರಾನೈಟು, ಮೇಲೆ ಇಳಿಜಾರಿನ ಹೆಂಚು. ಒಂದು ನಡುಮನೆ, ಒಂದು ಅದಿತಿ ಮತ್ತು ಸಂತೋಷ್ ಮಲಗುವ ಕೋಣೆ, ಒಂದು ಕೋಣೆ ಮಕ್ಕಳಿಗಾಗಿ. ಗೋಡೆ ಮೇಲೆ ಎರಡು ಭಾವಚಿತ್ರಗಳು. ಅವುಗಳ ಮೇಲೆ ಬಾಡಿದ ಚಂಡುಹೂವಿನ ಹಾರಗಳು. ಒಂದು ಹಳೆಯ ಟಿವಿ ಸೆಟ್. ಒಂದು ಸೋಫಾ. ಸಿನ್ನಮಾನ್ ಮಾ ಬಾಬಾ ಒಂದು ಸರಳ ಸತ್ರಂಜಿ ಮೇಲೆ ಕಾಲು ಚಾಚಿ ಉರುಳಿಕೊಂಡರು. ಮಾ ಬಾಬಾ ಒಮ್ಮೆಲೆ ನಿದ್ದೆಗೆ ಜಾರಿದರು. ಸಿನ್ನಮಾನ್ ಅತ್ತಿತ್ತ ಉರುಳಾಡುತ್ತಿದ್ದ. ಕೊನೆಗೂ ತಾನು ತನ್ನ ಮನೆಗೆ ಬಂದಿದ್ದೇನೆ ಎಂಬುದು ಹೊಳೆಯಿತು. ಆದರೆ ಸಧ್ಯಕ್ಕಿನ್ನೂ ತಾನು ಹೊರಗಿನವ ಅನಿಸುತ್ತಿತ್ತು.

ಹೊರಗಿನ ಬಚ್ಚಲು

'ಚೊಂಬು ಕೈಗೆತ್ತಿಕೊಳ್ಳುವವರೆಗೆ ಮುಖಕ್ಕೆ ಕಣ್ಣಿಗೆ ಸೋಪು ಹಾಕಬಾರದು. ಮತ್ತು ಚೊಂಬು ಬಕೆಟ್ಟಿನಲ್ಲಿ ಮುಳುಗಲು ಬಿಡಬಾರದು' ಅದಿತಿ ಮಗನಿಗೆ ಎಚ್ಚರಿಸುತ್ತಿದ್ದರು. ಅವರು ಎಲ್ಲರಿಗಿಂತ ಮೊದಲೇ ಎದ್ದು ಸ್ನಾನ ಮಾಡಿ ತಿಂಡಿ ಸಿದ್ಧಪಡಿಸುತ್ತಿದ್ದರು. ಸಂತೋಷ್ ಚಹಾ ಮಾಡಿಕೊಟ್ಟರು.

ಸಿನ್ನಮಾನ್ ಮತ್ತು ಅವನ ತಂದೆತಾಯಿ ಮನೆಯ ಹೊರಗಿದ್ದ ಬಚ್ಚಲಿನಲ್ಲಿ ಸ್ನಾನ ಮಾಡಿದರು. ಸಿನ್ನಮಾನಿಗೆ ಭಾರತೀಯ ಶೈಲಿಯ ಕಕ್ಕಸುಗುಂಡಿ ರೂಢಿ ಇರಲಿಲ್ಲ. ಕೂತು ಮಾಡಿ ಮುಗಿಸಿ ಎದ್ದೇಳಲು ಸಾಕಷ್ಟು ಸರ್ಕಸ್ ಮಾಡಬೇಕಿತ್ತು. ಎರಡು ವರ್ಷಗಳ ಹಿಂದೆ ತನ್ನ ಶಾಲಾ ತಂಡ ಫುಟ್‌ಬಾಲ್ ಟೂರ್ನಮೆಂಟಿಗೆಂದು ಔರಂಗಾಬಾದಿಗೆ ಹೋಗಿದ್ದಾಗ ಅಲ್ಲಿ ಒಂದು ಹಾಸ್ಟೆಲ್ಲಿನಲ್ಲಿ ಉಳಿದುಕೊಂಡಿದ್ದರು. ಅಲ್ಲಿ ಒಂದೇ ಒಂದು ಪಶ್ಚಿಮ ಶೈಲಿಯ ಕಕ್ಕಸು ಗುಂಡಿ ಇದ್ದರಿಂದ ಅದೊಂದಕ್ಕಾಗಿ ನೂಕುನುಗ್ಗಲು ಉಂಟಾಗುತ್ತಿತ್ತು. ಆದ್ದರಿಂದ ಸಿನ್ನಮಾನ್ ಬೆಳಗ್ಗೆ ಎಲ್ಲರಿಗಿಂತ ಮುಂಚೆ ಎದ್ದಾದರೂ ಸರಿ

ಭಾರತೀಯ ಕಕ್ಕಸು ಗುಂಡಿ ಬಳಸುವ ದುರ್ದೈವದಿಂದ ತಪ್ಪಿಸಿಕೊಳ್ಳುತ್ತಿದ್ದ.

'ಬಾಬಾ ಇಲ್ಲಿ ಬಾಥ್‌ರೂಮು ಹೊರಗೆ ಇರುವುದು' ಸಿನ್ನಮಾನ್ ಕಿಸಿಕಿಸಿ ನಕ್ಕ. ಇಂತಹ ಪರಿಸ್ಥಿತಿ ಅವನಿಗೆ ಎದುರಾಗುವ ಇನ್ನೊಂದು ರೆಂದರೆ ಅದು ರತ್ನಗಿರಿ. ಅಜೋಬಾ ಮತ್ತು ಆಜಿಯ ಮನೆಯಲ್ಲಿ.

'ಸಿನ್ನಮಾನ್ ಪುಣೆಯಲ್ಲೂ ನೀನು ಹಳೆಯ ವಾಡಾಗಳಿಗೆ ಹೋದರೆ ಬಾಥ್‌ರೂಮು ಹೊರಗೆ ಇರುತ್ತದೆ. ರುಜುತ ದಿವೇಕರ್ ಒಂದು ಸಲ ಹೇಳಿದ್ದರು ಏನಂದರೆ ಮೊದಲೆಲ್ಲಾ ಜನ ಮನೆಯಲ್ಲಿ ಊಟ ಮಾಡಿ ಕಕ್ಕಸು ಮಾಡಲು ಹೊರಗೆ ಹೋಗುತ್ತಿದ್ದರು ಆದರೆ ಈಗೀಗ ಜನ ಹೊರಗೆ ಊಟ ಮಾಡಿ ಕಕ್ಕಸು ಮಾಡಲು ಮನೆಗೆ ಬರುತ್ತಾರೆ ಎಂದು'

'ಹಂಗಾಗಿ ಸಿಟಿ ಜನರಿಗೆ ಮೈತುಂಬಾ ಖಾಯಿಲೆ' ಅದಿತಿ ಸೇರಿಸಿದರು. 'ಜೀವಂತವಾಗಿರಲು ಸದಾ ಒಂದಿಲ್ಲೊಂದು ಮಾತ್ರೆಗಳನ್ನು ಬಾಯಿಗೆ ಎಸ್ಕೊಳ್ಳುತ್ತಿರುತ್ತಾರೆ. ನಿದ್ದೆ ಮಾಡಲು ಒಂದು, ಎದ್ದೇಳಲು ಒಂದು, ಹಸಿವಾಗಲು ಒಂದು, ಜೀರ್ಣಿಸಿಕೊಳ್ಳಲು ಇನ್ನೊಂದು, ಅದನ್ನು ಹೊರಗೆ ಹಾಕಲು ಮಗದೊಂದು' ಎನ್ನುತ್ತ ತಿಂಡಿ ತರಲು ಒಳಗೆ ಹೋದರು. ಎಲ್ಲರ ಹೊಟ್ಟೆಗಳು ಹಸಿವಿನಿಂದ ಟಿವಗುಡುತ್ತಿದ್ದವು.

ತಿಂಡಿಗೆ ಮಕ್ಕ ಭಕ್ರಿ, ಲೋಂಚ, ಈರುಳ್ಳಿ ಮತ್ತು ಮೊಸರಿನೊಂದಿಗೆ ಥೇಚಾ. ಸ್ಟೈನ್‌ಲೆಸ್ ಸ್ಟೀಲಿನ ಪ್ಲೇಟುಗಳಲ್ಲಿ ಬಡಿಸಲಾಯಿತು. ಎಲ್ಲರೂ ನೆಲದ ಮೇಲೆ ಕುಳಿತು ಹೊಟ್ಟೆ ತುಂಬ ತಿಂದು ಜೊತೆಗೊಂದು ಕಪ್ಪು ಬಿಸಿ ಬಿಸಿ ಚಹಾವನ್ನು ಸೇರಿಸಿದರು.

ತಿಂಡಿ ಖಾರ ಇದ್ದಿದ್ದರಿಂದ ಸಿನ್ನಮಾನಿನ ಕಣ್ಣುಗಳು ಒದ್ದೆಯಾಗಿಬಿಟ್ಟಿದ್ದವು. ಅದಿತಿ ಅವನಿಗೂ ಬಾಬಾರಿಗೂ ತಟ್ಟೆಯಲ್ಲಿ ಒಂದೊಂದು ಮುಷ್ಟಿ ಸಕ್ಕರೆ ಸುರಿದರು. ಮಾ ಗೆ ಬಾಳೆಹಣ್ಣು ಕೊಟ್ಟರು. 'ಅಷ್ಟೊಂದು ನೀರು ಕುಡೀಬೇಡಿರಿ, ನೀರು ಖಾರ ತಗ್ಗಿಸಲ್ಲ. ಸಕ್ಕರೆ ಬಾಳೆಹಣ್ಣು ಅಥವಾ ಮೊಸರು

ತಿನ್ನಿ', ಅದಿತಿ ಹಳ್ಳಿಗಾಡಿನ ಮರಾಠಿಯಲ್ಲಿ ಹೇಳಿದರು. ಸಿಟಿ ಜನ ಖಾರ ತಿನ್ನಲಾರದೆ ಒದ್ದಾಡುವುದು ಕಂಡು ಅವರಿಗೆ ನಗು ಉಕ್ಕಿ ಬಂತು.

ಸಿನ್ನಮಾನ್ ಕಷ್ಟಪಟ್ಟು ನಗಲು ಪ್ರಯತ್ನಿಸಿದ. ಬಾಬಾ 'ನಿಮಗೆ ಗೊತ್ತು ನಾವೆಲ್ಲ ಪುಣೆಯಿಂದ ಬಂದಿರೋರು ಅಂತ. ಆದರೂ ಇಷ್ಟು ಖಾರ ಮಾಡಿದ್ದೀರಿ, ಸ್ವಲ್ಪ ಕರುಣೆ ಇರಲಿ ನಮ್ಮ ಮೇಲೆ!' ಎಂದು ಸಂಕಟ ತೋಡಿಕೊಂಡರು.

ಸಿನ್ನಮಾನ್ ಮೊಸರು ಸಕ್ಕರೆಯ ಮೇಲೆ ಅಕ್ಕರೆ ತೋರಿಸುತ್ತ ಖಾರದ ಥೇಚಾ ಅನ್ನು ಮೂಲೆಗೆ ತಳ್ಳಿದ, ಥೇಚಾ ಅವನನ್ನು ಅಣಕಿಸುತ್ತ ಪಕ್ಕಕ್ಕೆ ಸರಿಯಿತು.

'ನನ್ನ ಕಂದಾ, ನೀನು ನಂದುರ್ಬಾರಿನವನಾದರೂ ಒಳ್ಳೆ ಪುಣೇಕರ್ ತರಹ ತಿಂತಿದೀಯಲ್ಲ', ಅದಿತಿ.

ತಿಂಡಿ ನಂತರ ಸಿನ್ನಮಾನ್ ಪುಣೆಯಿಂದ ತಂದಿದ್ದ ಉಡುಗೊರೆಗಳನ್ನು ಹೊರಗೆಳೆದ. ಚಿನ್ನದ ಬಳೆ, ಪೈಥಾನಿ ಸೀರೆ, ಕಿವಿಗೆ ಓಲೆ. ಅದಿತಿ ಒಂದು ಪ್ಲಾಸ್ಟಿಕ್ ಬ್ಯಾಗು ತಂದು ಅದರಲ್ಲಿದ್ದ ಉಡುಗೊರೆಗಳನ್ನು ಸಿನ್ನಮಾನಿಗೆ ಕೊಟ್ಟರು. 'ನಾನೂ ಸಹ ನಿನಗೆ ಇದನ್ನೆಲ್ಲ ತಂದಿದ್ದೀನಿ' ಎಂದರು ಖುಷಿಯಿಂದ. ಅವರು ಒಂದು ಬೆಳ್ಳಿ ಲಾಕೆಟ್ ತಂದಿದ್ದರು. ಅದರಲ್ಲಿ ಗಣೇಶನ ಚಿತ್ರ ಇತ್ತು. ಮತ್ತು ಒಂದಷ್ಟು ಟಿಶರ್ಟು ಜೀನ್ಸು ತಂದಿದ್ದರು.

'ಇದನ್ನೆಲ್ಲ ಯಾಕೆ ತರೋಕೆ ಹೋದ್ರಿ' ಎಂದರು ಮಾ.

ಅದಿತಿ ಅವರತ್ತ ತಿರುಗಿ 'ನಂಗೆ ಇಷ್ಟವಾದ್ದು ನಾನು ಕೊಂಡುಕೊಳ್ಳಬಹುದು'.

ಸಿನ್ನಮಾನ್ ಅದಿತಿಯೊಂದಿಗೆ ಹಳ್ಳಿ ಸುತ್ತಾಡಲು ವಾಕಿಂಗಿಗೆ ಹೊರಟ. ಅವರು ಪರಸ್ಪರ ಹೆಚ್ಚು ಮಾತಾಡಲಿಲ್ಲ. ಮಳೆಗಾಲದಲ್ಲಿ ಎಲ್ಲವೂ ಹಚ್ಚ ಹಸಿರಾಗಿದ್ದು ಬಹಳ ಸುಂದರವಾಗಿತ್ತು. ಸಿನ್ನಮಾನ್ ಸುಂದರವಾದ ದೃಶ್ಯಗಳನ್ನು ಮನಸೊಳಗೆ ಇಳಿಸಿಕೊಂಡ. ಅವರು ಒಂದು ತೊರೆಯ ಬಳಿ ಬಂದರು. ಅದಿತಿ ಬೊಗಸೆಯಲ್ಲಿ ನೀರು ಎತ್ತಿಕೊಂಡು ಕುಡಿದರು. ಸಿನ್ನಮಾನ್ ಚಕಿತನಾಗಿದ್ದು ಕಂಡು 'ಇದು ಬೆಟ್ಟದ ತುದಿಯಿಂದ ಹರಿದು ಬರುತ್ತದೆ. ಪರಿಶುದ್ಧ ನೀರು' ಎಂದು ಅಭಯ ನೀಡಿದರು. ಮಾ 'ನೀರಿನ ಬಗ್ಗೆ ಹುಷಾರಾಗಿರು' ಎಂದು ಎಚ್ಚರಿಸಿದ್ದು ನೆನಪಾಗಿ ಸಿನ್ನಮಾನ್ ಸ್ವಲ್ಪ ಜಾಗ್ರತೆಯಿಂದಿದ್ದ. ಮೊದಮೊದಲು ಹಿಂಜರಿದನಾದರೂ ಆನಂತರ ತಾನೂ ಬೊಗಸೆಯಲ್ಲಿ ನೀರು ಎತ್ತಿಕೊಂಡು ಕುಡಿದ. ಒಂದೆರಡು ಗುಟುಕಿನ ನಂತರ ಎಲ್ಲಾ ಎಚ್ಚರಿಕೆಯನ್ನೂ ಗಾಳಿಗೆ ತೂರಿ ಗಟಗಟನೆ ಕುಡಿದುಬಿಟ್ಟ.

'ಸುರಕ್ಷಿತ ನೀರು ತಾನೆ?' ಕುಡಿದ ಮೇಲೆ ಕೇಳಿದ.

ಅದಿತಿ ನಕ್ಕು ಅವನ ತಲೆಗೂದಲು ನೇವರಿಸಿದರು. ಅವನ ಮನಸ್ಸನ್ನು ಓದಿದವರಂತೆ ನಗುತ್ತಾ ನಂಗೆ ಗೊತ್ತು ನಿನ್ನ ಮಾ ಹೊರಗೆಲ್ಲೂ ನೀರು ಕುಡೀಬೇಡ ಎಂದು ಎಚ್ಚರಿಸಿದ್ದಾರೆ ಅಂತ. ಹೆದರಬೇಡ ಏನೂ ಆಗಲ್ಲ'

ಅವರು ಮುಂದೆ ನಡೆದರು. ಸಿನ್ನಮಾನ್ ಸುತ್ತಲಿನ ಪರಿಸರವನ್ನು ಬಹಳ ಸೂಕ್ಷ್ಮವಾಗಿ ಗಮನಿಸುತ್ತಿದ್ದ. ಆ ಊರಲ್ಲಿ ಮುಖ್ಯ ಬೆಳೆ ಭತ್ತ ಎಂದು ತಿಳಿದುಕೊಂಡ. ಎಲ್ಲೆಲ್ಲಿಯೂ ಎತ್ತರಕ್ಕೆ ಬೆಳೆದಿದ್ದ ಭತ್ತದ ಹಸಿರು ಪೈರು ಗಾಳಿಗೆ ತುಯ್ದಾಡುತ್ತಿತ್ತು. ಕೊಯ್ಲಿಗೆಂದು ಬೃಹತ್ತಾದ ಕಣಗಳಿದ್ದವು. ಸ್ಥಳೀಯ ಹುಡುಗರ ಗುಂಪು ಎದುರಾಯಿತು. ಅವರು ಖೋಖೋ, ಕಣ್ಣಾಮುಚ್ಚಾಲೆ, ಕ್ರಿಕೆಟ್ ಮುಂತಾದ ಆಟಗಳನ್ನು ಆಡುತ್ತಿದ್ದರು. ಹುಡುಗಿಯರು ಕುಂಟಾಬಿಲ್ಲೆ ಆಡುತ್ತಿದ್ದರು. ಎಲ್ಲೆಲ್ಲೂ ಸೀತಾಫಲ, ಬಾಳೆ, ಬೋರೆ ಹಣ್ಣಿನ ಗಿಡಗಳಿದ್ದವು. ಹಳ್ಳಿಯ ಹೆಂಗಸರು ಬೆಳ್ಳಿಯ ಆಭರಣ ಧರಿಸುತ್ತಿದ್ದರು. ಅದು ಆ ಭಾಗದ ಸಂಪ್ರದಾಯವಾಗಿತ್ತು.

'ಅಪ್ಪ ವ್ಯಕ್ತಿಯಾಗಿ ಹೇಗಿದ್ದರು?' ಸಿನ್ನಮಾನ್ ಕೇಳಿದ.

ಅವರದು ತುಂಬಾ ಆಕರ್ಷಕ ವ್ಯಕ್ತಿತ್ವ, ಸ್ಫುರದ್ರೂಪಿಯಾಗಿದ್ದರು. ಅವರನ್ನು ಎಲ್ಲರೂ ಇಷ್ಟಪಡುತ್ತಿದ್ದರು. ನಮ್ಮಿಬ್ಬರ ತಂದೆತಾಯಿ ಕಡೆಯಿಂದ ವಿರೋಧವಿತ್ತು. ಅವರು ಎರಡೂ ಕಡೆಯವರನನ್ನು ಒಪ್ಪಿಸುವಲ್ಲಿ ಸಫಲರಾಗಿದ್ದರು. ತುಂಬಾ ಕಾಳಜಿ ಮಾಡುವ ಗುಣ ಇತ್ತು ಅವರಲ್ಲಿ'

'ಅವರಿಗೆ ಯಾವ ಊಟ ಇಷ್ಟ ಆಗ್ತಿತ್ತು? '

ಸಾಮಾನ್ಯವಾಗಿ ಖಾರದ ಅಡುಗೆ ಇಷ್ಟ ಆಗ್ತಿತ್ತು. ವಿಶೇಷವಾಗಿ ಧಾಪಟೆ, ಧಿರ್ಡೆ, ಲಸುನ್ ಚಟ್ನಿ, ಪಟೊಡ, ಥೇಚ್ಚಾ... ನಮ್ಮಿಬ್ಬರಿಗೂ ಇಷ್ಟವಾಗುತ್ತಿತ್ತು'

'ಅವರಿಗೆ ಚನ್ನಾಗಿ ಚಿತ್ರ ಬಿಡಿಸೋಕೆ ಬರ್ತಿತ್ತಾ?'

ಅದಿತಿ ಮಮತೆಯಿಂದ ನಕ್ಕರು. 'ಇಲ್ಲ. ಬದಲಿಗೆ ಚನ್ನಾಗಿ ಹಾಡಲು ಕುಣಿಯಲು ಬರುತ್ತಿತ್ತು. ಅವರಿಗೆ ನಮ್ಮ

ಸಮುದಾಯದ ರೊಡಾಲಿ ಹಾಡುಗಳನ್ನು ಹಾಡುವುದು ಇಷ್ಟವಾಗುತ್ತಿತ್ತು. ಜೀವನದ ಪ್ರತಿ ಘಟ್ಟಕ್ಕೂ ಒಂದೊಂದು ರೊಡಾಲಿ ಹಾಡು ಇದೆ. ಅವರು ನಮ್ಮ ಬುಡಕಟ್ಟು ನೃತ್ಯಗಳ ತಂಡಗಳಲ್ಲಿ ಕುಣಿಯುತ್ತಿದ್ದರು. ನನಗೆ ಚನ್ನಾಗಿ ನೆನಪಿದೆ, ಒಂದು ಸಲ ಯಾವುದೊ ನೃತ್ಯ ಕಾರ್ಯಕ್ರಮಕ್ಕೆಂದು ಮುಂಬೈಗೆ ಸಹ ಹೋಗಿಬಂದಿದ್ದರು'

'ನಿಮಗೆ ಹೇಗೆ ಸಿಕ್ಕಿದ್ದರು?'

'ಅವರು ನಮ್ಮ ಊರಿನವರೇ. ಆದರೆ ನಾವು ಪರಸ್ಪರ ಮಾತನಾಡಲು ತುಂಬಾ ಸಂಕೋಚಪಡುತ್ತಿದ್ದೆವು. ಅಲ್ಲಿ ಪ್ರತಿವರ್ಷ ಹೋಳಿ ಸಮಯದಲ್ಲಿ ಒಂದು ಜಾತ್ರೆ ನಡೆಯುತ್ತೆ. ಬೇರೆ ಬೇರೆ ರಾಜ್ಯಗಳಿಂದ ಜಿಲ್ಲೆಗಳಿಂದ ನಂದೂರ್ಬಾರಿಂದ ತುಂಬಾ ಜನ ಬರುತ್ತಾರೆ ಅಲ್ಲಿಗೆ. ಎಷ್ಟೊಂದು ಮದುವೆಗಳು ಅಲ್ಲೇ ನಿರ್ಧಾರ ಆಗುತ್ತವೆ. ಹಾಗೆ ನಮ್ಮದೂ ಆಯಿತು' ಅದಿತಿ ನಾಚಿಕೆಯಿಂದ ಹೇಳುತ್ತಿದ್ದರು. 'ನಮ್ಮ ಸಂಸ್ಕೃತಿಯಲ್ಲಿ ಗಂಡಿನ ಕಡೆಯವರು ವಧುದಕ್ಷಿಣೆ ಕೊಡಬೇಕು. ಆದರೆ ಅಂತಹ ಬೇಡಿಕೆಗಳು ಇತಿಮಿತಿಯಲ್ಲಿರಬೇಕು'.

'ಅಪ್ಪನಿಗೆ ಮ್ಯಾಥ್ಸ್ ಬರ್ತಿತ್ತಾ? '

ಗೊತ್ತಿಲ್ಲಪ್ಪ. ನಿನಗೆ?'

ಸಿನ್ನಮಾನ್ ತಲೆ ತಗ್ಗಿಸಿದ. 'ನನ್ನ ಅಣ್ಣ ಅಕ್ಕನ ಕತೆಯೇನು? ಅವರೇನು ಮಾಡ್ತಿದಾರೆ?'

'ನಿನ್ನ ಅಕ್ಕ ಇಲ್ಲೇ ಸರಕಾರಿ ಶಾಲೆಯಲ್ಲಿ ಓದ್ತಿದಾಳೆ. ಎಂಟನೆಯ ತರಗತಿ. ನಿನ್ನ ಅಣ್ಣ ಹನ್ನೊಂದನೆಯ ತರಗತಿ. ಅವನು ನಂದುರ್ಬಾರಿನ ಬುಡಕಟ್ಟು ಜನರ ಹಾಸ್ಟೆಲ್ಲಿನಲ್ಲಿರುವನು. ಅವನಿಗೆ ಸ್ಕಾಲರ್‌ಶಿಪ್ ಸಿಕ್ಕಿದೆ.'

'ನಾನು ಅವರ ಫೋಟೊ ನೋಡಬಹುದೇ? ಅವರನ್ನು ಭೇಟಿ ಮಾಡಬೇಕು'

'ಖಂಡಿತ ನೀನು ಅವರನ್ನು ಭೇಟಿ ಮಾಡಬಹುದು. ಮನೆಗೆ ಹೋದಾಗ ಅವರ ಫೋಟೋಗಳನ್ನು ತೋರಿಸ್ತೇನೆ'

ಅವರು ಮನೆಗೆ ವಾಪಸಾದಾಗ ಅದಿತಿ ಅವನಿಗೆ ಎರಡು ಎಮ್ಮೆಗಳನ್ನು ತೋರಿಸಿದರು. ಒಂದು ಮಣೆ ಮೇಲೆ ಕುಳಿತು ಹಾಲು ಕರೆಯಲಾರಂಭಿಸಿದರು. ಸಿನ್ನಮಾನ್ ಬೆರಗಾಗಿ 'ನಾನೂ ಕರೀತೀನಿ ಪ್ಲೀಸ್' ಎಂದು ಕೇಳಿಕೊಂಡ.

'ಪಾಪದ ಪ್ರಾಣಿ. ಸಾಯಿಸಬೇಕು ಅಂತಿದ್ದೀಯಾ?' ಎಂದು ತಮಾಷೆ ಮಾಡಿದರು ಅದಿತಿ.

'ಇಲ್ಲಾ. ಒಂದೇ ಒಂದು ಸಲ ಟ್ರೈ ಮಾಡ್ತೀನಿ' ಎನ್ನುತ್ತ ಕೆಚ್ಚಲನ್ನು ಕೈಗೆತ್ತಿಕೊಂಡು ಹಿಂಡಲು ಪ್ರಯತ್ನಿಸಿದ. ಎಮ್ಮೆ ವಯ್ಯ್ಞ್ ಎಂದು ಪ್ರತಿಭಟಿಸಿತು. ಅದಿತಿ ಅವನಿಗೆ ಹೀಗೆ ಮಾಡಬೇಕೆಂದು ತೋರಿಸಿಕೊಟ್ಟಾಗ ಕೊನೆಗೂ ಒಂದೆರಡು ತೊಟ್ಟು ಪಾತ್ರೆಯಲ್ಲಿ ಬಿತ್ತು. ಅದಿತಿ ಮೆಚ್ಚುಗೆಯಿಂದ ಚಪ್ಪಾಳೆ ತಟ್ಟಿದರು.

'ಮೊದಲ ಪ್ರಯತ್ನ, ಪರವಾಗಿಲ್ಲ. ಸ್ವಲ್ಪ ಸಮಯ ತಗೊಳ್ತದೆ. ಈಗ ನನಗೆ ಕರೆಯಲು ಬಿಡು', ಎಂದು ಅದಿತಿ ಕೆಚ್ಚಲು ಹಿಡಿದು ಬಕೆಟ್ಟಿನ ಕಂಠದ ತನಕ ಹಾಲು ಕರೆದರು. ಹಾಲು ನೊರೆ ನೊರೆಯಾಗಿತ್ತು. 'ಇಷ್ಟೂ ಹಾಲು ನಮ್ಮ ಮನೆಗೆ. ಮಾರಂಗಿಲ್ಲ' ಎಂದರು ಅದಿತಿ.

ಹಾಲು ಕರೆದು ಅವರು ಮನೆಯೊಳಗೆ ಹೋದರು. ಮಾ ಬಾಬಾ ತಮ್ಮೊಂದಿಗೆ ಒಂದು ಫೋಟೋ ಆಲ್ಬಂ ಮತ್ತು ಒಂದು ನೋಟ್ ಬುಕ್ ತಂದಿದ್ದರು. ಅದರಲ್ಲಿ ಸಿನ್ನಮಾನಿನ ಹಲವು ಮೈಲಿಗಲ್ಲುಗಳನ್ನು ದಾಖಲು ಮಾಡಿದ್ದರು. ಸಿನ್ನಮಾನ್ ಮೊದಲ ಶಬ್ದ ನುಡಿದಾಗ ಅವನ ವಯಸ್ಸು, ಅವನು ಓಡಾಡಲು ಆರಂಭಿಸಿದ ದಿನಾಂಕ, ಮೊದಲ ಸಲ ಪೂರ್ತಿ ವಾಕ್ಯ ನುಡಿದ ದಿನ, ಶಾಲೆಗೆ ಹೋದ ದಿನ ಮುಂತಾಗಿ. ಸಿನ್ನಮಾನ್ ತನ್ನ ಚಿತ್ರಗಳ ಪುಸ್ತಕವನ್ನು ಅದಿತಿಗೆ ತೋರಿಸಿದ.

'ಈ ಚಿತ್ರಗಳು ತುಂಬ ಸುಂದರವಾಗಿವೆ. ಖೂಪ್ ಭಾನ್ (ಚೆನ್ನಾಗಿ ಬಿಡಿಸಿರುವೆ)' ಅದಿತಿ ಮಗನ ಚಿತ್ರಗಳನ್ನು ಮೆಚ್ಚಿ ಹೊಗಳಿದರು.

'ಸಿನ್ನಮಾನಿಗೆ ಚಿತ್ರ ಬಿಡಿಸುವುದೆಂದರೆ ಇಷ್ಟ. ಅವನು ಆರಂಭದಲ್ಲಿ ಮನೆಗಳ ಗೋಡೆ ಮೇಲೆ ಶುರು ಮಾಡಿದ. ನಮಗೆ ಆ ಫ್ಲಾಟ್ ಖಾಲಿ ಮಾಡುವಾಗ ಅವನ್ನು ಅಳಿಸುವುದು ಒಂದು ದೊಡ್ಡ ಕೆಲಸವಾಗಿತ್ತು.' ಬಾಬಾ ನಕ್ಕರು. ಮಾಡೆಲ್ ಕಾಲನಿಯಲ್ಲಿದ್ದ ತನ್ನ ಹಳೆಯ ಫ್ಲಾಟಿನ ಗೋಡೆಗಳ ಮೇಲೆ ಬರೆದಿದ್ದ ಚಿತ್ರಗಳನ್ನು ತೋರಿಸಿದರು.

‘ಇವು ಎಂತಹ ಚಿತ್ರಗಳು?’ ಎಂದು ಕೇಳಿದರು ಅದಿತಿ.

‘ಅದನ್ನು ಮಾಡರ್ನ್ ಆರ್ಟ್ ಅಂತ ಕರೆಯುತ್ತಾರೆ. ಪ್ರತಿ ಸಲ ನಾವು ಯಾರೋ ಇದನ್ನೆಲ್ಲ ಬರೆದದ್ದು ಎಂದು ಗದರಿದಾಗ ಇದನ್ನು ಬರೆದಿದ್ದು ‘Nahsor’, ‘Roshan’ ಅಲ್ಲ ಅನ್ನುತ್ತಿದ್ದ. ಮತ್ತು ಯಾಕೋ ಹಾಳೆ ಮೇಲೆ ಬರೆಯೋದು ಬಿಟ್ಟು ಗೋಡೆ ಮೇಲೆ ಬರೆದಿದ್ದೀಯ ಎಂದು ಕೇಳಿದಾಗ ಗೋಡೆಗಳು ನನ್ನ ದೊಡ್ಡ ಡ್ರಾಯಿಂಗ್ ಹಾಳೆಗಳು ಅನ್ನುತ್ತಿದ್ದ’, ಬಾಬಾ.

‘ನಿನ್ನ ಫ್ಲಾಟಿನ ಮಾಲೀಕ ಬಹಳ ಉದಾರಿ ಮನುಷ್ಯ ಇದ್ದರೆನಿಸುತ್ತೆ. ಅವರು ಕೇಳ್ತಿರಲಿಲ್ಲವಾ?’ ಎಂದು ಕೇಳಿದರು ಅದಿತಿ.

ಮಾ ಜೋರಾಗಿ ನಕ್ಕುಬಿಟ್ಟರು. ಮಾ ಅಷ್ಟು ಜೋರಾಗಿ ನಕ್ಕಿದ್ದನ್ನು ಸಿನ್ನಮಾನ್ ಇತ್ತೀಚೆಗೆ ನೋಡಿರಲಿಲ್ಲ. ಬಾಬಾ ಹುಸಿನಗೆ ಬೀರಿದರು.

‘ನಗ್ರಿ ಮೇಡಂ ನಗ್ರಿ. ಮಿಸ್ಟರ್ ಮಾನೆ ಈ ಪೇಟಿಂಗುಗಳನ್ನು ನೋಡಿದಾಗ ಎಲ್ಲಿ ಹೋಗಿತ್ತೋ ತಮ್ಮ ನಗು. ಆ ಮನುಷ್ಯ ಬಹಳಾನೆ ಮಾತಾಡಿದ್ದ ಅವತ್ತು’ ಎನ್ನುತ್ತ ಬಾಬಾ ಮುಂದುವರೆಸಿದರು.

‘ನನಗೆ ಚನ್ನಾಗಿ ನೆನಪಿದೆ, ಸಿನ್ನಮಾನ್ ಕೈಗೆ ಏನು ಸಿಕ್ಕರೂ ಬಾಲ್ಕನಿಯಿಂದ ಕೆಳಗೆ ಎಸೆದುಬಿಡುತ್ತಿದ್ದ. ಗೊಂಬೆ ಕಾರುಗಳು, ಪರ್ಸು, ಕನ್ನಡಕ, ತಟ್ಟೆ, ನೋಟ್‌ಬುಕ್ಕುಗಳು. ತಂತಿ ಮೇಲೆ ಒಣಗಿ ಹಾಕಿದ್ದ ಬಟ್ಟೆಗಳನ್ನು ಎಳೆದು ಕೆಳಗೆ ಬಿಡುತ್ತಿದ್ದ. ಒಂದು ದಿನ ನನ್ನ ಬ್ರೀಫ್‌ಕೇಸನ್ನು ಕೆಳಗೆ ಎಸೆದಿದ್ದ. ದೇವರ ದಯೆಯಿಂದ ಯಾರ ಮೇಲೂ ಬಿದ್ದಿರಲಿಲ್ಲ. ಯಾರದೋ ಕಾರಿನ ಮೇಲೆ ಬಿದ್ದಿತ್ತು. ನಾನು ಇಳಿದು ಹೋಗಿ ಸಮಾಧಾನ ಮಾಡಬೇಕಾಯ್ತು’.

‘ಇದು ನಾವು ಸಿನ್ನಮಾನನ್ನು ಮೊದಲ ಸಲ ಮನೆಗೆ ಕರೆತಂದ ದಿನ ತೆಗೆದ ಫೋಟೊ, ಇದು ಅವನ ಮೊದಲ ಹುಟ್ಟಿದ ಹಬ್ಬದ್ದು. ಇದು ಅವನು ಮೊದಲ ದಿನ ಶಾಲೆಗೆ ಹೋದದ್ದು’ ಮಾ ತೋರಿಸುತ್ತ ಹೋದರು. ಬಾಬಾ ತನ್ನ ಫೋನಿನಲ್ಲಿ ಸಿನ್ನಮಾನ್ ಚಿಕ್ಕವನಿದ್ದಾಗ ತೆಗೆದ ವಿಡಿಯೋಗಳನ್ನು ಡೌನ್‌ಲೋಡ್ ಮಾಡಿಕೊಂಡು ಅದಿತಿಗೆ ತೋರಿಸಿದರು. ಅವರು ಅವನ ಫುಟ್‌ಬಾಲ್ ಸಾಹಸದ ಫೋಟೋಗಳನ್ನು, ವಿಡಿಯೋಗಳನ್ನು ಸಹ ತಂದಿದ್ದರು.

‘ಇದು ಅವನು ಸ್ಕೂಲಿನ ಫುಟ್‌ಬಾಲ್ ಫೈನಲ್ಲಿನಲ್ಲಿ ಗೋಲ್ ತಡೆದ ಫೋಟೋ’ ಮಾ ತೋರಿಸಿದರು.

ಅದಿತಿ ತುಂಬಾ ಹೊತ್ತು ಅದನ್ನು ನೋಡಿ 'ಇವನು ಗೋಲ್‌ಕೀಪರ್ ಆಗಿದ್ದನಾ?' ಕೇಳಿದರು.

'ಹೌದು'

ಆನಂತರ ಅದಿತಿ ತನ್ನ ಫೋನಿನಲ್ಲಿದ್ದ ತನ್ನ ಇನ್ನೆರಡು ಮಕ್ಕಳ ಫೋಟೋಗಳನ್ನು ತೋರಿಸುತ್ತ 'ನನಗೆ ಇಂಥ ಫೋನುಗಳು ಬಳಸಕ್ಕೆ ತುಂಬ ಕಷ್ಟ' ಎಂದರು ಸಂಕೋಚದಿಂದ.

ಸಿನ್ನಮಾನ್ ತನ್ನ ಅಣ್ಣ, ಅಕ್ಕನ ಫೋಟೋಗಳನ್ನು ನೋಡಿದ. 'ಅವರಿಬ್ರೂ ತುಂಬಾ ಬೇರೆ ಥರಾ ಇದಾರೆ' ಎಂದು ಆಶ್ಚರ್ಯ ಮತ್ತು ಬೆರಗು ವ್ಯಕ್ತಪಡಿಸಿದ.

'ಮಹಾರಾಜರೇ, ಎಲ್ಲಾ ಮಕ್ಕಳು ತಮ್ಮ ಅಪ್ಪಾಮ್ಮನಂತೆ ಇರಬೇಕೆಂದು ರೂಲ್ಸು ಇಲ್ಲ, ಅವರಿಗೆ ಈಗ ಅಡುಗೆ ಮಾಡಲು ಬಿಡು' ಎಂದರು ಬಾಬಾ.

ಮಧ್ಯಾಹ್ನ ಊಟಕ್ಕೆ ಭಾರ್ಲಿ ವಾಂಗಿ, ಜಜ್ಜಿದ ಈರುಳ್ಳಿ ಅದರ ಮೇಲೆ ಉಪ್ಪು, ಉಪ್ಪಿನಕಾಯಿ ಮತ್ತು ಸೌತೇಕಾಯಿ ತುಂಡುಗಳು. ಮನೆಯ ಒಂದು ಮೂಲೆಯಲ್ಲಿ ಹಸಿರು-ಹಳದಿ ಬಣ್ಣದ ನಿಂಬೆಯಂತ ಹಣ್ಣುಗಳನ್ನು ಸಿನ್ನಮಾನ್ ಗಮನಿಸಿದ. ಅಂಥ ಹಣ್ಣನ್ನು ಅವನು ಎಂದೂ ನೋಡಿರಲಿಲ್ಲ. 'ಅದೇನು?' ಕೇಳಿದ.

'ಅವು ಮಹುವಾ ಹೂಗಳು. ನಾವು ಅವುಗಳ ರಸದಿಂದ ಹೆಂಡವನ್ನು ತಯಾರಿಸ್ತೀವಿ. ಇಲ್ಲಿನ ಜನ ಚಳಿಗಾಲ ಮಳೆಗಾಲದಲ್ಲಿ ಅದನ್ನು ಮಾರುತ್ತಾರೆ' ಎಂದರು ಅದಿತಿ.

'ವಾವ್, ಹಾಗಾದರೆ ನೀವು ಯಾರ ಮರದಿಂದಲಾದರೂ ಹೂ ಕೀಳಬಹುದು, ಯಾರೂ ಬೈಯಲ್ಲ?'

'ನಮ್ಮನ್ನೇನು ಸಿಟಿ ಜನ ಅಂದುಕೊಂಡಿದ್ದೀಯಾ? ನಮ್ಮಲ್ಲಿ ಈ ಮರಗಳನ್ನು ಒಂದು ತಲೆಮಾರಿನಿಂದ ಇನ್ನೊಂದು ತಲೆಮಾರಿಗೆ ವರ್ಗಾಯಿಸಿರುತ್ತಾರೆ. ಆದ್ದರಿಂದ ಪ್ರತಿ ಕುಟುಂಬವೂ ತನ್ನದೇ ಹಕ್ಕಿನ ಸಾಕಷ್ಟು ಮರಗಳನ್ನು ಹೊಂದಿರುತ್ತವೆ'

‘ನಾನೂ ಕುಡಿಯಬಹುದೇ?’ ಸಿನ್ನಮಾನ್ ತುಂಟ ಪ್ರಶ್ನೆ ಕೇಳಿದ.

‘ಇಲ್ಲಾ. ಅದನ್ನು ಮಕ್ಕಳಿಗೆ ಕೊಡಲ್ಲ. ದೊಡ್ಡವನಾಗು, ಕುಡಿಯುವಂತೆ’ ಎಂದರು ಅದಿತಿ. ಯಾವಾಗಪ್ಪ ನಾನೂ ದೊಡ್ಡವನಾಗುವುದು, ಈಗ ದೊಡ್ಡೋನಾಗಿರೋದಷ್ಟು ಸಾಲದಾ? ಅನಿಸಿತು ಸಿನ್ನಮಾನಿಗೆ.

ಅವನು ಆ ದಿನವನ್ನೆಲ್ಲ ಹಳ್ಳಿ ಸುತ್ತುವುದು, ಹಳ್ಳಿಯ ವಾತಾವರಣವನ್ನು ಗಮನಿಸುವುದು ಮಾಡುತ್ತ ಕಳೆದ. ಹಳ್ಳಿಗಳಲ್ಲಿ ಎಲ್ಲವೂ ಎಷ್ಟು ಸರಳ ಎಂದು ಬೆರಗಾದ. ಇಲ್ಲೇ ಹುಟ್ಟಿ ಬೆಳೆದು ಇಲ್ಲೇ ಸ್ಕೂಲಿಗೆ ಹೋಗುತ್ತ ಇಲ್ಲೇ ಜೀವಿಸುವುದು ಎಷ್ಟು ಚನ್ನಾಗಿರುತ್ತೆ ಅಂದುಕೊಂಡ.

ರಾತ್ರಿ ಊಟಕ್ಕೆ ಅನ್ನ ಮತ್ತು ಕೋಳಿಯ ಸಾರು. ‘ನಮ್ಮ ಕಡೆ ಊಟಕ್ಕೆ ಮಾಂಸ ಇರಲೇಬೇಕು. ಅದು ಮೀನಾಗಿರಬಹುದು, ಕೋಳಿಯಾಗಿರಬಹುದು. ಕೊಳ್ಳುವ ಶಕ್ತಿಯಿದ್ದಲ್ಲಿ ಕುರಿಮಾಂಸ ಸಹ ಆಗಿರಬಹುದು.’ ಅದಿತಿ ಬಡಿಸುತ್ತ ಹೇಳಿದರು.

‘ಈ ವಿಷಯದಲ್ಲಂತೂ ಸಿನ್ನಮಾನ್ ಅಮ್ಮನ ಮಗನೇ ಅಂತ ಖಚಿತವಾಯಿತು. ಎರಡು ಕಡೆಯಿಂದಲೂ’ ಬಾಬಾ ಛೇಡಿಸಿದರು.

ಅದಿತಿ ಹಲ್ಲು ಬಿರಿದರು. ‘ಯಾಕೆ ನೀವು ಅವನನ್ನು ಸಿನ್ನಮಾನ್ ಅನ್ನುವುದು? ಹಂಗಂದ್ರೆ ಏನು?’

‘ನಿಮ್ಮ ಸಾಂಬಾರ ಪದಾರ್ಥ ಚಕ್ಕೆಗೆ ಇಂಗ್ಲೀಷಲ್ಲಿ ಸಿನ್ನಮಾನ್ ಅಂತಾರೆ. ಇವನು ಚಿಕ್ಕವನಿದ್ದಾಗ ಅದನ್ನು ಹೇಳಕ್ಕೆ ಬರದೆ ಸಿನ್ನಮಮ್, ಸಿಮ್ಮಮಮ್ ಅನ್ನೋನು. ನಮಗದು ಬಹಳ ಮುದ್ದು ಅನಿಸಿ ಅದೇ ಅಡ್ಡಹೆಸರಾಗಿ ನಿಂತ್ಕೊಳ್ತು’, ಎಂದರು ಬಾಬಾ.

ಮಾ ನಗುತ್ತ ‘ಈಗ ಅವನಿಗೆ ಆ ಹೆಸರು ಇಷ್ಟವಿಲ್ಲ...’ ಎಂದು ಸೇರಿಸಿದರು.

ಮಿಸಳ್ ಪಾವ್

ಮಾರನೆಯ ದಿವಸ ತಿಂಡಿಗೆ ಧಾಪಟೆ ಮತ್ತು ಸಿತ್ಯಾಚಿ ಚಟ್ನಿ. ಸಿನ್ನಮಾನ್ ತಿಂಡಿ ತಿಂದು ಟೀ ಕುಡಿದು ಹೆತ್ತಮ್ಮನೊಂದಿಗೆ ರೆಸ್ಟೋರೆಂಟಿಗೆ ಹೊರಟು ಬಿಟ್ಟ. ಇಬ್ಬರೂ ಬೈಕಿನಲ್ಲಿ ಸಂತೋಷ್ ಹಿಂದೆ ಅಂಟಿಕೊಂಡು ಕುಳಿತಿದ್ದರು. ಸಿನ್ನಮಾನ್ ತನ್ನ ಉದ್ದ ಕಾಲುಗಳನ್ನು ನೇತಾಡಿಸುತ್ತ ಪುಣೆಯಲ್ಲಿ ಸಿಗದ ಮಜಾ ಅನುಭವಿಸುತ್ತಿದ್ದ.

ರೆಸ್ಟೋರೆಂಟಿನಲ್ಲಿ ಅದಿತಿ ಪೊರಕೆ ತಗೊಂಡು ಕಸ ಗುಡಿಸಿದರು. ತನ್ನ ಅಪ್ಪಾಮ್ಮನ ಫೋಟೋಗಳಿಗೆ ಚಂಡುಹೂವಿನ ಹಾರ ಹಾಕಿದರು.

'ನಾನೂ ಸಹಾಯ ಮಾಡಬಹುದಾ?' ಸಿನ್ನಮಾನ್ ಕೇಳಿದ.

ಅದಿತಿ ಅವನಿಗೆ ಒದ್ದೆ ಮಾಡಿದ್ದ ಹಳದಿ ಮಸಿಬಟ್ಟೆಯನ್ನು ಕೊಟ್ಟು 'ನೀನು ಟೇಬಲ್ಲುಗಳನ್ನು ಒರೆಸಬಹುದು' ಎಂದರು. ಸಿನ್ನಮಾನ್ ಖುಷಿಯಿಂದ ವಹಿಸಿದ ಕೆಲಸ ಮಾಡಿದ. ಸಂತೋಷ್ ಖಜಾನೆಯನ್ನು ತೆಗೆದು ನೋಟುಗಳನ್ನು

ಎಣಿಸಿದ. ಅದಿತಿ ಈರುಳ್ಳಿ, ಟೊಮೇಟೋ, ಕ್ಯಾರೆಟ್ಟು ತರಕಾರಿಗಳನ್ನು ಬಹಳ ಅಚ್ಚುಕಟ್ಟಾಗಿ ಕತ್ತರಿಸಿಟ್ಟರು. ಸಹಾಯಕನೊಬ್ಬ ಬೃಹತ್ತಾದ ಪಾತ್ರೆಯಲ್ಲಿ ಆ ದಿನಕ್ಕಾಗುವಷ್ಟು ಟೀ ಕುದಿಸಿಟ್ಟ.

ಅವರ ರೆಸ್ಟೋರೆಂಟಿನಲ್ಲಿ ಊಟದ ಪಟ್ಟಿ ಅಂತೇನು ಇರಲಿಲ್ಲ. ಗಿರಾಕಿಗಳು ಬರುತ್ತಿದ್ದರು, 'ತಿನ್ನಲು ಏನಾದರೂ ಇದೆಯಾ?' ಕೇಳುತ್ತಿದ್ದರು. ಅದಿತಿ 'ಬಿಸಿ ಬಿಸಿ ಪೋಹಾ, ಸಮೋಸಾ, ಭಜ್ಜಿ ಮತ್ತು ಧಿರ್ಡೆ' ಎಂದು ಬಡಬಡನೆ ಉತ್ತರಿಸುತ್ತಿದ್ದರು.

'ಬೇರೆ ಏನಿದೆ? '

'ಉಪ್ಮ, ಮೇಥಿ ಥಾಪಟೆ, ಚಟ್ನಿ'.

'ನೀವು ಯಾಕೆ ಎಲ್ಲವನ್ನು ಒಟ್ಟಿಗೆ ಹೇಳಲ್ಲ?' ಸಿನ್ನಮಾನ್ ತನ್ನ ಅನುಮಾನ ಎದುರಿಟ್ಟ.

'ಯಾವತ್ತಿಗೂ ತುಂಬಾ ಆಯ್ಕೆ ಕೊಡಬಾರದು ಮಗನೇ. ಅದರಿಂದ ಜನರಿಗೆ ಪರಪಟ್ಟಾಗುತ್ತೆ'.

ಅದಿತಿ ಸಹಾಯಕನತ್ತ ತಿರುಗಿ 'ಓ? ಏನು ನೀನು ಯಾವಾಗಲೂ ಫೋನಲ್ಲೇ ಇರ್ತೀಯಲ್ಲಾ? ಎಷ್ಟೊತ್ತು ಥಾಪಟೆ ಬೇಯಿಸೋದು? ನಾವು ಸತ್ಮೇಲಾ?'

ಮೊಬೈಲನ್ನು ಕಟಕಟ ಒತ್ತುವುದರಲ್ಲಿ ಮುಳುಗಿದ್ದ ಸಹಾಯಕನಿಗೆ ನಾಚಿಕೆಯಾಗಿ ಬಿರಿಬಿರಿ ಥಾಪಟೆ ಸುಡಲು ಅನುವಾದ.

ಸಿನ್ನಮಾನ್ ಪ್ರತಿ ಗ್ರಾಹಕನನ್ನು ಅವಲೋಕಿಸುತ್ತಿದ್ದ, ಶೆರ್ಲಾಕ್ ಹೋಮ್ಸ್ ರೀತಿ. ಇದ್ದಕ್ಕಿದ್ದಂತೆ ಒಂದು ಬಿಳಿ ಮಹೀಂದ್ರ ಸ್ಕಾರ್ಪಿಯೋ ಬಂದು ನಿಂತಿತು. ನಾಲ್ಕು ಜನ ಇಳಿದರು.

'ಮಾಶೀ, ನಾಲಕ್ಕು ಪ್ಲೇಟು ಮಿಸಳ್ ಪಾವ್, ನಾಲಕ್ಕು ಚಾಯ್, ಡಬಲ್ ಕ್ವಿಕ್' ಒಬ್ಬಾತ ಮೃದವಾಗಿ ಕೇಳಿದ. ಅವನು ನೀಟಾದ ಕಪ್ಪು ಬಣ್ಣದ ಶರಟು, ನೀಲಿ ಜೀನ್ಸು, ಒಂದು ದಪ್ಪನೆಯ ಚಿನ್ನದ ಗಡಿಯಾರ ಧರಿಸಿದ್ದ. ಮೊದಲಿಗೆ ಅವರೆಲ್ಲ ತುಂಬಾ ವಯಸ್ಸಾಗಿರುವವರು ಅನಿಸಿತು ಸಿನ್ನಮಾನಿಗೆ. ಆದರೆ ಹತ್ತಿರ ಬರುತ್ತಿದ್ದ ಹಾಗೆ ಅವರಲ್ಲಿ ಮೂವರು ತನಗಿಂತ ಕೆಲವು ವರ್ಷ ಮಾತ್ರ ದೊಡ್ಡವರ ಹಾಗೆ ತೋರಿದರು. ಅದಿತಿ ನಾಲ್ಕು ತಟ್ಟೆಗಳನ್ನು ತೊಳೆದು ಒಂದು ಟೇಬಲ್ ಮೇಲೆ ಇಟ್ಟರು. ಸಿನ್ನಮಾನಿಗೆ ಇವರೆಲ್ಲ

ಯಾಕೆ ಕೂಲಿಂಗ್ ಗ್ಲಾಸು ಹಾಕಿದಾರೆ ಗೊತ್ತಾಗಲಿಲ್ಲ. ಆಗ ಅಷ್ಟೇನು ಬಿಸಿಲು ಇರಲಿಲ್ಲ.

'ಹಂಗೆ ಒಂದಿಷ್ಟು ಈರುಳ್ಳಿ ನಿಂಬೆಣ್ಣು ಹಾಕಮ್ಮ' ಎಂದು ಹುಡುಗ ಕೂಗಿದ. ಅವನು ಡುಮ್ಮಕ್ಕಿದ್ದ, ತಲೆ ಬೋಳಿಸಿದ್ದ.

'ನೀನು ಬಾಕಿ ಕಾಸನ್ನು ಇನ್ನೂ ತೀರಿಸಿಲ್ಲ. ಈಗಲೇ ಕೊಡ್ತೀರಾ ತಿಂದಾದ್ಮೇಲೆ ಕೊಡ್ತೀರಾ?'

ಅವರೆಲ್ಲ ಆಕೆಯನ್ನು ನಿರ್ಲಕ್ಷಿಸಿ ಮೊಬೈಲಿನಲ್ಲಿ ಮುಳುಗಿದರು.

'ಈಗೇನು ಬಾಕಿ ಕಾಸು ಕೊಡ್ತೀರಾ ಹೆಂಗೆ?' ಅದಿತಿ ದಬಾಯಿಸಿದರು.

'ನಮಗದೆಲ್ಲ ಗೊತ್ತಿಲ್ಲಮ್ಮ. ನಾವು ಇದೇ ಮೊದಲ ಸಲ ಬರ್ತಿರೋದು', ಕೂಲಿಂಗು ಗ್ಲಾಸು ಹಾಕಿದ ಒಬ್ಬ ಗುಟುರು ಹಾಕಿದ. ಅದಿತಿ ಮತ್ತೆ ಕೇಳಿದರು.

'ಯಾವ ಬಾಕಿ? ಏನಮ್ಮ ಹೇಳ್ತಿದ್ದೀಯ ನೀನೂ?' ಇನ್ನೊಬ್ಬ ಲೋಟವನ್ನ ಟೇಬಲ್ಲಿಗೆ ಕುಕ್ಕಿ ಜೋರು ಮಾಡಿದ.

'ಜಾಸ್ತಿ ಶಾಣ್ಯಾತನ ತೋರಿಸ್ಬೇಡ. ನಾನು ಯಾವ ಬಾಕಿ ಕೇಳ್ತಿದ್ದೀನಿ ನಿಮಗೆ ಚನ್ನಾಗಿ ಗೊತ್ತೈತೆ.'

'ಹೇ, ನಿನ್ನೆಂಡ್ತಿಗೆ ಸ್ವಲ್ಪ ಬುದ್ಧಿ ಹೇಳು' ಒಬ್ಬ ಸಂತೋಷನಿಗೆ ಧಮಕಿ ಹಾಕಿದ. ಸಂತೋಷ್ ಟೀ ಬಟ್ಟಲನ್ನು ಬದಿಗಿಟ್ಟು ಮುಂದೆ ಬಂದರು.

'ಹೇ ಹೆಂಗ್ಸೇ, ಸ್ವಲ್ಪ ಗೌರವ ಕೊಟ್ಟು ಮಾತಾಡ್ಸೋದು ಕಲಿ' ದಢೂತಿ ವ್ಯಕ್ತಿ ಎಚ್ಚರಿಸಿದ.

'ಹೇ, ನಂಜೊತೆ ಇದೆಲ್ಲ ಇಟ್ಕೋಬೇಡಾ. ಬಾಕಿ ಕೊಡ್ತೀಯೋ ಕೊಡಲ್ವೊ ಅಷ್ಟು ಹೇಳು?' ಅದಿತಿ ಸ್ವಲ್ಪವೂ ಹೆದರದೆ ತಿರುಗೇಟು ಕೊಟ್ಟರು.

'ಜಾಸ್ತಿ ಮಾತಾಡ್ತೀಯ ನೀನು. ನಾವು ಮನ್ಸು ಮಾಡಿದರೆ ಈಗಿಂದೀಗಲೇ ನಿನ್ನ ಶೆಡ್ಡನ್ನ ಉರುಳಾಕಿಬಿಡಬಹುದು

ಗೊತ್ತಾಯ್ತು' ದಢೂತಿ ವ್ಯಕ್ತಿ ಬೆದರಿಕೆ ಒಡ್ಡಿದ. ನೆರೆದಿದ್ದ ಗ್ರಾಹಕರು ಜಗಳವನ್ನು ನೋಡಲು ಗುಂಪುಗಟ್ಟಿದರು. ಸಿನ್ನಮಾನಿನ ರೋಮಗಳು ಎದ್ದು ನಿಂತವು.

ಈ ಹಂತದಲ್ಲಿ ಸಂತೋಷ್ ಮಧ್ಯ ಧಾವಿಸಿದರು. ಚಿನ್ನದ ಸರ ಹಾಕಿದವನು ಕಪ್ಪು ಕನ್ನಡಕದವನನ್ನು ಇನ್ನೊಬ್ಬ ಹುಡುಗನನ್ನು ಕರೆದು 'ದಯವಿಟ್ಟು ನಂಜೊತೆ ಬನ್ನಿ ಇಲ್ಲಿ' ಎಂದು ರೆಸ್ಟೋರೆಂಟಿನ ಹೊರಗೆ ಕರೆದುಕೊಂಡು ಹೋದರು. ಅದಿತಿ ಹಿಂದೆ ಅನುಸರಿಸಿದರು. ಸಿನ್ನಮಾನಿಗೆ ಕೇಳಿಸಿಕೊಳ್ಳುವ ಮಹದಾಸೆ ಇದ್ದರೂ ರೆಸ್ಟೋರೆಂಟಿನೊಳಗೆ ಉಳಿದುಕೊಂಡ. ಹೊರಗೆ ಏನೇನೋ ಹಾವಭಾವಗಳು. ಕೊನೆಗೆ ಆ ವ್ಯಕ್ತಿ ಮುಖ ಹಿಂಡಿಕೊಂಡು ಜೇಬಿನಿಂದ ನೋಟುಗಳನ್ನು ತೆಗೆದು ದಂಪತಿ ಕೈಲಿ ಇಟ್ಟ.

'ಈ ವಿಷಯ ಇಲ್ಲಿಗೆ ಮುಗೀತು ಅಂದ್ಕೊಳ್ತೀನಿ' ದಢೂತಿ ವ್ಯಕ್ತಿ ಜೋರಾಗಿ ಹೇಳಿದ. ಸಂತೋಷ್ ನಗುವಿನೊಂದಿಗೆ ತಲೆದೂಗಿದರು. ಆನಂತರ ಅದಿತಿ ಅವರೆಲ್ಲರಿಗೂ ಸ್ವಲ್ಪ ಹೆಚ್ಚೇ ಈರುಳ್ಳಿ ನಿಂಬೆಹಣ್ಣು ಬಡಿಸಿದರು. ಅವರು ಊಟ ಮಾಡಿ ಹೊರಟು ಹೋದರು. ಒಬ್ಬ ಮಾತ್ರ ಶೂ ಧರಿಸಿದ್ದವನು ಸ್ವಲ್ಪ ತಡೆದು ಗಂಡ ಹೆಂಡತಿ ಕೈಕುಲುಕಿದನು.

ಇವರನ್ನು ಕ್ಷಮಿಸಿ. ಇನ್ನೂ ಹುಡುಗರು. ಈ ವಯಸಲ್ಲಿ ಗೊತ್ತಲ್ವ ಹೆಂಗಾಡ್ತಾರೆ ಅಂತ. ಆಗುತ್ತೆ ಏನೂ ಮಾಡಕ್ಕಾಗಲ್ಲ. ಮನಸಿಗೆ ಹಚ್ಚಿಕೊಳ್ಳಬೇಡಿ. ನೀವೂ ನಮ್ಮ ಕುಟುಂಬ ಇದ್ದ ಹಾಗೆ' ಎಂದನು.

'ಖಂಡಿತ ಹೌದು. ಎಷ್ಟೊಂದು ಜಗಳಗಳು ಕುಟುಂಬದೊಳಗೆ ಜರುಗುವುದು' ಎಂದರು ಅದಿತಿ.

ಆ ಮನುಷ್ಯ ಸಿನ್ನಮಾನ್‌ನನ್ನು ನೋಡಿ ಅವನ ಕೈಕುಲುಕುತ್ತ 'ಯಾರಿವನು?
', ಕೇಳಿದ.

ಸಂತೋಷ್ ತಕ್ಷಣ 'ನಮ್ಮ ಸೋದರಳಿಯ' ಎಂದರು. ಸಿನ್ನಮಾನಿಗೆ ಆ ಕ್ಷಣ ಸುಮ್ಮನಿರುವುದು ಒಳ್ಳೆಯದು ಅನಿಸಿತು. ಸ್ವಲ್ಪ ಹೊತ್ತಿಗೆ ಆ ವ್ಯಕ್ತಿ ಅಲ್ಲಿಂದ ಜಾಗ ಖಾಲಿ ಮಾಡಿದ.

'ನಿಮಗೇನೂ ಆಗಿಲ್ಲ ತಾನೆ?' ಸಿನ್ನಮಾನ್ ಕಾಳಜಿಯಿಂದ ಕೇಳಿದ. ಅದಿತಿ ಉತ್ತರಿಸಲಿಲ್ಲ. ಆಕೆಯ ಧ್ವನಿ ಮೆದುವಾಗಿತ್ತು. 'ಒಂದು ರೆಸ್ಟೋರೆಂಟು ನಡೆಸ್ತಿದ್ದೀವಿ ಅಂದ ಮೇಲೆ ಇಂಥ ದುಡ್ಡಿನ ಮದದ ರಾಸ್ಕಲುಗಳನ್ನು ನಮ್ಮ ಅಳಿಯನಂತೆ ನೋಡ್ಕೋಬೇಕು ಮಗಾ' ಎನ್ನುತ್ತ ಮಗನ ಕೆನ್ನೆ ಚಿವುಟಿದರು.

ಆ ದಿನವೆಲ್ಲ ಅದಿತಿ ತನ್ನ ಗ್ರಾಹಕರನ್ನು ಹೇಗೆ ಸಮರ್ಥವಾಗಿ ನಿಭಾಯಿಸುತ್ತಿದ್ದರು ಎಂಬುದನ್ನು ಸಿನ್ನಮಾನ್ ಗಮನಿಸಿದ. ಅನೇಕ ಸಲ ಗಿರಾಕಿ ಕೇಳಿದ್ದು ಕೊಡಲು ಇಲ್ಲದಿದ್ದಾಗ ಅದಿತಿ ಅವರನ್ನು ಹೋಗಲು ಬಿಡದೆ ಬೇರೇನನ್ನಾದರೂ ಕೊಂಡುಕೊಳ್ಳಲು ಒಪ್ಪಿಸಿ ಬಿಡುತ್ತಿದ್ದರು. ಒಂದು ಸಲ ಸಂತೋಷ್ ಒಬ್ಬ ಗಿರಾಕಿಗೆ ಪೋಹಾ ಇದ್ದರೂ ಇಲ್ಲವೆಂದರು.

'ಯಾಕೆ ಹಂಗೆ ಮಾಡಿದ್ರಿ? ಪೋಹಾ ಇತ್ತಲ್ವಾ?'

'ಪಿಂಟ್ಯ ಅಂತ ಒಬ್ಬ ರೆಗ್ಯುಲರ್ ಗಿರಾಕಿ ಇದಾನೆ. ಇನ್ನು ಸ್ವಲ್ಪ ಹೊತ್ತಿಗೆ ಬರ್ತಾನೆ'

ಪಿಂಟ್ಯ ಸರಿಯಾಗಿ ನಾಲ್ಕು ಗಂಟೆಗೆ ಬಂದ. ತಲೆಗೆ ಬಿಳಿ ರುಮಾಲು ಸುತ್ತಿದ್ದ ಅವನು ಬಂದಕೂಡಲೆ ಎಲ್ಲರನ್ನೂ ಅಭಿನಂದಿಸಿದ್ದು ನೋಡಿದರೆ ಅವನು ನಿತ್ಯ ಗಿರಾಕಿ ಅನ್ನುವುದು ಗೊತ್ತಾಗುತ್ತಿತ್ತು. ಸಂತೋಷ್ ಅಂದು ಜರುಗಿದ ಜಗಳದ ಬಗ್ಗೆ ಹೇಳಿಕೊಂಡ. 'ಸ್ವಲ್ಪ ಜೋರು ಮಾಡಿದರೆ ಕೊಡ್ತಾರೆ. ಆದರೆ ಅಲ್ಲೊಬ್ಬರು ಇಲ್ಲೊಬ್ಬರು ಇಂಥವರು ಇದ್ದೇ ಇರ್ತಾರೆ. ಅವರು ಕೊಡಲ್ಲ, ನಾವೇ ಅವರಿಗೆ ದುಡ್ಡು ಕೊಟ್ಟು ಕಳಿಸಿಬಿಡಬೇಕು ಅತ್ಲಾಗೆ' ಎನ್ನುತ್ತ ಪಿಂಟ್ಯ ಹೊಟ್ಟೆ ಹುಣ್ಣಾಗುವಂತೆ ನಕ್ಕ. ಅದಿತಿ, ಇತರೆ ಗಿರಾಕಿಗಳು ಅವನ ನಗುವಿನಲ್ಲಿ ಸೇರಿಕೊಂಡರು. ಸಂತೋಷ್ ಸಹ ಮೊದಲ ಸಲ ಬಾಯ್ತುಂಬ ನಕ್ಕರು.

***

ರಾತ್ರಿ ಸಿನ್ನಮಾನ್ ಸತ್ರಂಜಿ ಮೇಲೆ ಮಾ ಬಾಬಾ ಪಕ್ಕ ಮಲಗಿದ್ದ. ಅವನು ಅವರಿಗೆ ಅಂದು ಏನಾಯ್ತೆಂದು ಹೇಳಿದಾಗ ಅವರೂ ಅಘಾತಗೊಂಡರು. ಆದರೆ ಆಶ್ಚರ್ಯವನ್ನೇನೂ ವ್ಯಕ್ತಪಡಿಸಲಿಲ್ಲ.

'ಇಂಥ ಜನರು ಎಲ್ಲಾ ಕಡೆ ಎಲ್ಲಾ ಬಿಸಿನೆಸ್‌ಗಳಲ್ಲೂ ಸಿಗ್ತಾರೆ. ನಾವು ಚಾಲೆಂಜುಗಳನ್ನು ಮೆಟ್ಟಿ ನಿಲ್ಲಬೇಕು. ಬೇರೆ ದಾರಿ ಇರಲ್ಲ. ನನಗೂ ಇಂಥ ಅನುಭವಗಳು ಆಗಿವೆ. ಆದರೂ ಅದಿತಿ ಗಟ್ಟಿಗಿತ್ತಿ' ಎಂದರು ಬಾಬಾ.

ಗಟ್ಟಿ ನೆಲ, ಚಾಪೆಯ ಸಲುವಾಗಿ ಸಿನ್ನಮಾನಿನ ಬೆನ್ನು ಕಳಿಕ್ ಅಂದಿತು. ಸುತ್ತಲೂ ನೋಡಿದ. ಸರಳವಾದ ನೆಲಹೆಂಚು, ಸೂರು, ಗೋಡೆ, ಮರದ ಮಂಚ, ತುಕ್ಕು ಹಿಡಿದ ಅಡುಗೆ ಕೋಣೆ. ಅವನಿಗೆ ಆ ಪುಟ್ಟ ಹಳ್ಳಿ, ಅಲ್ಲಿಗೆ ತಲುಪಲು ಇದ್ದ ಗುಂಡಿ ರಸ್ತೆ, ಅಲ್ಲಿನ ಪುಟ್ಟ ಪುಟ್ಟ ಮನೆಗಳು ನೆನಪಾದವು. ಪುಣೆಯ ಮನೆ ಇಲ್ಲಿಂದ ಬಹಳಾನೆ ದೂರ ಅನಿಸಿತು.

ತನ್ನ ಹೆತ್ತಮ್ಮ ಹೆದ್ದಾರಿಯ ಪುಟ್ಟ ರೆಸ್ಟೋರೆಂಟಿನಲ್ಲಿ ಕುಳಿತು ಒರಟು ಗಿರಾಕಿಗಳೊಂದಿಗೆ ಏಗುವುದು ನೆನಪಾಯಿತು. ಮಧ್ಯಾಹ್ನದ ಘಟನೆ ಮನಸಲ್ಲಿ ಮರುಕಳಿಸಿತು. ಈ ಸಲ ಏನೋ ಕಾಸು ಕೊಟ್ಟರು ಮುಂದಿನ ಸಲ ಹೆಂಗೋ ಎಂದು ಯೋಚಿಸಿದ. ಅಮ್ಮ ಒಬ್ಬಳೇ ಆಗಿದ್ದರೆ ಏನು ಗತಿ? ಆ ಹೋಟೆಲು ಇಡಲು ಆಕೆ ಅದಿನ್ನೆಷ್ಟು ಕಷ್ಟ ಬಿದ್ದಿರಬಹುದು? ಅವನು ಆ ಕ್ಷಣದಿಂದ ಇದೆಲ್ಲವನ್ನೂ ಹೊಸ ದೃಷ್ಟಿಯಿಂದ ಗ್ರಹಿಸಲಾರಂಭಿಸಿದ.

ಎನ್ಫೀಲ್ಡ್ ಓಡಿಸುತ್ತಾ

ಅದು ಸಿನ್ನಮಾನಿನ ಹದಿನಾಲ್ಕನೆಯ ಹುಟ್ಟು ಹಬ್ಬ. ಆ ಮುಂಜಾನೆ ಅವನು ಇಂದು ತನಗೆ ಏನೆಲ್ಲ ಸಿಗಬಹುದು ಎಂಬ ಆಸೆಯಿಂದ ಕಣ್ಣು ತೆರೆದ. ಸ್ನಾನ ಮಾಡಿದ, ಕುರ್ತಾ ಧರಿಸಿದ, ಅದಿತಿ ಮತ್ತು ಮಾ ಸೇರಿ ಅವನಿಗೆ 'ಔಕ್ಷಣ್' (ಆರತಿ) ಮಾಡಿದರು. ಅವನು ನಡುಮನೆಗೆ ಬಂದಾಗ ಅಲ್ಲಿ ಟೇಬಲ್ಲಿನ ಮೇಲೆ ಕೇಕ್ ಮತ್ತು ಹದಿನಾಲ್ಕು ಕ್ಯಾಂಡಲ್ಲುಗಳು ಕಂಡವು. ಬಾಬಾ ಮಾ ಅದಿತಿ ಸುತ್ತ ನೆರೆದಿದ್ದರು. ನಿಂಬೆಹಣ್ಣಿನ ರಸ, ಕೋಕಾಕೋಲಾ, ಸಮೋಸಾ, ಕಚೌರಿ ಮತ್ತು ಖಾಂದೇಶಿ ತಿನಿಸುಗಳೂ ಸಹ ಇದ್ದವು.

'ಹ್ಯಾಪಿ ಬರ್ತಡೇ!' ಬಾಬಾ, ಮಾ, ಅದಿತಿ ಅವನಿಗೆ ಶುಭಾಶಯ ಸಲ್ಲಿಸಿ ಬಿಗಿಯಾಗಿ ತಬ್ಬಿಕೊಂಡರು. ಒಂದು ಸೆಟ್ ಬಣ್ಣ ಬಳಿಯುವ ಬ್ರಶ್ಶು ಮತ್ತು ವಾಟರ್ ಕಲರ್ ಉಡುಗೊರೆಯಾಗಿ ಕೊಡಲಾಯಿತು. ಸಿನ್ನಮಾನಿಗೆ ಒಂದು ಉಪಾಯ ಹೊಳೆಯಿತು.

‘ಆಯಿ, ನಾನು ನಿನ್ನ ಚಿತ್ರ ಬಿಡಿಸುತ್ತೀನಿ’ ಎಂದ. ಅದೇ ಮೊದಲು ಅವನು ಅದಿತಿಯನ್ನು ಆಯಿ ಎಂದು ಕರೆದಿದ್ದು. ಅವನು ತನ್ನ ಸ್ಕೆಚ್ ಪ್ಯಾಡು ಮತ್ತು ಇನ್ನಿತರ ಉಪಕರಣಗಳನ್ನು ಹೊರಗೆಳೆದ. ಅದಿತಿ ನಸುನಕ್ಕರು. ಕೂಡಲೆ ಮನಸು ಬದಲಾಯಿಸಿ ‘ನಾನು ಚನ್ನಾಗಿ ಕಾಣ್ತಿಲ್ಲ. ತಾಳು ಹೋಗಿ ರೆಡಿಯಾಗಿ ಬರ್ತೇನೆ’ ಎನ್ನುತ್ತ ಮರೆಯಾದರು.

ಒಂದು ಹದಿನೈದು ಇಪ್ಪತ್ತು ನಿಮಿಷಗಳ ನಂತರ ಅದಿತಿ ಹೊರಗೆ ಬಂದು ಅವನ ಎದುರು ನೆಲದ ಮೇಲೆ ಕುಂತರು. ಅವನಿಗೆ ವ್ಯತ್ಯಾಸ ಏನೆಂದು ಗೊತ್ತಾಗಲಿಲ್ಲ, ಆದರೆ ಈ ಸಲ ತುಂಬ ಚನ್ನಾಗಿ ಕಾಣುತ್ತಿದ್ದರು. ‘ಸರಿ ಈಗ ಬಿಡಿಸು, ಚನ್ನಾಗಿ ಬರೆಯಬೇಕು ಆಯ್ತಾ’ ಎಂದರು.

ಸಿನ್ನಮಾನ್ ಚುರುಕಾದ ಗೆರೆಗಳಿಂದ ಆಕೆಯ ಆಕಾರ ಚಿತ್ರಿಸಲು ಆರಂಭಿಸಿದ. ಅವನಿಗೆ ಆಕೆಯ ಧಿರಿಸನ್ನು ಚಿತ್ರಿಸುವುದು ಕಷ್ಟವಾಗುತ್ತಿತ್ತು. ಲುಗಡಾ, ಬುಡಕಟ್ಟು ಮಹಿಳೆಯರು ಉಡುವ ಸೀರೆಯ ಚಲನೆಯನ್ನು ರೇಖೆಗಳಲ್ಲಿ ಹಿಡಿದಿಡುವುದು ಸವಾಲಾಗಿತ್ತು. ಅದಿತಿ ಬೆಳ್ಳಿಯ ಆಭರಣಗಳನ್ನು ಧರಿಸಿದ್ದರು. ಸಿನ್ನಮಾನ್ ಕಲರ್ ಪೆನ್ಸಿಲುಗಳಿಂದ ಮೇಲ್ಮೇಲೆ ಬಣ್ಣ ತುಂಬಿದ. ಮುಂಬೈನ ಜಹಾಂಗೀರ್ ಆರ್ಟ್ ಗ್ಯಾಲರಿಯ ಎದುರು ಕೂರುವ ಹುಡುಗರು ಕೆಲವೇ ಕ್ಷಣಗಳಲ್ಲಿ ಬಿಳಿಹಾಳೆಗಳನ್ನು ಬಣ್ಣಗಳಿಂದ ತುಂಬಿಸುವುದನ್ನು ಅವನು ನೋಡಿದ್ದ. ಒಮ್ಮೆ ಇಲ್ಲಿ ಒಮ್ಮೆ ಅಲ್ಲಿ ಚಕಾಚಕನೆ ಕುಂಚವನ್ನು ಆಡಿಸುತ್ತ ನೋಡನೋಡುತ್ತಲೇ ಅಲ್ಲೊಂದು ಭಾವಚಿತ್ರ ಎದ್ದುಬಿಡುತ್ತಿತ್ತು. ಸಿನ್ನಮಾನಿಗೆ ತಾನೂ ಒಂದಿನ ಅವರಷ್ಟೇ ಸುಂದರವಾಗಿ ಚಿತ್ರ ಬಿಡಿಸುವ ಕನಸು ಕಾಣುತ್ತಿದ್ದ. ಅಭ್ಯಾಸ ಮಾಡಬೇಕಿತ್ತಷ್ಟೇ.

ಸುಮಾರು ಅರ್ಧ ಗಂಟೆ ನಿರಂತರ ಪ್ರಯತ್ನದಿಂದ ಸಿನ್ನಮಾನ್ ತನ್ನ ಅಮ್ಮನ ಸಹಿಸಬಹುದಾದ ಒಂದು ಚಿತ್ರ ಬಿಡಿಸಿದ್ದ. ಹಾಳೆಯನ್ನು ಹರಿದು ಅಮ್ಮನ ಕೈಲಿ ಕೊಟ್ಟ. ಅದಿತಿ ಸ್ವಲ್ಪ ಹೊತ್ತು ಅದನ್ನೆ ದಿಟ್ಟಿಸಿದರು, ಕೊನೆಗೆ ಅವನನ್ನು ಬಿಗಿಯಾಗಿ ತಬ್ಬಿ ‘ಇದಕ್ಕೆ ಕಟ್ಟು ಹಾಕಿಸಿ ಗೋಡೆಗೆ ನೇತುಹಾಕುವೆ’ ಎಂದರು.

ತನ್ನ ಕೈಚಳಕದ ಬಗ್ಗೆ ಬಹಳ ಹೆಮ್ಮೆಯಿದ್ದ ಸಿನ್ನಮಾನ್ ತನ್ನ ಸ್ಕೆಚ್ ಪ್ಯಾಡನ್ನು ಎತ್ತಿಕೊಂಡು ಹಳ್ಳಿ ತುಂಬ ಅಡ್ಡಾಡಿದ, ಏನೇನು ಸಾಧ್ಯವೋ ಅದನ್ನೆಲ್ಲ ಹಾಳೆಗೆ ಇಳಿಸುತ್ತಿದ್ದ. ಹೊಲದಲ್ಲಿ ಗೇಯುತ್ತಿರುವ ಎತ್ತುಗಳು, ನೀಲಿ ಬಣ್ಣದ ಸಲ್ವಾರ್ ಕಮೀಜು ತೊಟ್ಟು ಎದೆಗೆ ನೋಟ್‌ಬುಕ್ ಒತ್ತಿಕೊಂಡಿರುವ ಹುಡುಗಿಯರು,

ನೆತ್ತಿಮೇಲೆ ಸೌದೆಯ ಹೊರೆ ಹೊತ್ತಿರುವ ಹೆಂಗಸರು ಮುಂತಾದವು ಕಲಾಕಾರನ್ನು ಸೆಳೆಯುತ್ತಿದ್ದ ವಸ್ತುಗಳಾಗಿದ್ದವು.

ಕೆಲವು ಹುಡುಗಿಯರು ಕುಂಟಾಬಿಲ್ಲೆ ಆಡುತ್ತಿದ್ದರು. ಸಿನ್ನಮಾನ್ ಅವರನ್ನು ಎವೆಯಿಕ್ಕದೆ ಗಮನಿಸಿದ. ಅವರಲ್ಲಿ ಒಂದು ಹುಡುಗಿ, ಗುಂಪಿನ ನಾಯಕಿ ಅನಿಸುತ್ತದೆ, ಹೊರಗೆ ಬಂದು 'ಹಾಯ್, ನೀನೂ ಆಡಬೇಕಾ?' ಕೇಳಿದಳು.

ಸಿನ್ನಮಾನಿಗೆ ನಾಚಿಕೆಯಾಯಿತು. ಈ ಹುಡುಗಿಯರ ಆಟಗಳನ್ನು ಯಾರು ಆಡ್ತಾರೆ ಅಂದುಕೊಂಡ.

'ಬಾಯಿ ಬಿಟ್ಟು ಏನಾದರೂ ಹೇಳಬಹುದಲ್ವ?' ಎಂದು ಕೇಳಿದಳು ಹುಡುಗಿ.

'ಇವನ ಅಮ್ಮ ಹಳ್ಳಿ ಹುಡುಗರೊಂದಿಗೆ ಮಾತಾಡ್ಬೇಡ ಅಂತ ಹೇಳಿಕೊಟ್ಟಿರಬೇಕು ಪಾಪ' ಆ ಹುಡುಗಿ ದೊಡ್ಡವರಂತೆ ಅವನನ್ನು ಅಣಕಿಸಿದಳು. ಉಳಿದ ಹುಡುಗಿಯರು ಜೋರಾಗಿ ನಕ್ಕರು. ಸಿನ್ನಮಾನಿಗೆ ಅವಮಾನವಾಯಿತು. 'ನೀವು ಊರಿಗೆ ಬಂದ ಹೊಸಬರನ್ನ ಮಾತ್ರ ಹೀಗೆ ಆಡ್ಕೋಳೋದಾ ಅಥವಾ ಯಾವಾಗಲೂ ಹಿಂಗೇನಾ?' ಕಷ್ಟಪಟ್ಟು ಧೈರ್ಯ ಒಗ್ಗೂಡಿಸಿಕೊಂಡು ಕೇಳಿಬಿಟ್ಟ.

ಹುಡುಗಿಯರು ಬೆಪ್ಪರಾದರು. ಅವನಿಗೆ ತನ್ನ ಬೈಗುಳ ಸರಿಯಾಗಿ ನಾಟಿದೆ ಅನಿಸಿತು. ಅವರು 'ನಾವು ಯಾವಾಗಲೂ ಹೀಗೆ' ಅಂದರು ಒಟ್ಟಾಗಿ.

ಗುಂಪಿನ ನಾಯಕಿಗೆ ತಕ್ಷಣ ಏನು ಹೇಳಬೇಕೆಂದು ಹೊಳೆಯಲಿಲ್ಲ. ನಾಲಿಗೆ ಹೊರ ಚಾಚಿ ಆಡಿಕೊಂಡಳು. ಸಿನ್ನಮಾನಿಗೆ ಸದ್ಯ ಮುಗಿಯಿತು ಎಂದು ಖುಷಿಯಾಗಿ ಮನೆಗೆ ಹೊರಟ. ಮನೆಗೆ ಹೋಗಿ ಕುಕ್ಕರಗಾಲಿನಲ್ಲಿ ಕುಳಿತ. ಹಳ್ಳಿಗೆ ಬಂದಾಗಿಂದ ಹಾಗೆ ಕುಕ್ಕರಗಾಲಿನಲ್ಲಿ ಕೂರುವುದನ್ನು ಚನ್ನಾಗಿ ರೂಢಿಸಿಕೊಂಡಿದ್ದ. ಮಾ, ಅದಿತಿ ಗಹನವಾದ ಚರ್ಚೆಯಲ್ಲಿದ್ದರು. ಅಮ್ಮನ ಕೋರೆಗಾಂವ್ ಮರಾಠಿ ಸಂಪೂರ್ಣವಾಗಿ ಬದಲಾಗಿತ್ತು. ಆಗ ಅವರಿಗೆ ಎಲ್ಲಿಂದಲೋ ಶಬ್ಧ ಕೇಳಿಸಿತು– ಧಡ್ ಧಡ್ ಧಡ್!

ಖಂಡಿತ ಇದು ರಾಯಲ್ ಎನ್ಫೀಲ್ಡ್ ಅಂದುಕೊಂಡ ಸಿನ್ನಮಾನ್.

ಅದಿತಿ ಸಿನ್ನಮಾನ್ ಪುಲಕಗೊಂಡಿರುವುದನ್ನು ಗಮನಿಸಿ 'ದೇವೇಂದ್ರಾ, ಇವನನ್ನೂ ಒಂದರ್ಧ ಗಂಟೆ ಸುತ್ತಾಡಿಸೋ' ಎಂದು ಕೇಳಿಕೊಂಡರು.

ಸಿನ್ನಮಾನ್ 'ಕರ್ಕೊರ್ಂಡು ಹೋಗ್ಲೇಬೇಕು' ಎಂದು ಹಠ ಹಿಡಿದ.

ಅದಿತಿ 'ಅವನು ಚಕ್ಕರ್ (ತಿರುಗಿಸುವುದು) ಮಾಡ್ತಾನೆ. ಖಂಡಿತ ಎಂಜಾಯ್ ಮಾಡ್ತೀಯ' ಎಂದರು ಸಿನ್ನಮಾನಿಗೆ.

ದೇವೇಂದ್ರ 'ನಾನೂ ಬಿಡುವಾಗಿದ್ದೀನಿ. ಬಾ ಒಳ್ಳೆ ಅನುಭವ ಆಗುತ್ತೆ' ಎಂದ.

'ಕತ್ತಲಾಗೋಕೂ ಮುಂಚೆ ವಾಪಸ್ ಬಂದುಬಿಡಬೇಕು' ಬಾಬಾ ಎಚ್ಚರಿಸಿದರು.

'ಇದು ಪುಣೆ ಅಲ್ಲ, ಇಲ್ಲಿ ಭಯ ಪಡೋಂಥದ್ದು ಏನೂ ಇಲ್ಲ' ಎಂದರು ಅದಿತಿ.

'ಕತ್ಲಾಗೋಕೂ ಮುಂಚೆ ಅವನನ್ನು ವಾಪಸ್ ಕರ್ಕೊಂಡು ಬಾರಪ್ಪ' ಬಾಬಾ ಮತ್ತೆ ಹೇಳಿದರು.

ದೇವೇಂದ್ರ ಬೈಕ್ ಸ್ಟಾರ್ಟ್ ಮಾಡಿದ. ಅವರು ಹಳ್ಳಿಯೊಳಗೆ ಹೋದರು. ಎದುರು ರಸ್ತೆಗುಂಟ ಕುರಿಮೇಕೆಗಳ ಹಿಂಡು ಬರುತ್ತಿತ್ತು. ಅವುಗಳ ಸಂಗಡ ಕುರುಬ ಕೈನಲ್ಲಿ ಬೆತ್ತ ಹಿಡಿದು 'ಹಾ ಹಾ ಹಾ' ಎಂದು ಕೂಗುತ್ತಿದ್ದ. ಆಗಸ ಕೇಸರಿಮಯವಾಗಿ ಕಂಗೊಳಿಸುತ್ತಿತ್ತು.

'ಇದು ಇಲ್ಲಿನ ಗೌರ್ನಮೆಂಟ್ ಸ್ಕೂಲು' ಎಂದ ದೇವೇಂದ್ರ. ಅದು ಹಳದಿ ಬಣ್ಣದ ಎರಡು ಮಹಡಿಯ ಕಟ್ಟಡ. ಯಾಕೆ ಎಲ್ಲಾ ಊರಲ್ಲೂ ಸರಕಾರಿ ಶಾಲೆಗಳು ಒಂದೇ ರೀತಿ ಇರುತ್ತವೆ, ಏನೋ ಕಾನೂನು ಇದ್ದಿರಬಹುದು ಅಂದುಕೊಂಡ ಸಿನ್ನಮಾನ್.

'ನೀವು ಡಿಗ್ರಿ ಮುಗಿಸಿಕೊಂಡು ಇಲ್ಲಿಗೆ ಬಂದ್ರಾ?' ಸಿನ್ನಮಾನ್ ದೇವೇಂದ್ರನನ್ನು ಕೇಳಿದ.

'ಇಲ್ಲ. ಡಿಗ್ರಿ ಮುಗಿಸಿ ಹೈದರಾಬಾದಿನಲ್ಲಿ ಒಂದು ದೊಡ್ಡ ಐಟಿ ಕಂಪನಿಯಲ್ಲಿ ಕೆಲಸ ಮಾಡ್ತಿದ್ದೆ, ನಾಲ್ಕು ವರ್ಷ. 9ರಿಂದ 5 ಗಂಟೆವರೆಗಿನ ಉದ್ಯೋಗಗಳು ನನಗೆ ಸೆಟ್ಟಾಗಲ್ಲ ಅನ್ನಿಸ್ತು. ಬಿಟ್ಟೆ'

'ಆಮೇಲೆ?'

'ಇಲ್ಲಿನ ಜನರಿಗೆ ಸಹಾಯ ಮಾಡೋಣ ಅಂತ ಬಂದೆ. ಹಾಗಾಗಿ ಇಲ್ಲಿದ್ದೇನೆ'

ದೇವೇಂದ್ರ ಒಬ್ಬ ಖಾಕಿ ನಿಕ್ಕರಿನ ಮನುಷ್ಯನಿಗೆ ನಮಸ್ಕರಿಸಿದ. ಆ ಮನುಷ್ಯನ ಕಿವಿ–ಕೆನ್ನೆ ನಡುವೆ ದಟ್ಟ ಕೂದಲಿತ್ತು. 'ಇವರು

ಇಲ್ಲಿನ ಟೀಚರು' ಎಂದು ದೇವೇಂದ್ರ ಪರಿಚಯಿಸಿದ. ಸಿನ್ನಮಾನಿಗೆ ಈ ಮನುಷ್ಯ ಏನಪ್ಪ ಪಾಠ ಮಾಡ್ತಿರಬಹುದು ಅನಿಸಿತು.

ಸಿನ್ನಮಾನಿಗೆ ತನ್ನ ಸ್ಕೂಲು ನೆನಪಾಯಿತು. ವಿಶಾಲವಾದ ಕ್ಲಾಸುರೂಮುಗಳಲ್ಲಿ ಕೇವಲ ಇಪ್ಪತ್ತು-ಇಪ್ಪತ್ತೈದು ವಿದ್ಯಾರ್ಥಿಗಳು ಕೂರುತ್ತಿದ್ದರು. ಪ್ರತಿ ವಿದ್ಯಾರ್ಥಿಗೂ ವಿಶೇಷವಾದ ಗಮನ ಸಿಗುತ್ತಿತ್ತು. ಟೀಚರುಗಳು ಪಿಟಿಎ (ಪೇರೆಂಟ್ಸ್ ಟೀಚರ್ಸ್ ಅಸೋಸಿಯೇಶನ್) ಮೀಟಿಂಗುಗಳಲ್ಲಿ ಮಕ್ಕಳ ಅಂಕಗಳನ್ನು ತೆರೆದಿಡುತ್ತಿದ್ದರು. ಅವನ ಶಾಲೆಯಲ್ಲಿ ಮಕ್ಕಳನ್ನು ಒಲಂಪಿಯಾಡ್, ಭಾಷಣ ಸ್ಪರ್ಧೆ, ಕ್ರೀಡೆ ಇನ್ನಿತರ ಚಟುವಟಿಕೆಗಳಲ್ಲಿ ಭಾಗವಹಿಸುವಂತೆ ಪ್ರೇರೇಪಿಸುತ್ತಿದ್ದರು. ನೋಟಿಸ್ ಬೋರ್ಡಿನ ಮೇಲೆ 'ಅಚೀವ್‌ಮೆಂಟ್ಸ್ ಆಫ್ ಸ್ಟೂಡೆಂಟ್ಸ್' ಎಂಬ ಸುದ್ದಿಗಳನ್ನು ಪ್ರಕಟಿಸುತ್ತಿದ್ದರು.

ಸಿನ್ನಮಾನಿಗೆ ಇಂತಹ ಸಣ್ಣ ಶಾಲೆಗಳಲ್ಲಿ ಏನು ಕಲಿಯಬಹುದು ಎಂದು ಕಲ್ಪಿಸಿಕೊಳ್ಳುವುದು ಕಷ್ಟವಾಯಿತು. 'ಇದು ಮರಾಠಿ ಮೀಡಿಯಂ ಶಾಲೆಯಾ?' ಕೇಳಿದ.

'ಇಲ್ಲಾ, ಇದು ಚೈನೀಸ್ ಮೀಡಿಯಂ ಶಾಲೆ' ದೇವೇಂದ್ರ ನಗಾಡಿದ.

ದೇವೇಂದ್ರ ಅಲ್ಲಲ್ಲಿ ನಿಲ್ಲಿಸಿ ಬೋರೆಹಣ್ಣುಗಳನ್ನು ಕಿತ್ತು ಕಚ್ಚಿ ತಿನ್ನುತ್ತಿದ್ದ. ಮಂದಿ ಬಿಳಿ ಟೊಪ್ಪಿ ಪೇಟಗಳನ್ನು ಧರಿಸಿ ಮರದ ಕೆಳಗೆ ಗುಂಪುಗಟ್ಟಿ ಕುಳಿತು ಸ್ಥಳೀಯ ಬುಡಕಟ್ಟು ಭಾಷೆಯಲ್ಲಿ ಹರಟೆ ಕೊಚ್ಚುತ್ತಿದ್ದರು. ಕೆಲವರು ನೀರಿನಂತಹ ಪಾನೀಯವನ್ನು ಕುಡಿಯುತ್ತ ಬೀಡಿ ಸೇದುತ್ತಿದ್ದರು. ಯುವ ರೈತರು ಮರಾಠಿ ದಿನಪತ್ರಿಕೆಗಳನ್ನು ಓದುತ್ತಿದ್ದರು. ವಯಸ್ಕ ರೈತರು ಹರಟೆ, ಇಸ್ಪೀಟುಗಳಲ್ಲಿ ತಲ್ಲೀನರಾಗಿದ್ದರು. ಒಂದಿಬ್ಬರು ಹೆಂಗಸರು ಹಳ್ಳಿಯ ದೇವಸ್ಥಾನದಲ್ಲಿ ಪೂಜೆ ಮಾಡುತ್ತಿದ್ದರು. ಸಿನ್ನಮಾನ್ ಅಲ್ಲಿನ ವಿಶಿಷ್ಟ ಜೀವನಕ್ರಮವನ್ನು ಆಸಕ್ತಿಯಿಂದ ಗಮನಿಸಿದ.

ಕ್ರಿಕೆಟ್ಟು (ಚಿಮ್ಮಂಡಿ) ಹುಳಗಳು ಕಿಟಿಕಿಟಿ ಗಾನ ಶುರು ಮಾಡಿದ್ದವು. ಪಕ್ಷಿಗಳು ಗೂಡು ಸೇರಿದ್ದವು. ಕತ್ತಲೆ ಮೆತ್ತಗೆ ಹಳ್ಳಿಯನ್ನು ಆವರಿಸಿಕೊಳ್ಳುತ್ತಿತ್ತು. ಅವರು ಶಾಲೆಯಿಂದ ಹೊರಗೆ ಬಂದರು, ಸಿನ್ನಮಾನಿಗೆ ಆಗಿಂದಲೂ ಕೊರೆಯುತ್ತಿದ್ದ ಪ್ರಶ್ನೆಯಿತ್ತು– 'ದೇವೇಂದ್ರಾ, ಇಲ್ಲಿನ ಜನ ಪುಣೆ ಸೂರತ್‌ನಂತಹ ದೊಡ್ಡ ನಗರಗಳಿಗೆ ವಲಸೆ ಬರ್ತಾರೆ. ಅಲ್ಲಿ ಬಂದು ರೈಲ್ವೇ ಹಳಿ ಪಕ್ಕ ಶೆಡ್ಡು ಕಟ್ಟಿಕೊಂಡು ವಾಸ ಮಾಡ್ತಾರೆ. ದೊಡ್ಡ ನಗರಗಳಲ್ಲಿರಬೇಕೆಂಬ ಕನಸು ಕಟ್ಟಿಕೊಂಡು. ಆದರೆ

ನೀವು ಯಾಕೆ ಒಳ್ಳೆ ಸಂಬಳ ದೊಡ್ಡ ನಗರ ಬಿಟ್ಟು ಇಲ್ಲಿ ಬಂದು ಸೇರಿಕೊಂಡಿದ್ದೀರಿ?' ಅವನಿಗೆ ತನ್ನ ಪ್ರಶ್ನೆ ತುಸು ಒರಟು ಅನಿಸಿತು. ಒಳ್ಳೆ ಟಿವಿ ರಿಪೋರ್ಟರುಗಳ ತರಹ ಕೇಳ್ತಿದ್ದೀನಿ ಅಂದುಕೊಂಡ. ಇನ್ನು ಸ್ವಲ್ಪ ಹೊತ್ತು ಕಳೆದರೆ ಅವರ ಮೂತಿಗೆ ಮೈಕು ತಿವಿದು 'ಗ್ರಾಮೀಣ ಪ್ರದೇಶದಲ್ಲಿ ದುಡಿಯುವುದರ ಬಗ್ಗೆ ನಿಮ್ಮ ಅಭಿಪ್ರಾಯವೇನು?' ಎಂಬ ಪ್ರಶ್ನೆ ಬಂದುಬಿಡಬಹುದೇನೋ!

ದೇವೇಂದ್ರ ಏನನ್ನೂ ಹೇಳದೆ ಕಿರಾಣಿ ಅಂಗಡಿಗೆ ಹೋದ. ಅಂಗಡಿಯಲ್ಲಿ ಪ್ಲಾಸ್ಟಿಕ್ ಡಬ್ಬಗಳ ಸಾಲು ಇಟ್ಟಿದ್ದರು. ಡಬ್ಬಗಳಲ್ಲಿ ಚ್ಯೂಯಿಂಗ್ ಗಮ್ಮು, ಬಿಸ್ಕತ್ತು, ಪಫ್ಸು, ಜಾಮ್ ನಾನ್ಕಟಾಯಿ (ಬೆಣ್ಣೆ ಬಿಸ್ಕತ್ತು) ಮುಂತಾಗಿ ತುಂಬಿದ್ದರು. ಅಂಗಡಿಯವ ಅವರನ್ನು ಆದರದಿಂದ ಬರಮಾಡಿಕೊಡು ಒಂದು ಚಿಕ್ಕ ಪೇಪರ್ ಕಪ್ಪಿನಲ್ಲಿ ಟೀ ಕೊಟ್ಟ. ದೇವೇಂದ್ರ ಅಲ್ಲಿಗೆ ಹೊಸಬನಾಗಿದ್ದರಿಂದ ಈ ಬಗೆಯ ಸತ್ಕಾರ ಅವನಿಗೆ ಇಷ್ಟವಾಗಿತ್ತು. ಅವನು ಯಾವುದಕ್ಕೂ ಹಣ ಕೊಡದಿದ್ದುದನ್ನು ಸಿನ್ನಮಾನ್ ಗಮನಿಸಿದ.

'ಅಂಗಡಿಯಲ್ಲೇನಾದರೂ ಸಾಲ ಬರೆಸಿದ್ತಿದ್ದೀರಾ? '

ದೇವೇಂದ್ರ ತಲೆ ಅಲ್ಲಾಡಿಸಿದ. ಬೀಡಿ ಹಚ್ಚಿಕೊಂಡು 'ಒಳ್ಳೆ ಪ್ರಶ್ನೆ' ಎಂದ. ಶಾಲೆಯ ಬಳಿ ಹೀಗೆ ಬೀಡಿ ಹಚ್ಚಿ ಹೊಗೆ ಬಿಡುವುದು ತನಗೆ ಸರಿ ಅನಿಸದಿದ್ದರೂ ಸಿನ್ನಮಾನ್ ಪ್ರತಿಭಟಿಸಲಿಲ್ಲ. ಸಧ್ಯಕ್ಕೆ ಅಲ್ಲಿ ಯಾವ ವಿದ್ಯಾರ್ಥಿಯೂ ಇರಲಿಲ್ಲ.

'ನೀನು ಬೀಡಿ ಸೇದಲ್ಲ ಅನ್ಸುತ್ತೆ ಅಲ್ವಾ?' ದೇವೇಂದ್ರ ನೇರವಾಗಿ ಕೇಳಿದ. ಸಿನ್ನಮಾನ್ ಇಲ್ಲವೆಂದ. ಅದ್ಯಾಕೆ ಇವರು ತನ್ನನ್ನು ಈ ಪ್ರಶ್ನೆ ಕೇಳಿದರು ಎಂದು ಅರ್ಥವಾಗದೆ.

'ಯಾವತ್ತಿಗೂ ಇಲ್ಲಪ್ಪ. ಭಯ್ಯಾ (ಅಣ್ಣ), ಇದು ಆರೋಗ್ಯಕ್ಕೆ ಒಳ್ಳೆಯದಲ್ಲ. ಯಾಕೆ ಸೇದೋದು ನೀವು?'

'ನಾನು ನನ್ನ ದೇಶದ ಪ್ರಜೆಗಳಿಗೆ ಸಹಾಯ ಆಗಲಿ ಅಂತ ಸೇದ್ತೀನಪ್ಪ. ನಿಂಗೆ ಅರ್ಥ ಆಗುತ್ತೆ ಅಂದ್ಕೊಳ್ತೀನಿ'

ಸಿನ್ನಮಾನ್ ಸುಮ್ಮನಿದ್ದ.

'ಬೀಡಿಗಳು ಸಂಪೂರ್ಣ ಸ್ವದೇಸಿ ಉತ್ಪಾದನೆ. ಇದರಲ್ಲಿ ಯಾವುದೇ ವಿದೇಶಿ ಕಂಪನಿ ಭಾಗಿಯಾಗಿಲ್ಲ. ನಾವು ಭಾರತೀಯ ತರುಣರು ನಮ್ಮ ದೇಶದ ಉತ್ಪನ್ನಗಳನ್ನು ಸೇವೆಗಳನ್ನು ಪ್ರೋತ್ಸಾಹಿಸಬೇಕು, ಅದರ ಮೂಲಕ ಉದ್ಯೋಗ ಸೃಷ್ಟಿಸಬೇಕು. ಎಲ್ಲದಕ್ಕೂ ವಿದೇಶಿ ಕಂಪನಿಗಳ ವಿದೇಶಿ ಉತ್ಪನ್ನಗಳ ಹಿಂದೆ ಬೀಳಬಾರದು. ಬೀಡಿಗಳು ಸಂಪೂರ್ಣ ನೈಸರ್ಗಿಕ. ಮೇಲಾಗಿ ಬೀಡಿ ಸುತ್ತುವುದು ಹೆಚ್ಚಾಗಿ ಮಹಿಳೆಯರು ಮತ್ತು ಬಡವರು. ಸಿಗರೇಟುಗಳಂತೆ ಇವುಗಳಲ್ಲಿ ವ್ಯಸನಿಯನ್ನಾಗಿಸುವ ಅಮೋನಿಯ ಅಂಶ ಇರಲ್ಲ. ನಿನ್ನ ಹಿಸ್ಟರಿ ಟೀಚರು ಇದನ್ನೆಲ್ಲ ಹೇಳಿಕೊಟ್ಟಿಲ್ಲವ? ಸ್ವದೇಶಿ ಚಳುವಳಿ ಬಗ್ಗೆ, ದೇಸಿ ಕೈಗಾರಿಕೆಗಳನ್ನು ಪ್ರೋತ್ಸಾಹಿಸುವ ಬಗ್ಗೆ? ಬೀಡಿ ಸೇದೋದು ನನ್ನಿಂದ ಚಿಕ್ಕ ಕಾಣಿಕೆ ಅಷ್ಟೆ. ನಾನು ನನಗಾಗಿ ಸೇದುತ್ತಿಲ್ಲ. ನನ್ನ ದೇಶಕ್ಕಾಗಿ, ನನ್ನ ದೇಶದ ಮಹಿಳೆಯರಿಗಾಗಿ ಸೇದುತ್ತಿದ್ದೇನೆ'

ಸಿನ್ನಮಾನಿಗೆ ಎಷ್ಟು ಪ್ರಯತ್ನಿಸಿದರೂ ನಗು ತಡೆಯಲಾಗಲಿಲ್ಲ. 'ನೀವು ಟಿವಿ ನಿರೂಪಕನೋ ರಾಜಕಾರಣಿಯೋ ಆಗಬೇಕಿತ್ತು ಭಯ್ಯಾ, ಯಾರನ್ನು ಯಾವುದರ ಬಗ್ಗೆಯಾದರೂ ಸರಿ ನಂಬಿಸಿಬಿಡ್ತೀರಿ' ಅಂದ.

ದೇವೇಂದ್ರ ಹೊಗಳಿಕೆಯನ್ನು ತಳ್ಳುವವನಂತೆ ಆ ಕಡೆ ತಿರುಗಿದನಾದರೂ ಸಿನ್ನಮಾನಿಗೆ ಅವನ ಮುಖದಲ್ಲಿನ ಹೆಮ್ಮೆ ಗೊತ್ತಾಯಿತು. ಇಡೀ ಪ್ರಯಾಣದಲ್ಲಿ ತನ್ನ ಬಾಹ್ಯ ರೂಪ ಹೇಗಿದ್ದರೂ ಸರಿ ದೇವೇಂದ್ರ ತನ್ನೊಳಗೆ ಒಬ್ಬ ಸ್ವಾಭಿಮಾನದ ವ್ಯಕ್ತಿಯನ್ನು ಸಲಹಿದ್ದ.

'ಭಯ್ಯಾ ನೀವು ನನ್ನ ಪ್ರಶ್ನೆಗೆ ಉತ್ತರಿಸಿಲ್ಲ'

ದೇವೇಂದ್ರ ತನ್ನ ನೈಕ್ ಸ್ನೀಕರುಗಳನ್ನು ನೆಲದಲ್ಲಿ ಊರಿ ತನ್ನ ಬೀಡಿಯ ಸುರುಳಿ ಸುರುಳಿಯಾದ ಹೊಗೆಯನ್ನು ದಿಟ್ಟಿಸುತ್ತ 'ಪ್ರಾಮಾಣಿಕವಾಗಿ ಹೇಳಬೇಕೆಂದರೆ, ನನಗೆ ಈ ಬಗೆಯ ಕೆಲಸ ಇಷ್ಟ ಆಗುತ್ತೆ. ನನ್ನ ಅರ್ಧ ಸಂಬಳವನ್ನು ಕೇವಲ ರಾತ್ರಿ ಮಲಗಲೆಂದು ಬರುವ ಮನೆಯ ಬಾಡಿಗೆಗೆ, ಕೇವಲ ಆಫೀಸಿಗೆಂದು ಬಳಸುವ ಕಾರಿಗೆ ಖರ್ಚು ಮಾಡುವುದು ನನಗೆ ಇಷ್ಟವಿರಲಿಲ್ಲ. ನಾನು ಯಾವ ತ್ಯಾಗವನ್ನೂ ಮಾಡಿಲ್ಲ. ಒಳ್ಳೆಯದು ಕೆಟ್ಟದ್ದು ಎಲ್ಲವನ್ನೂ ಅನುಭವಿಸಿದ್ದೇನೆ. ಕಾಲೇಜಿನಲ್ಲಿ ಸಮಾಜ ಸೇವೆಯ ಕಾರ್ಯಗಳನ್ನು ಕೈಗೊಂಡಿದ್ದಾಗ, ಅದಕ್ಕೂ ಮುನ್ನ ಐಟಿ ಎಂಜಿನಿಯರ್ ಆಗಿದ್ದಾಗ. ನಾನು ಮಾಡಿರೊ ಕೆಲಸಗಳನ್ನೆಲ್ಲ ಗುಡ್ಡೆ ಹಾಕಿದರೆ ಒಂದು ಸಿನಿಮಾ ತೆಗೆಯಬಹುದು. ಈ ಜಾಗ ಈ ಜೀವನ ನನಗೆ ಬಹಳಷ್ಟು ಸೂಕ್ತವಾಗಿದೆ'

‘ಎಲ್ಲರೂ ಸಿಟಿಗೆ ಹೋಗಿಬಿಟ್ಟರೆ ನೀವೊಬ್ಬರೇ ಇಲ್ಲಿ ಏನು ಮಾಡ್ತೀರಿ ಭಯ್ಯಾ? ದಿನಪೂರ್ತಿ ಕೂತು ಏನು ಮಾಡ್ತೀರಿ? ಬೀಡಿ ಸೇದೋದು, ಇಸ್ಪೀಟು ಆಡೋದಾ?’

ದೇವೇಂದ್ರ ತನ್ನ ಹಳದಿ ಹಲ್ಲುಗಳನ್ನು ಕಿರಿದು ನಕ್ಕ. ಸಿನ್ನಮಾನ್ ಒಂದು ಕ್ಷಣ ಬೆಚ್ಚಿದ. ದೇವೇಂದ್ರ ಸೋಶಿಯಲ್ ವರ್ಕಿನ ವಿದ್ಯಾರ್ಥಿಯಾಗಿಯೂ ಐಟಿ ಎಂಜಿನಿಯರ್ ಆಗಿಯೂ ಏನೇನೊ ಕಲಿತಿದ್ದಿರಬಹುದು, ಹಲ್ಲು ಉಜ್ಜುವುದೊಂದನ್ನು ಕಲಿತಿರಲಿಲ್ಲ.

‘ಲೇ ಹುಡುಗಾ, ಸಿಕ್ಕಾಪಟ್ಟೆ ಪ್ರಶ್ನೆ ಕೇಳ್ತೀಯ ನೀನು. ನಮ್ಮ ದೇಶದಲ್ಲಿ ನೂರಾನಲವತ್ತು ಕೋಟಿ ಜನ ಇದಾರಲ್ವ. ಅದರಲ್ಲಿ ನಾಳೆ ಶೇಖಡಾ ತೊಂಭತ್ತೈದು ಜನರಿಗೆ ಯಾವ ಸಹಾಯನೂ ಬೇಕಿರಲ್ಲ ಅಂದುಕೊಳ್ಳೋಣ. ಆದಾಗ್ಯೂ ಇನ್ನೂ ಕೋಟಿ ಕೋಟಿ ಜನ ಎಷ್ಟೊಂದು ದೇಶಗಳ ಜನಸಂಖ್ಯೆ ಮೀರಿಸುವಷ್ಟು ಜನ ಇಲ್ಲಿ ಸಹಾಯ ಬೇಕಿರೋರು ಮಿಕ್ಕಿರ್ತಾರೆ. ಇಲ್ಲಿ ನೋಡು, ಇಷ್ಟು ಸುಂದರವಾದ ಯಾರೂ ತುಳಿದಿರದ ನಂದುರ್ಬಾರ್ ಜಿಲ್ಲೆ ನೋಡು. ಇಲ್ಲಿನ ಮರಗಳು, ಸ್ವಚ್ಛ ಗಾಳಿ, ನೀರು, ಕಾಡು, ಬೆಟ್ಟ, ಪರಿಶುದ್ಧ ತೊರೆ, ಕೆರೆ, ಆರೋಗ್ಯಕರ ಹಳ್ಳಿ ಊಟ, ಕೆಮಿಕಲ್ಸನ್ನು ಬಳಸಿರದ ಆಹಾರ. ಹರಿಯೋ ಹೊಳೆಯಲ್ಲಿ ಬೊಗಸೆ ಅದ್ದಿ ನೀರು ಎತ್ತಿಕೊಂಡು ಕುಡಿಯಬಹುದು, ಇಲ್ಲಿ ಯಾವ ಅಕ್ವಗಾರ್ಡು ಯಾವ ಯುರೇಕಾ ವಾಟರ್ ಫಿಲ್ಟರುಗಳು ಬೇಕಿಲ್ಲ. ಇಲ್ಲಿನ ಸರಳ, ಸ್ನೇಹಪರ ಜನರನ್ನು ನೋಡು. ಎಷ್ಟು ಪ್ರಾಮಾಣಿಕವಾಗಿ ನಿನ್ನನ್ನು ಬಯಸ್ತಾರೆ. ದೊಡ್ಡ ಸಿಟಿಗಳಲ್ಲಿ ಕೃತಕವಾಗಿ ತೋರಿಸುವ ಸತ್ಕಾರ ಇಲ್ಲಿಲ್ಲ. ಮೇಲಾಗಿ ನಾವಿಬ್ಬರೂ ಕಾಂಕ್ರೀಟ್ ಕಾಡಿನಲ್ಲಿದ್ದುಕೊಂಡು ಏನೆಲ್ಲ ಕಳೆದುಕೊಂಡಿದ್ದೀವಿ ಲೆಕ್ಕ ಹಾಕು. ಅದಕ್ಕಾಗಿಯೇ ಅಲ್ವ ನಾವು ಟ್ರೆಕ್ಕಿಂಗು, ಕ್ಯಾಂಪಿಂಗು ಎಂದೆಲ್ಲ ಸುಮಾರು ಹಣ ಖರ್ಚು ಮಾಡುವುದು? ಕರೆಂಟಿಲ್ಲದ ಕೆಟ್ಟ ರಸ್ತೆಗಳ ಊರುಗಳಲ್ಲಿ ಪ್ಲಾಸ್ಟಿಕ್ ಚೀಲದ ಟೆಂಟುಗಳನ್ನ ಕಟ್ಟಿಕೊಂಡು ಮಲಗುವುದು? ಈ ಜೀವನದ ಪುಟ್ಟ ಅನುಭವ ಪಡೆಯಲು? ನನಗೆ ಅದೆಲ್ಲ ಇಲ್ಲಿ ಉಚಿತವಾಗಿ ಸಿಗುತ್ತಿರುವಾಗ

ನಾನು ಏನನ್ನು ಕಳೆದುಕೊಂಡಿದ್ದೀನಿ ಹೇಳು?' ದೇವೇಂದ್ರ ಸಿನ್ನಮಾನಿನ ಬೆನ್ನು ತಟ್ಟಿದ.

ದೇವೇಂದ್ರನ ತರ್ಕವನ್ನು ಅಲ್ಲಗಳೆಯಲಾಗದಿದ್ದರೂ ಅದರಲ್ಲಿ ತುಂಬಾನೇ ಲೋಪಗಳಿದ್ದಾವೆ ಅನಿಸಿತು ಸಿನ್ನಮಾನಿಗೆ. ಅದೇನೆಂದು ವಿವರಿಸಲು ಅವನಿಗೆ ಮಾತುಗಳಲ್ಲಿ ಬರುತ್ತಿರಲಿಲ್ಲ. ಪ್ರತಿ ಸಲವೂ ಹಾಗೆ; ಅನಿಸಿದ್ದೆಲ್ಲವೂ ಪದಗಳಲ್ಲಿ ಹೊರಡುತ್ತಿರಲಿಲ್ಲ ಸಿನ್ನಮಾನಿಗೆ.

ತನ್ನ ವಾದ ಗೆದ್ದಿತೆಂದು ಬಗೆದು ದೇವೇಂದ್ರ ಬೀಡಿಯನ್ನು ಹೊಸಕಿದ. 'ಬನ್ನಿ ಸರ್ ಹೋಗಣ. ಕತ್ತಲೆಯಾಯ್ತು. ನಿಮ್ಮ ಪ್ರಶ್ನೆಗಳು ಮುಗಿಯೋದರೊಳಗೆ ಮಧ್ಯರಾತ್ರಿ ಆಗಿಬಿಟ್ಟಿರುತ್ತೆ. ನಿಮ್ಮಪ್ಪ ನನ್ನ ಕೊರಳಪಟ್ಟಿ ಹಿಡಿದು ನೇತಾಕ್ತಾರೆ. ನೀನು ದೊಡ್ಡವನಾದಾಗ ಈ ತರಲೆ ಟಿವಿ ರಿಪೋರ್ಟರುಗಳಂತಾಗು. ಅದೇ ನಿನಗೆ ಸರಿಯಾದ ಉದ್ಯೋಗ'.

ಸಿನ್ನಮಾನ್ ನಕ್ಕ. 'ಹೌದು. ನಾನು ಪತ್ರಕರ್ತ ಆಗಬೇಕು ಅಲ್ವ. ಪ್ರಶ್ನೆ ಕೇಳೋಕೆ ಸಂಬಳ ತಗೋಳೊದು ಎಷ್ಟು ಚಂದ ಇರುತ್ತೆ. ಹಗಲು ಇರುಳು ಅನ್ನದೆ ದುಡಿಯಬಹುದು. ನನ್ನ ಡ್ರೀಮ್ ಜಾಬ್'

ದೇವೇಂದ್ರ ಗಂಭೀರನಾಗಿ– 'ವೈಸೇ (ಅಂದಂಗೆ) ನಿನಗೆ ಹೇಳಲೇಬೇಕು, ಬೀಡಿ ಸೇದುವುದು ಅತ್ಯಂತ ಕೆಟ್ಟ ಅಭ್ಯಾಸ ಆಯ್ತ. ಆರೋಗ್ಯಕ್ಕೆ ಹಾನಿಕಾರಕ. ನೀನು ಯಾವತ್ತಿಗೂ ಕಲಿಯಬಾರದು'

'ಚಿಂತೆ ಮಾಡಬೇಡಿ ಭಯ್ಯಾ. ನನಗೆ ಅದರಲ್ಲಿ ಆಸಕ್ತಿ ಇಲ್ಲ. ಮುಂದೆಂದಾದರೂ ಅದು ಮನಸಿಗೆ ಬಂದಲ್ಲಿ ಖಂಡಿತ ನಿಮ್ಮ ಮಾತನ್ನು ನೆನಪಿಸಿಕೊಳ್ತೀನೆ'

ದೇವೇಂದ್ರಾ ಹೌದಾ ಎಂಬಂತೆ ಮುಖ ಮಾಡಿದ.

'ನೀವು ನರಪೇತಲನಂಗಿರೋದನ್ನು ನೆನಪಿಸಿಕೊಳ್ತೀನಿ. ಅಷ್ಟು ಸಾಕು ನನಗೆ. ಕಂಪನಿಯವರು ಸಿಗರೇಟ್ ಪ್ಯಾಕೆಟ್ಟುಗಳ ಮೇಲೆ ನಿಮ್ಮ ಚಿತ್ರ ಹಾಕಬೇಕಿತ್ತು, ಖಂಡಿತ ಜನ ಹೆದರಿಕೊಳ್ಳೋರು, ನೀವೂ ಫೇಮಸ್ಸಾಗಿಬಿಡ್ತಿದ್ರಿ'

'ಭಲೋ ಭಲೋ' ದೇವೇಂದ್ರ ಒಳಗೊಳಗೆ ನಗುತ್ತ ಗದರಿದ. ಬೈಕ್ ಆನ್ ಮಾಡಿ ಕಿಕ್ಕರನ್ನು ಬಲವಾಗಿ ಒದ್ದು ಸ್ಟಾರ್ಟ್ ಮಾಡಿದ. ಸಿನ್ನಮಾನ್ ಬೈಕು ಹತ್ತಲಿಲ್ಲ.

'ಯಾಕೆ ಸಾರ್? ಇನ್ನೂ ಏನಾದರೂ ಬಾಕಿ ಇದೆಯಾ? '

'ಇದು ನಿಮ್ಮ ಎನ್‌ಫೀಲ್ಡಾ? '

‘ಹೌದು ಮಹಾರಾಜರೇ. ಸದ್ಯಕ್ಕೆ ನಮ್ಮತ್ರ ಕಾರ್ ಇಲ್ಲ. ಕ್ಷಮಿಸಿ’

‘ನಾನು ಓಡಿಸಬೇಕು, ಈಗಲೇ’

ದೇವೇಂದ್ರ ಹುಬ್ಬು ಹಾರಿಸಿದ. ‘ಎಲ್ಲಿಗೆ? ಎನ್‌ಫೀಲ್ಡನ್ನೆಲ್ಲ ಓಡಿಸುವಷ್ಟು ಶಕ್ತಿಯಿಲ್ಲ ನಿನಗೆ. ಸ್ಕೂಟಿಯಲ್ಲಿ ಶುರು ಮಾಡು ಮೊದಲು’

ಸಿನ್ನಮಾನ್ ದೇವೇಂದ್ರ ಭುಜಕ್ಕೆ ಗುದ್ದಿ ‘ಇಷ್ಟು ಸಾಕಲ್ವಾ?’ ಅಂದ.

ದೇವೇಂದ್ರ ನೋವಿನಿಂದ ‘ಹೌದಪ್ಪ, ನಿನ್ನತ್ರನೂ ಶಕ್ತಿ ಇದೆ’

‘ನಾನು ಓಡಿಸಲೇಬೇಕು’

ದೇವೇಂದ್ರ ನಿಟ್ಟುಸಿರು ಬಿಟ್ಟು ಬೈಕಿಂದ ಇಳಿದ. ಸಿನ್ನಮಾನ್ ಉತ್ಸಾಹದಿಂದ ಕೀಯನ್ನು ಇಸಕೊಂಡು ಬೈಕ್ ಹತ್ತಿದ.

ದೇವೇಂದ್ರ ಸಿನ್ನಮಾನನ್ನು ಅಣಕಿಸುತ್ತ ‘ನಾನೂ ಬೈಕು ಓಡಿಸ್ತೀನಿ’ ಅಂದ. ‘ಮೊದಲು ಬೈಕ್ ಸ್ಟಾರ್ಟ್ ಮಾಡು’.

ಸಿನ್ನಮಾನ್ ಕಿಕ್ ಮಾಡಿದಾ ಮಾಡಿದಾ ಎಷ್ಟು ಸಲ ಮಾಡಿದರೂ ಬೈಕು ಅಲ್ಲಾಡಲಿಲ್ಲ. ಅವನ ಮರ್ಯಾದೆ ಇನ್ನಷ್ಟು ತೆಗೆಯಲೇನೊ ಎಂಬಂತೆ ಬೈಕಿನ ಮುಂದಿನ ಚಕ್ರ ಅವನಿಗೆ ವಿರುದ್ಧವಾಗಿ ಮೂತಿ ಮಾಡಿಕೊಂಡುಬಿಟ್ಟಿತು.

‘ಆಗಲ್ಲ ಅಲ್ವಾ?’ ದೇವೇಂದ್ರ ಇನ್ನೊಮ್ಮೆ ತಿವಿದ. ಸಿನ್ನಮಾನಿಗೆ ಸಿಟ್ಟು ಬಂತು. ತನ್ನೆಲ್ಲ ಶಕ್ತಿಯನ್ನು ಒಗ್ಗೂಡಿಸಿ ಜೋರಾಗಿ ಒದ್ದ. ಅವನ ಆಶ್ಚರ್ಯಕ್ಕೆ ಬೈಕಿನ ಗುಡ–ಗುಡ–ಗುಡ ಸದ್ದು ಕಿವಿಗೆ ಇಂಪಾಗಿ ಕೇಳಿಸತೊಡಗಿತು.

‘ಲೆಟ್ಸ್ ಗೋ’ ಅಂದ ಸಿನ್ನಮಾನ್ ಜೋಷ್‌ನಿಂದ. ದೇವೇಂದ್ರ ಹಿಂದೆ ಹತ್ತಿಕೊಂಡ. ಅವರು ಹಳ್ಳಿಯ ಸುತ್ತಲು ಹೊರಟರು. ದೇವೇಂದ್ರನ ಒರಟಾದ ಆದರೆ ಅಷ್ಟೇ ಬಲವಾದ ಕೈಗಳು ಬೈಕಿನ ಹ್ಯಾಂಡಲನ್ನು ನಿಯಂತ್ರಿಸುತ್ತಿದ್ದವು. ಹಳ್ಳಿ ಹುಡುಗರು ಹುಡುಗಿಯರು ಅವರ ಕಡೆಗೆ ಕೈಬೀಸುತ್ತ ಅವನ ಹೆಸರು ಕೂಗುತ್ತ ಹೇ ಎಂದು ಕೂಗುತ್ತಿದ್ದರು.

ಹಳ್ಳಿ ಸುತ್ತಿದ ಬಳಿಕ ಅವರು ಅದಿತಿಯ ಗುಡಿಸಲಿಗೆ ಬಂದರು. ಸಿನ್ನಮಾನ್ ಎಷ್ಟು ಜೋರಾಗಿ ಕಿರುಚಿದನಂದರೆ ಒಳಗಿದ್ದ ಅವನ ಮಾ, ಬಾ ಓಡೋಡಿ ಬಂದರು. ಬೈಕಿನ ಮೇಲೆ ಅರ್ಧ ವಯಸ್ಕನಂತಿರುವ ಹುಡುಗ, ಅರ್ಧ ಹುಡುಗನಂತಿರುವ ವಯಸ್ಕ, ಆ ದೃಶ್ಯ ನೋಡುಗರಿಗೆ ಅಪ್ಯಾಯಮಾನವಾಗಿತ್ತು.

ಆ ರಾತ್ರಿ ಊಟದ ನಂತರ ಕೊನೆಯ ಸರ್ಪ್ರೈಜ್ ಬಾಕಿ ಇತ್ತು. ಅದಿತಿ ತನ್ನ ಬುಡಕಟ್ಟು ಸಮುದಾಯದ ಅನೇಕ ಹಾಡುಗಳನ್ನು ಹಾಡಿದರು. ಅವುಗಳ ಅರ್ಥವನ್ನೂ ವಿವರಿಸಿದರು. ಆನಂತರ ದೊಡ್ಡವರು ಹಳ್ಳಿ ಜೀವನದ ಕಷ್ಟ ಸುಖಗಳ ಬಗ್ಗೆ ಚರ್ಚೆ ಮಾಡಿದರು: ಮದುವೆ ಆಗುವುದರ ಬಗ್ಗೆ ಹೆಣ್ಣಿಗೆ ಹೇಗನಿಸುತ್ತದೆ, ವಲಸೆ ಹೋಗುವ ಸವಾಲುಗಳೇನು, ಹಳ್ಳಿಯ ಸರಳವಾದ ನವಣೆ ಧಾನ್ಯಗಳ ಆಹಾರಕ್ರಮ, ಮುಂಗಾರಿನ ಕಣ್ಣಾಮುಚ್ಚಾಲೆ, ಬುಡಕಟ್ಟು ದೇವರುಗಳಿಗೆಂದಿರುವ ಭಕ್ತಿಗೀತೆಗಳು ಇತ್ಯಾದಿಯಾಗಿ. ಸಿನ್ನಮಾನಿಗೆ ಅದೆಲ್ಲದರಿಂದ ಮನುಷ್ಯನ ಭಾಷೆ, ಸಂಸ್ಕೃತಿ, ಹಿನ್ನೆಲೆ ಎಷ್ಟೇ ಭಿನ್ನವಿದ್ದರೂ ಮೂಲಭೂತ ಭಾವನೆಗಳು ಒಂದೇ ಎಂದು ಅರ್ಥವಾಯಿತು. ಆ ರಾತ್ರಿ ಅವನು ಸತ್ರಂಜಿಯೊಳಗೆ ಹುದುಗಿ ಮಲಗಿದನು, ಆ ಸುಖ ಅಲ್ಲಿ ತನಕ ದೊರಕಿದ ಹುಟ್ಟುಹಬ್ಬದ ಉಡುಗೊರೆಗಳಲ್ಲಿ ಅತ್ಯುತ್ತಮ ಉಡುಗೊರೆಯಾಗಿತ್ತು.

ಮೇಣದ ಬೆಳಕು

ಸಿನ್ನಮಾನ್ ಮಲಗಿದ ನಂತರ ಅದಿತಿ ಮಾ–ಬಾಬಾರೊಂದಿಗೆ ಮಾತಿಗಿಳಿದರು. ಅವರು ನೆಲದ ಮೇಲೆ ಕುಳಿತಿದ್ದರು. ಕಿಟಕಿಯಿಂದ ತಂಗಾಳಿ ಒಳತೂರಿ ಬರುತ್ತಿತ್ತು. ಮೇಣದ ಬತ್ತಿ ಗಾಳಿಗೆ ಸಿಕ್ಕಿ ಅಲುಗಾಡುತ್ತಿತ್ತು. ಅದಿತಿ ತನ್ನ ಬದುಕಿನ ಬಗ್ಗೆ ಹಂಚಿಕೊಳ್ಳುತ್ತಿದ್ದರು. ತಾನು ಸಿನ್ನಮಾನನ್ನು ದತ್ತು ಕೇಂದ್ರಕ್ಕೆ ಕೊಡಬೇಕಾದ ಒತ್ತಡದ ಬಗ್ಗೆ, ತಾನು ಅನುಭವಿಸಿದ ಕಷ್ಟಗಳ ಬಗ್ಗೆ. ಒಂದು ಕ್ಷಣ ಮೌನ ತಾಳಿ ಕಿಟಕಿಯ ಹೊರಗಿನ ಕತ್ತಲೆಯನ್ನು ದಿಟ್ಟಿಸುತ್ತ 'ನಾನು ನಿಮ್ಮನ್ನೊಂದು ಪ್ರಶ್ನೆ ಕೇಳಬೇಕು' ಎಂದರು.

ಬಾಬಾ ತಲೆ ಗುಣುಕು ಹಾಕಿದರು.

'ಯಾಕೆ ನೀವು ಅವನು ನನ್ನನ್ನು ಭೇಟಿ ಮಾಡಲು ಅವಕಾಶ ಮಾಡಿಕೊಟ್ಟಿದ್ದು?'

'ಯಾಕೆಂದರೆ ನಾನೂ ಅವನ ಅಪ್ಪ. ಅಪ್ಪನಾಗಿ ಮಗ ಖುಷಿಯಾಗಿರುವುದು ನನಗೆ ಮುಖ್ಯ. ಅವನಿಗೆ ತಾನು ದತ್ತುಮಗ ಅಂತ ಗೊತ್ತಾದಾಗಿನಿಂದ ತನ್ನನ್ನು ಹೆತ್ತವರು ಯಾರೆಂದು ತಿಳಿದುಕೊಳ್ಳುವ ಕುತೂಹಲ ಹುಟ್ಟಿಕೊಂಡಿತ್ತು.

ಆದ್ದರಿಂದ ನಿಮ್ಮನ್ನು ತೋರಿಸುವುದು ನಾವು ಅವನಿಗೆ ಕೊಡಬಹುದಾದ ಬೆಸ್ಟ್ ಗಿಫ್ಟ್ ಅನಿಸಿತು'

'ನೀವು ಹೇಳ್ತಿರೋದಕ್ಕಿಂತ ಬೇರಿನ್ನೇನೊ ಕತೆ ಇದೆ ಅನಿಸ್ತಾ ಇದೆ? ಒಂದು ವೇಳೆ ಸಿನ್ನಮಾನ್ ನಿಮ್ಮ ಜೊತೆ ವಾಪಸ್ ಬರಲಿಲ್ಲಾಂದರೆ ಏನು ಮಾಡ್ತೀರಿ? ನಿಮ್ಮಂಥ ಶ್ರೀಮಂತರು ಇಂತಹ ಕುಗ್ರಾಮವನ್ನು ಹುಡುಕಿಕೊಂಡು ಬಂದಿರೋದು ಕೇವಲ ಒಬ್ಬ ಸಣ್ಣ ಹುಡುಗನಿಗೆ ತನ್ನ ತಾಯಿಯನ್ನು ತೋರಿಸಲು ಎಂಬುದು ನನಗೆ ಅನುಮಾನ'

'ಅವನು ನಮ್ಮ ಮಗ ರೀ. ಯಾವುದೋ ಹುಡುಗನಲ್ಲ. ನಾವು ಆಗಲೇ ಕಾರಣ ಹೇಳಿದ್ದೀವಲ್ಲ. ನಿಮಗೆ ನಾವು ಸುಳ್ಳು ಹೇಳ್ತಿದ್ದೀವಿ ಅನಿಸ್ತಿದೆಯಾ?' ಎಂದು ಕೇಳಿದರು ಮಾ.

'ನಿಮಗೆ ಬೇಕಾದ ಹಾಗೆ ಏನನ್ನೋ ಹೇಳಬೇಡಿ ನೀವು ಸುಳ್ಳು ಹೇಳ್ತಿದ್ದೀರಿ ಎಂದು ನಾನೆಲ್ಲಿ ಹೇಳಿದೆ' ಎಂದು ಕೇಳಿದರು ಅದಿತಿ.

ಬಾಬಾ ಮಧ್ಯಸ್ತಿಕೆ ವಹಿಸಿ– 'ಹೋಗಲಿ ಬಿಡು. ಅದಿತಿ ಹೇಳಿದ ಅರ್ಥ ಅದಲ್ಲ ಅಂತ ನನಗೆ ಗೊತ್ತು'.

'ನಾನು ಹೇಳಿದ್ದು ಆ ಅರ್ಥದಲ್ಲಿ ಅಲ್ಲ. ಖಂಡಿತ ನನಗೆ ಬೇರೇನೋ ಕಾರಣ ಇದೆ ಅಂತನಿಸ್ತಿದೆ, ನಾನು ಗಮನಿಸಿದ ಕೆಲವು ಬೆಳವಣಿಗೆಗಳು ಕಳವಳ ಉಂಟುಮಾಡುತ್ತಿವೆ'

'ಏನು ಗಮನಿಸಿದ್ರಿ ನೀವು? ಏನು ನಿಮ್ಮ ಮಾತಿನ ಅರ್ಥ?' ಎಂದು ಕೇಳಿದರು ಬಾಬಾ.

'ಇವತ್ತು ರಾತ್ರಿ... ಅವನು ಮಲಗೋ ಮುನ್ನ...' ಅದಿತಿ ತನ್ನ ಗಂಡನನ್ನು ಒಮ್ಮೆ ನೋಡಿದರು. ಸಂತೋಷ್ ಮುಂದುವರೆಯಲು ಸಮ್ಮತಿ ಸೂಚಿಸಿದರು. 'ಅವನು ನೀರು ಕುಡಿಯಲು ಒಳಗೆ ಹೋದಾಗ ಎಡವಿ ಬಿದ್ದ. ಮತ್ತು ನಾನು ಏನಾದರೂ ಬೇಕಾ ಎಂದು ಕೇಳಿದಾಗ ತಕ್ಷಣ ಉತ್ತರಿಸಲಿಲ್ಲ. ಬಂದಾಗಿಂದ ತುಂಬಾ ಸಲ ನೋಡಿದ್ದೇನೆ ಹೀಗಾಗಿರೋದನ್ನು'

'ನೀವೂ...' ಎಂದು ಬಾಯಿ ತೆರೆದ ಮಾನನ್ನು ಬಾಬಾ ತಡೆಹಿಡಿದರು.

ಬಾಬಾ ದೀರ್ಘ ಉಸಿರು ಎಳೆದುಕೊಂಡು 'ಅವನಿಗೆ ರಾತ್ರಿ ಹೊತ್ತು ಸರಿಯಾಗಿ ಕಣ್ಣು ಕಾಣದಿರುವುದನ್ನು ನಾವೂ ಗಮನಿಸಿದ್ದೇವೆ. ಅವನ

ಕಿವಿಗಳು ಸಹ ಮಂದ ಆಗಿವೆ. ಎಷ್ಟೋ ಸಲ ನಾವು ಅವನಿಗೆ ಹೇಳಿದ್ದನ್ನೇ ಮತ್ತೆ ಮತ್ತೆ ಹೇಳಬೇಕು. ಅವನ ಶಾಲಾ ಟೀಚರುಗಳು ಅದನ್ನೇ ಹೇಳಿದ್ದಾರೆ. ತಮ್ಮ ಪಾಠವನ್ನು ಸರಿಯಾಗಿ ಕೇಳಿಸಿಕೊಳ್ಳುತ್ತಿಲ್ಲವೆಂದು. ಮೊದಮೊದಲು ನಾವು ಏನೋ ಹುಡುಗಾಟ ಮಾಡ್ತಿದ್ದಾನೆ ಅಂತ ನಿರ್ಲಕ್ಷ್ಯ ಮಾಡಿದ್ದೆವು. ಆದರೆ ಬರ್ತಾ ಬರ್ತಾ ಅವನ ಸ್ಥಿತಿ ಹದಗೆಡುತ್ತಾ ಹೋಯಿತು. ಡಾಕ್ಟರು ಒಂದಷ್ಟು ಮಾತ್ರೆ ಕೊಟ್ಟಿದ್ದರು, ಕೆಲಕಾಲ ಅದು ಕೆಲಸ ಮಾಡಿತ್ತು. ಆದರೆ ಕಳೆದ ವರ್ಷದಿಂದ ಅವನಲ್ಲಿನ ಸಮಸ್ಯೆಗಳು ಇನ್ನಷ್ಟು ದೊಡ್ಡದಾಗಿವೆ. ಈ ಸಲ ನಾವು ದೆಹಲಿಯ ಅತ್ಯುತ್ತಮ ವೈದ್ಯರಿಗೆ ತೋರಿಸಿದೆವು. ಅವನ ಹಳೆಯ ದಾಖಲೆಗಳನ್ನೆಲ್ಲ ಅವರ ಬಳಿ ತಗೊಂಡು ಹೋಗಿದ್ದೆವು'.

ಬಾಬಾ ಅದಿತಿಯ ಕಣ್ಣಲ್ಲಿ ಹೆದರಿಕೆಯನ್ನು ಕಂಡರು.

'ದುರದೃಷ್ಟವಶಾತ್ ಅವನಿಗೆ ಬಹಳಾನೆ ಅಪರೂಪದ ಒಂದು ಖಾಯಿಲೆ ಇದೆ. ಅದಕ್ಕೆ 'ಅಶರ್ ಸಿಂಡ್ರೋಮ್ ಟೈಪ್ 3' ಎಂದು ಕರೆಯುತ್ತಾರೆ'.

'ಅಶರ್? ಹಂಗಂದ್ರೇನು?' ಅದಿತಿ.

'ಅದೊಂದು ಅನುವಂಶೀಯ ಖಾಯಿಲೆ. ಎಷ್ಟೋ ಸಲ ಅದು ಹೆತ್ತ ತಂದೆ ತಾಯಿಗೆ ಇರಲ್ಲ. ಅದು ಕಣ್ಣು ಮತ್ತು ಕಿವಿ ಎರಡನ್ನೂ ದುರ್ಬಲ ಮಾಡುತ್ತೆ. ನಾನು ಅದರ ಬಗ್ಗೆ ಸಾಕಷ್ಟು ಓದಿ ತಿಳಿದುಕೊಂಡೆ. ಒಂದು ಲಕ್ಷ ಮಕ್ಕಳಲ್ಲಿ ಕೇವಲ ಮೂರು ಮಕ್ಕಳಿಗೆ ತಗುಲುವಂತಹ ವಿರಳಾತಿವಿರಳ ಖಾಯಿಲೆ. ಅದರಿಂದಾಗಿ ಮಗು ತಾರುಣ್ಯ ತಲುಪುವಷ್ಟರಲ್ಲಿ ನೋಡುವ ಮತ್ತು ಕೇಳುವ ಎರಡೂ ಶಕ್ತಿಗಳನ್ನು ಕಳೆದುಕೊಳ್ಳುತ್ತೆ. ಯಾವ ಪ್ರಮಾಣದಲ್ಲಿ ಅನ್ನೋದು ಒಂದು ಮಗುವಿಂದ ಇನ್ನೊಂದು ಮಗುವಿಗೆ ಬಂದು ಬಿಡುತ್ತೆ.' ಈಗ ಬಾಬಾ ಕಣ್ಣಲ್ಲಿ ನೀರು.

ಅವರು ಮರಾಠಿಯಲ್ಲಿದ್ದ ಕೆಲವು ವೈದ್ಯಕೀಯ ಲೇಖನಗಳನ್ನು ಅದಿತಿಗೆ ಓದಲು ಕೊಟ್ಟರು. 'ಒಂದು ಸಮಾಧಾನ ಸಂಗತಿ ಏನೆಂದರೆ ಸಿನ್ನಮಾನಿನ ಪರಿಸ್ಥಿತಿ ಅಷ್ಟು ಬಿಗಡಾಯಿಸಿಲ್ಲ. ವೈದ್ಯರ ಪ್ರಕಾರ ಅವನ ದೃಷ್ಟಿ ಇನ್ನಷ್ಟು ವರುಷ ಇರಬಹುದು.

ಸುಮಾರು ನಲವತ್ತು ವರುಷಗಳ ತನಕ ಇರಬಹುದು. ಆದರೆ ಆಲಿಸುವ ಶಕ್ತಿ ಮಾತ್ರ ಬೇಗ ಹೋಗುತ್ತೆ. ಇನ್ನು ಕೆಲವು ವರ್ಷಗಳಲ್ಲಿ ಏನನ್ನೂ ಕೇಳಿಸಿಕೊಳ್ಳದವನಾಗುತ್ತಾನೆ'

'ಅದಕ್ಕಾಗಿ ನೀವು ಅವನನ್ನ...'

'ಅವನಿಗೆ ತನ್ನ ಹೆತ್ತ ಅಪ್ಪ ಅಮ್ಮನ ಧ್ವನಿ ಕೇಳಿಸಿಕೊಳ್ಳುವ ಅವಕಾಶ ಮಾಡಿಕೊಡಬೇಕಿತ್ತು. ಯಾವುದೇ ವ್ಯಕ್ತಿಗೆ ಈ ಎರಡು ಜಗತ್ತಿನಲ್ಲಿ ಅತ್ಯಂತ ಮಧುರ ಧ್ವನಿಗಳಾಗಿರುತ್ತವೆ. ಆ ಹಕ್ಕನ್ನು ನಾನು ಅವನಿಂದ ಕಸಿದುಕೊಳ್ಳಲು ತಯಾರಿರಲಿಲ್ಲ. ಮತ್ತು ಕಾಲ ಮೀರುತ್ತಿತ್ತು. ಅವನ ತಂದೆ ತೀರಿಕೊಂಡಿದ್ದಾರೆ ಎಂಬ ಸುದ್ದಿ ತಿಳಿದಾಗಿಂದ ಇನ್ನು ತಡ ಮಾಡಬಾರದು ಅಂದುಕೊಂಡೆ. ಕನಿಷ್ಠ ಅಮ್ಮನ ಧ್ವನಿ ಕೇಳಿಸಿಕೊಳ್ಳಲಿ ಎಂದು. ನಿಮಗೆ ನೆನಪಿರಬೇಕು, ನಾನು ನಿಮ್ಮನ್ನು ಆತನ ತಂದೆಯ ಧ್ವನಿಯ ರೆಕಾರ್ಡ್ ಇದೆಯಾ ಎಂದು ಕೇಳಿದ್ದೆ'

'ಇದಕ್ಕೆ ಚಿಕಿತ್ಸೆಯೇ ಇಲ್ಲವೇ?'

ಬಾಬಾ ತಲೆ ಅಲ್ಲಾಡಿಸಿದರು. 'ಸದ್ಯಕ್ಕಂತೂ ಇಲ್ಲ. ಆ ದಿಕ್ಕಿನಲ್ಲಿ ಸಾಕಷ್ಟು ವೈಜ್ಞಾನಿಕ ಕೆಲಸಗಳು ಆಗುತ್ತಿವೆ. ಮಗುವಿಗೆ ಆಲಿಸುವ ಕೃತಕ ಸಾಧನಗಳನ್ನು ಅಳವಡಿಸಬಹುದು. ಆದರೆ ಒಟ್ಟಾಗಿ ಮಗು ಮತ್ತು ಕುಟುಂಬ ತಮ್ಮ ಜೀವನಕ್ರಮದಲ್ಲಿ ಅಗತ್ಯ ಬದಲಾವಣೆಗಳನ್ನು ಮಾಡಿಕೊಳ್ಳಬೇಕಾಗುತ್ತೆ. ಅವನ ದೃಷ್ಟಿ ಅಷ್ಟೊಂದು ವರುಷ ಇರಲಿದೆ ಎಂಬುದೇ ನಮ್ಮ ಅದೃಷ್ಟ'

ಅದಿತಿ ಅಳುತ್ತಿದ್ದರು. ಬಸುಂಧರ ಆಕೆಯ ಮಗ್ಗುಲಲ್ಲಿದ್ದರು. 'ನಿಮಗೆ ಎಷ್ಟು ಆಘಾತ ಆಗುತ್ತಿದೆಯೋ ನನಗೂ ಅಷ್ಟೇ ಆಘಾತ ಆಗಿತ್ತು' ಎಂದು ಅದಿತಿಯನ್ನು ತಬ್ಬಿಕೊಂಡರು.

'ಆದರೆ... ಅವನಿಗೆ ಇದೆಲ್ಲ ಗೊತ್ತಾ', ಅಲ್ಲಿತನಕ ಮೌನದಿಂದಿದ್ದ ಸಂತೋಷ್ ಕೇಳಿದರು. ಅವರೂ ಅಳುತ್ತಿದ್ದರು. ಬಾಬಾ ಇಲ್ಲವೆಂದರು.

'ಯಾವಾಗ ಹೇಳುತ್ತೀರಿ?'

ಬಾಬಾ ಕಿಟಕಿಯಾಚೆಗಿನ ಅನಂತ ಕತ್ತಲೆಯೆಡೆಗೆ ದಿಟ್ಟಿಸುತ್ತ 'ಸಮಯ ಬಂದಾಗ' ಎಂದರು.

ಮನೆಯತ್ತ ಪ್ರಯಾಣ

ಮಾರನೆಯ ದಿವಸ ಎಲ್ಲರೂ ಪ್ಯಾಕಿಂಗಿನಲ್ಲಿ ಬಿಜಿಯಾಗಿದ್ದರು. ಸಿನ್ನಮಾನಿಗೆ ಆಸಕ್ತಿಯೇ ಇರಲಿಲ್ಲ. ಮಾ ಬಾಬಾ ಇಬ್ಬರೇ ಎಲ್ಲವನ್ನು ಪ್ಯಾಕ್ ಮಾಡಬೇಕಾಯ್ತು.

ಸಿನ್ನಮಾನ್ ಹಾಸಿಗೆ ಮೇಲೆ ಉರುಳಿಕೊಂಡಿದ್ದ. ಅದಿತಿ ಅವನ ಬಳಿ ಬಂದು ತಲೆ ನೇವರಿಸುತ್ತ 'ಸಂಪರ್ಕದಲ್ಲಿರು ಕಂದಾ. ನೋಡು ನಿನಗೆ ಎಷ್ಟೆಲ್ಲ ಅವಕಾಶ ಇದೆ ಓದಿ ಮುಂದೆ ಹೋಗಲು. ಒಳ್ಳೆ ನೌಕರಿ ತಗೊ, ದೊಡ್ಡ ಆಫೀಸರಾಗು. ನಾನು ಆಮೇಲೆ ನಿನ್ನ ಬಂದು ಕಾಣ್ತೇನೆ. ನಿನ್ನಮ್ಮ ಎಲ್ಲೂ ಹೋಗಲ್ಲ ಇಲ್ಲೇ ಇರ್ತಾರೆ, ಈ ಸಣ್ಣ ಹೋಟೆಲನ್ನು ನಡೆಸುತ್ತ. ಚನ್ನಾಗಿ ಓದು. ಆಗಾಗ್ಗೆ ಬರ್ತಾ ಇರು ಇಲ್ಲಿಗೆ', ಆಕೆಯ ಕಣ್ಣುಗಳಲ್ಲಿ ಮಗನ ಮೇಲಿನ ಮಮಕಾರ ಅಕ್ಕರೆ ತುಂಬಿ ತುಳುಕುತ್ತಿತ್ತು.

ಬಾಬಾ ಮತ್ತು ದೇವೇಂದ್ರ ನಂದುರ್ಬಾರ್ ಸ್ಟೇಶನ್ನಿಗೆ ಹೊರಡುವ ತಯಾರಿ ಮಾಡಿದ್ದರು. ಅಲ್ಲಿಂದ ರೈಲಿನಲ್ಲಿ ಪುಣೆ ತಲುಪುವ ಯೋಜನೆ. ಸ್ಟೇಶನ್ ತಲುಪಿದಾಗ ಅವರ ದುಃಖಕ್ಕೆ ಉಪ್ಪು ಸುರಿದಂತೆ ರೈಲು ಅಂದು ಸಮಯಕ್ಕೂ ಮುನ್ನ ಆಗಮಿಸಿತ್ತು. ಅವರು ತಮ್ಮ ಕಂಪಾರ್ಟ್‌ಮೆಂಟು ಹತ್ತಿ

ಲಗೇಜು ಎತ್ತಿಟ್ಟು ಸೀಟಿನ ಮೇಲೆ ಕುಳಿತರು. ಅದಿತಿ ಸಿನ್ನಮಾನ್ ಒಂದು ಕಡೆ. ಮಾ ಬಾಬಾ ಇನ್ನೊಂದು ಕಡೆ. ಸಿನ್ನಮಾನಿಗೆ ಮೊದಲ ಸಲ ಮಾ ಬಾಬಾರ ಮೊಗದಲ್ಲಿ ದಣಿವು ಕಂಡಿತು. ಕಳೆದ ಕೆಲವು ದಿವಸಗಳು ಅವರ ಪಾಲಿಗೆ ಯುಗಗಳಾಗಿಬಿಟ್ಟಿದ್ದವು.

'ಅವನು ಚಿಕ್ಕವನಿದ್ದಾಗಿಂದ ತನ್ನ ಅಪ್ಪ ಅಮ್ಮನನ್ನು ಭೇಟಿ ಮಾಡಬೇಕೆಂದು ಆಸೆ ಇಟ್ಟುಕೊಂಡಿದ್ದ. ಅವನು ಹದಿನೆಂಟು ತುಂಬುವ ತನಕ ನನಗೂ ಅದು ಅಸಾಧ್ಯ ಎಂದು ಅನಿಸಿತ್ತು, ಕಾರಣ ಕಾನೂನು ಹಾಗಿತ್ತು. ನಾವು ನಿಮಗೆ ಮನಸಾರೆ ಋಣಿಯಾಗಿದ್ದೇವೆ. ಸಿನ್ನಮಾನಿನ ಅಮ್ಮ ಧೈರ್ಯವಂತೆ ಛಲಗಾತಿ ಎಂದು ಗೊತ್ತಾಯಿತು. ಅವನ ಅಪ್ಪನೂ ಹಾಗೆ ಇರುತ್ತಾರೆ ಖಂಡಿತ. ನೀವು ಎಷ್ಟು ಕಷ್ಟ ಬಿದ್ದಿರಬಹುದೆಂದು ನಮಗೆ ಊಹಿಸಲು ಅಸಾಧ್ಯ. ಗಂಡನನ್ನು ಕಳೆದುಕೊಂಡಿರಿ. ಮಗನನ್ನು ಬಿಟ್ಟುಕೊಟ್ಟಿರಿ. ನಿಮ್ಮದೇ ವ್ಯಾಪಾರ ಕಟ್ಟಿಕೊಂಡಿದ್ದೀರಿ. ಸಿನ್ನಮಾನ್ ದೊಡ್ಡವನಾದಾಗ ನಿಮ್ಮ ಗುಣಗಳನ್ನು ಹೊಂದಿರಲಿ ಎಂದು ಆಶಿಸುತ್ತೇವೆ', ಬಾಬಾ ಭಾವುಕರಾಗಿದ್ದರು. ಸಿನ್ನಮಾನಿಗೆ ಅದು ಬಹಳ ವಿರಳ ದೃಶ್ಯವಾಗಿತ್ತು.

ಅದಿತಿ ತನ್ನ ಕೈಗಳನ್ನು ಜೋಡಿಸಿ 'ನೀವೂ ತುಂಬಾ ದೊಡ್ಡ ಸಹಾಯ ಮಾಡಿದ್ದೀರಿ. ಇವನನ್ನು ದತ್ತು ಪಡಕೊಂಡು ಅವನಿಗೆ ಒಳ್ಳೆಯ ಜೀವನ ಕಲ್ಪಿಸಿದ್ದೀರಿ. ನಾನು ನಿಮಗೆ ಎಂದೆಂದಿಗೂ ಋಣಿಯಾಗಿರುತ್ತೇನೆ' ಎಂದರು.

ಮಾ 'ನಾವು ಯಾವ ಮಹಾ ಸಹಾಯವನ್ನು ಮಾಡಿಲ್ಲ. ಒಬ್ಬರು ಮಕ್ಕಳನ್ನು ಜೈವಿಕವಾಗಿ ಪಡೆಯಬಹುದು, ಇನ್ನೊಬ್ಬರು ದತ್ತು ಮೂಲಕ ಪಡೆಯಬಹುದು. ನಾವು ದತ್ತು ಆಯ್ಕೆ ಮಾಡಿಕೊಂಡೆವು. ಅದರ ನಂತರ ಎಲ್ಲಾ ತಂದೆತಾಯಿ ನಿರ್ವಹಿಸುವ ಜವಾಬ್ದಾರಿಯನ್ನೆ ನಾವೂ ನಿಭಾಯಿಸಿದೆವು ಅಷ್ಟೇ. ಅದರಲ್ಲಿ ಹೆಚ್ಚೇನಿಲ್ಲ. ಹೊಗಳುವಂಥದ್ದಿಲ್ಲ'

'ಆಯಿ ಚಿಂತೆ ಮಾಡಬೇಡ. ನಾನು ಆಗಾಗ್ಗೆ ಬರ್ತೀರ್ತೀನಿ, ನೀನೂ ಸಹ ನಮ್ಮ ಮನೆಗೆ ಬರ್ತಿರು', ಸಿನ್ನಮಾನ್ ಅಮ್ಮನಿಗೆ ಹೇಳಿದ.

'ನಿಮ್ಮ ಮನೆ!' ಅದಿತಿ ಮುದ್ದಾಗಿ ನುಡಿದರು.

'ಇನ್ನು ಮುಂದೆ ನಿನ್ನ ಮನೆಯೂ ಹೌದು' ಎಂದ ಸಿನ್ನಮಾನ್.

'ನೀವು ಇನ್ನು ಸ್ವಲ್ಪ ದಿವಸ ಉಳಿದುಕೊಂಡಿದ್ದರೆ ತೋರನ್ಮಾಲ್ ದೇವಸ್ಥಾನವನ್ನು ನೋಡಬಹುದಿತ್ತು, ಮತ್ತು ಉನಪ್ದೇವ್‌ನಲ್ಲಿರುವ ಬಿಸಿನೀರಿನ ಚಿಲುಮೆಗಳನ್ನೂ'

‘ಇನ್ನೊಮ್ಮೆ ಬರ್ತೀವಿ ಬಿಡಿ. ನಮ್ಮ ನಡುವೆಯೆ ಇದೊಂದು ಚಿಟಪಟ ಚಿಲುಮೆ ಇದೆಯಲ್ಲ. ಪುಣೆಗೆ ಬಂದಾಗ ಮನೆಗೆ ಬನ್ನಿ. ನಮ್ಮ ವಿಳಾಸ ಮತ್ತು ಫೋನ್ ನಂಬರನ್ನು ಕೊಟ್ಟಿದ್ದೀವಿ’ ಎಂದರು ಮಾ.

ರೈಲು ಇನ್ನೇನು ಹೊರಡುವುದರಲ್ಲಿತ್ತು. ಅದಿತಿ ಇಳಿಯಬೇಕಿತ್ತು. ಸಿನ್ನಮಾನಿಗೆ ಇಷ್ಟವಿರಲಿಲ್ಲ. ‘ನಮ್ಮ ಜೊತೇನೆ ಬರಬಹುದಲ್ವಾ?’ ಎಂದು ಹಠ ಹಿಡಿದ.

‘ಖಂಡಿತ ಬರ್ತೀನಿ. ಆದರೆ ಇವತ್ತಲ್ಲ. ಖುಷ್ಯಾಗಿರು ಕಂದಾ’

ರೈಲಿನ ಸೈರನ್ ಹೊಡೆಯಿತು. ಅದಿತಿ ಹೊರಡಲು ಎದ್ದು ನಿಂತರು. ಸಿನ್ನಮಾನ್ ಆಕೆಯೊಂದಿಗೆ ಪ್ಲಾಟ್‌ಫಾರ್ಮಿನವರೆಗೆ ನಡೆದ. ಅಲ್ಲಿ ಅವಳನ್ನು ಕೆಲಹೊತ್ತು ತಬ್ಬಿಕೊಂಡ.

‘ನಿನ್ನ ರೈಲು ಹೊರಡುತ್ತೆ, ನಿನ್ನನ್ನು ಇಲ್ಲೇ ಬಿಟ್ಟುಹೋಗಿಬಿಡುತ್ತೆ. ನಂಗೇನೂ ಬೇಜಾರಿಲ್ಲ’ ಅದಿತಿ ಕಣ್ಣಲ್ಲಿ ನೀರು ತುಂಬಿಕೊಂಡಿದ್ದರು. ಅವನೂ ಅಳುತ್ತಿದ್ದ.

‘ನಾನು ಬರ್ತಿರ್ತೀನಿ, ಪ್ರಾಮಿಸ್’ ಅವನು ಇನ್ನೊಮ್ಮೆ ಆಕೆಯನ್ನು ತಬ್ಬಿ ರೈಲು ಹೊರಡುತ್ತಿದ್ದಂತೆ ಹತ್ತಿಕೊಂಡ. ಆಕೆ ಮರೆಯಾಗುವವರೆಗೆ ಬಾಗಿಲ ಬಳಿ ನಿಂತಿದ್ದ. ಆ ಗಳಿಗೆಯಿಂದ ಅವನಿಗೆ ಬಿಡುಗಡೆಯೇ ಇಲ್ಲವೇನೋ ಎಂಬಂತೆ ಬಿಕ್ಕಿ ಬಿಕ್ಕಿ ಅತ್ತ.

ಸ್ವಲ್ಪ ಸಮಯ ಕಳೆದು ತನ್ನ ಸೀಟಿಗೆ ಮರಳಿ ಮಾ ಬಾಬಾರ ಮಧ್ಯ ಕುಳಿತುಕೊಂಡ. ಕೆಲವು ನಿಮಿಷಗಳಲ್ಲಿ ಮಳೆ ಶುರುವಾಯಿತು. ಉತ್ತರ ಮಹಾರಾಷ್ಟ್ರದ ಘನಗಾಂಭೀರ್ಯ ಬೆಟ್ಟಗಳ ಸರಣಿ ಮರಗಳ ಹಸಿರು ಹೊದ್ದುಕೊಂಡಿತ್ತು. ತನ್ನ ಹೆತ್ತ ಅಪ್ಪನನ್ನು ತಾನು ಎಂದೂ ನೋಡಲಾರೆನು ಎಂಬ ಸತ್ಯ ಸಿನ್ನಮಾನಿನ ಹೃದಯ ಒಡೆದಿತ್ತು. ಅವರ ಸಾಕಷ್ಟು ಫೋಟೋಗಳು ಸಿಕ್ಕಿದ್ದೊಂದೇ ಸಮಾಧಾನಕರ ಸಂಗತಿಯಾಗಿತ್ತು.

ಮಾ ಬಾಬಾ ಅದಿತಿಯನ್ನು ಬಹಳ ಧೈರ್ಯವಂತೆಯೆಂದು ಬಣ್ಣಿಸುತ್ತಿದ್ದರು. ಸಿನ್ನಮಾನಿಗೆ ಆ ಕ್ಷಣ ಹೀರೋಗಿರಿಯೆಂದರೆ ಕೇವಲ ಮಾಧ್ಯಮಗಳಲ್ಲಿ ತೋರಿಸುವುದಲ್ಲ, ಕೇವಲ ಪ್ರೆಸಿಡೆಂಟಿನಿಂದ

92370

ಮೆಡಲು ಪಡೆಯುವುದಲ್ಲ, ವಾಟ್ಸಾಪು ಫೇಸ್ಬುಕ್ಕುಗಳಲ್ಲಿ ವೈರಲ್ ಆಗುವುದಲ್ಲ ಅನಿಸಿತು. ಧೈರ್ಯಕ್ಕೆ ತನ್ನಮ್ಮನೂ ಸಮನಾರ್ಥಕ ಪದ ಎಂದು ಹೊಳೆಯಿತು. ದಿನನಿತ್ಯದ ಜೀವನ ಸಾಗಿಸಲು ಮಾಡುವ ಸಣ್ಣ ಸಣ್ಣ ಪ್ರಯತ್ನಗಳು ಧೈರ್ಯದ ಭಾಗವಾಗಿವೆ ಅನಿಸಿತು. ಕಷ್ಟಕಾಲದಲ್ಲಿ ಎಲ್ಲ ಅಡೆತಡೆಗಳನ್ನು ಮೆಟ್ಟಿ ನಿಲ್ಲುವುದು ನಿಜವಾದ ಧೈರ್ಯ ಎಂದು ಅರ್ಥವಾಯಿತು.

ಅವನಿಗೆ ತನ್ನ ಹೆತ್ತ ಅಮ್ಮನನ್ನು ಭೇಟಿಯಾಗಿದ್ದು ತನ್ನ ಜೈವಿಕ ತಂದೆತಾಯಿಯರ ಬಗ್ಗೆ ಹೆಚ್ಚೆಚ್ಚು ತಿಳಿದುಕೊಂಡಿದ್ದು ಸಮಾಧಾನ ತಂದಿತ್ತು. ಅವರ ಬಗ್ಗೆ ಇದ್ದ ತಪ್ಪು ಅಭಿಪ್ರಾಯಗಳು ಅಳಿಸಿಹೋಗಿದ್ದವು. ತನ್ನನ್ನು ಹೆತ್ತವರು ಒಳ್ಳೆಯವರು, ಕಾಳಜಿ ಉಳ್ಳವರು, ತಮ್ಮ ಬೇರುಗಳನ್ನು ಅಪ್ಪಿಕೊಂಡವರು ಮತ್ತು ಬಹಳಾನೆ ಏಗಿ ಬದುಕು ರೂಪಿಸಿಕೊಂಡವರು ಎಂದು ಅಭಿಮಾನ ಮೂಡಿತು. ಎಷ್ಟೇ ನೋವುಗಳಿದ್ದರೂ ನಗುನಗುತ್ತಿದ್ದರು. ತಮ್ಮದೇ ಆದ ರೀತಿಯಲ್ಲಿ ಘನತೆಯ ಬಾಳು ಕಟ್ಟಿಕೊಂಡಿದ್ದರು.

ಸಿಟಿ ಹತ್ತಿರತ್ತಿರ ಬಂದಂತೆ ಸೂರ್ಯನ ಕಿರಣವೊಂದು ಮೋಡಗಳನ್ನು ಬೇಧಿಸಿಕೊಂಡು ಹೊಸ ಆಶಾಭಾವನೆಯಂತೆ ಮೂಡಿತ್ತು. ಅವನಿಗೆ ತನ್ನ ಬದುಕಲ್ಲಿ ಇನ್ನೂ ಬಹಳಷ್ಟು ಪ್ರಶ್ನೆಗಳು ಎದುರಾಗಲಿವೆ ಎಂಬುದು ತಿಳಿದಿತ್ತು, ಮತ್ತು ಅವುಗಳನ್ನು ಉತ್ತರಿಸಲು ತನ್ನ ಮಾ ಬಾಬಾ ಸಹಾಯ ಮಾಡುತ್ತಾರೆಂಬ ಆತ್ಮವಿಶ್ವಾಸ ಮೂಡಿತ್ತು. ಅವನಿಗೀಗ ಎರಡು ಜೊತೆ ಅಪ್ಪಅಮ್ಮಂದಿರಿದ್ದರು. ಇಬ್ಬರೂ ಅವನ ಹೃದಯಕ್ಕೆ ಹತ್ತಿರದವರಾಗಿದ್ದರು. ಅವನ ಬದುಕಿನ ಅಂಗವಾಗಿದ್ದರು. ಅವನು ಅದನ್ನು ಒಪ್ಪಿಕೊಂಡಿದ್ದ.

ಬಹುದೂರದ ಪ್ರಯಾಣದ ನಂತರ ರೈಲು ದೀರ್ಘ ಉಸಿರು ಬಿಡುತ್ತ ನಿಂತುಕೊಂಡಿತು. ಸಿನ್ನಮಾನ್ ತನ್ನ ಬ್ಯಾಗನ್ನು ಎತ್ತಿಕೊಂಡು ಹೆಗಲಿಗೆ ಏರಿಸಿಕೊಂಡ. ಮಾ, ಬಾಬಾ ಕಡೆಗೆ ತಿರುಗಿ–

'ಬನ್ನಿ ಬಾಬಾ, ಬನ್ನಿ ಮಾ. ನಮ್ಮನೆಗೆ ಹೋಗೋಣ' ಎಂದ.

ಇದು ಅರ್ಥ

ತಿನಿಸು- ಮಹಾರಾಷ್ಟ್ರ

1. ಆಮ್ ರಸ್ – ಮಾವಿನ ಸೀಕರಣೆ
2. ಬಟಟ್ಯಾಜಿ ಭಜಿ – ಕರಿದ ಆಲೂಗಡ್ಡೆ.
3. ಬಾಲ್ ಮಿಠಾಯಿ– ಸಕ್ಕರೆ ಬೆಲ್ಲಗಳಿಂದ ತಯಾರಿಸಿದ ಸಿಹಿ.
4. ಜಾಮ್ ಟೋಸ್ಟು– ಕೆಂಡದಲ್ಲಿ ಸುಟ್ಟ ಬ್ರೆಡ್ಡು ಮತ್ತು ಹಣ್ಣು ಮತ್ತು ಸಕ್ಕರೆಯಿಂದ ತಯಾರಿಸಿದ ಸಿಹಿ.
5. ಬೇಕನ್– ಉಪ್ಪು ಮಿಶ್ರಿತ ಎಣ್ಣೆಯಲ್ಲಿ ಕರಿದ ಒಣಗಿದ ತೆಳುವಾಗಿ ಸಿಗಿದ ಮಾಂಸ
6. ಸಾಬುದಾನ ಖಿಚಡಿ – ಸಬ್ಬಕ್ಕಿಯಿಂದ ತಯಾರಿಸಿದ ಖಿಚಡಿ.
7. ಪೋಹಾ – ಚಿತ್ರಾನ್ನದಂತಹ ಅವಲಕ್ಕಿ
8. ಉಪ್ಪಿಟ್ಟಿನ ಮೇಲೆ ಸೇವ್ – ಶಾವಿಗೆ ಉಪ್ಪಿಟ್ಟು
9. ಮಸಾಲಾ ಭಾತ್ – ಮಹಾರಾಷ್ಟ್ರದ ಮಸಾಲ ಭರಿತ ತರಕಾರಿ ಅನ್ನ.
10. ವರನ್ – ಮಹಾರಾಷ್ಟ್ರದ ದಾಲ್,
11. ಬಾಕರ್ವಾಡಿ – ಮಹಾರಾಷ್ಟ್ರ ಒಂದು ತಿನಿಸು. ಸಿಹಿ ಮತ್ತು ಖಾರ ಮಿಶ್ರಿತ. ಗೋದಿ ಹಿಟ್ಟಿನಲ್ಲಿ ದುಂಡಗೆ ಸುತ್ತಿರುತ್ತಾರೆ.
12. ಪುರಾನ್ ಪೊಲಿ – ಮಹಾರಾಷ್ಟ್ರದವರ ಒಬ್ಬಟ್ಟು.
13. ಅನಾರ್ಸೆ – ಅಕ್ಕಿ ಹಿಟ್ಟಿನಿಂದ ತಯಾರಿಸುವ ಮಹಾರಾಷ್ಟ್ರ ಬಿಸ್ಕತ್ತಿನ ಒಂದು ಬಗೆಯ ಸಿಹಿ ತಿನಿಸು.
14. ಅವಲಕ್ಕಿ ಚಿವ್ಡಾ – ಅವಲಕ್ಕಿ ಒಗ್ಗರಣೆ.
15. ನಾರ್ಕೆಲ್ ಲಡ್ಡೂಗಳು – ತೆಂಗಿನ ತುರಿ ಮತ್ತು ಬೆಲ್ಲದಿಂದ ಮಾಡಿದ ಸಿಹಿ ಉಂಡೆಗಳು
16. ಥಾಪಟೆ – ಮಹಾರಾಷ್ಟ್ರದ ಒಣರೊಟ್ಟಿ.
17. ಸಿತ್ಯಾಚಿ ಚಟ್ನಿ – ಮಹಾರಾಷ್ಟ್ರದ ಹಸಿಮೆಣಸಿನಕಾಯಿ ಚಟ್ನಿ.
18. ಮಕ್ಕ ಭಕ್ರಿ – ಮಹಾರಾಷ್ಟ್ರದ ಮೊಸರು ರೊಟ್ಟಿ
19. ಧಿರ್ಡೆ – ಜೋಳದ ದೋಸೆ.
20. ಲೊಂಚಾ – ಉಪ್ಪಿನಕಾಯಿ
21. ಪಾತ್ರೆ – ಮಹಾರಾಷ್ಟ್ರದ ಎಲೆಗಳಲ್ಲಿ ಸುತ್ತಿ ಬೇಯಿಸಿದ ವಡೆ.

22. ಸೇವ್ ಭಜಿ –ಬಟಾಣಿ ಕಾಳಿನ ಮಸಾಲೆ.
23. ಪೋಲಿ ಭಜಿ – ಮಹಾರಾಷ್ಟ್ರದ ರೋಟಿ ಪಲ್ಯ.
24. ಪಾವ್ – ಬ್ರೆಡ್ಡು
25. ಫಲರಿ ಚಿವ್ಡಾ – ಮಹಾರಾಷ್ಟ್ರದ ಒಂದು ಬಗೆಯ ಖಾರ (ಮಿಕ್ಸ್ಚರು).
26. ಮೇಥಿ ಥಾಪಟಿ – ಮೆಂತ್ಯೆ ರೊಟ್ಟಿ.
27. ತಾಲಿಪಟ್ಟು – ಮಹಾರಾಷ್ಟ್ರದ ಕೈನಲ್ಲಿ ತಟ್ಟಿದ ರೊಟ್ಟಿ.
28. ಕಾಕ್ಡಿ – ಸೌತೇಕಾಯಿ.
29. ವಾಂಗಿ ಭಜಿ– ಬದನೇಕಾಯಿ ಪಲ್ಯ.

ತಿನಿಸು- ಬೆಂಗಾಲಿ

1. ತಾಮ್ಡಾ ಅಥವಾ ಪಾಂದ್ರ ರಸ್ಸಾ – ಕೆಂಪು ಅಥವಾ ಹಸಿರು ಸಾರು (ಮಸಾಲೆ ಸಾರು)
2. ಚಿಂಗ್ರಿ ಮಲಾಯಿ ಸಾರು – ಬೆಂಗಾಲಿ ಸೀಗಡಿ ಖಾದ್ಯ
3. ಕೋಶಾ ಮಾಂಗ್ಶೋ – ಬೆಂಗಾಲಿ ಮೇಕೆಯ ಖಾದ್ಯ
4. ಭೇಗುನ್ ಬಜಾ – ಬೆಂಗಾಲಿಯ ಕರಿದ ಬದನೆಕಾಯಿಯ ಖಾದ್ಯ.
5. ತೇಚ್ಚಾ – ಬೆಂಗಾಲಿ ಹಸಿ ಮೆಣಸಿನಕಾಯಿ ಚಟ್ನಿ.
6. ಬೇಸನ್ – ಕಡ್ಲೆಹಿಟ್ಟು.
7. ಚೊಮ್ ಚೊಮ್ – ಬೆಂಗಾಳಿ ಸಿಹಿ ತಿನಿಸು.
8. ಕುಮ್ರೊ ಚಿಂಗ್ರಿ ಕರಿ – ಕುಂಬಳಕಾಯಿ ಮತ್ತು ಸೀಗಡಿ ಮಿಶ್ರಿತ ಸಾರು
9. ಸಂದೇಶ್ – ಬೆಂಗಾಳಿ ಸಿಹಿತಿನಿಸು.
10. ಮಿಶ್ತಿ ದೋಯೀ – ಬೆಂಗಾಲಿ ಸಿಹಿ ಗಿಣ್ಣು.
11. ಮೋಮೋ – ಮೋಮೋಗಳು.
12. ದೋಯಿ ಮಾಖ್ – ಬೆಂಗಾಲಿ ಮೀನಿನ ಸಾರು.
13. ಘುಗ್ನೀ – ಬೆಂಗಾಲಿ ಕಡಲೆ ಕಾಳುಗಳ ಮಸಾಲೆ.
14. ಮಾಖ್ ಭಜಾ – ಬೆಂಗಾಲಿ ಕರಿದ ಮೀನು.
15. ಲುಚಿ – ಬೆಂಗಾಲಿ ಪುರಿ.
16. ಮಾಲ್ಪುವ – ಸಿಹಿ ಕಜ್ಜಾಯ

17. ನೊಲೆನ್ ಗುಡ್ – ಬೆಂಗಾಲಿಯ ಬೆಲ್ಲ.
18. ಪಾಯೇಶ್ – ಬೆಂಗಾಲಿ ಪಾಯಸ.
19. ಆಮೆರ್ ಟೊಕ್ – ಬಂಗಾಳಿ ಮಾವಿನ ಚಟ್ನಿ.
20. ಚಿರೆರ್ ಪಲಾವ್: ಬೆಂಗಾಲಿ ಪಲಾವು.

ಪದಗಳು-ಮಹಾರಾಷ್ಟ್ರ

1. ಆಹೋ– ಮರಾಠಿಯವರು ಇನ್ನೊಬ್ಬರನ್ನು ಕರೆಯುವ ರೀತಿ.
2. ಅಸರ್ದಾರ– ಅಸಾಧಾರಣ
3. ಬಾಬಾ – ಅಪ್ಪ.
4. ಮಾ – ಅಮ್ಮ
5. ಅಭಿನಂದನ್ – ಅಭಿನಂದನೆಗಳು
6. ಆಜಿ – ಅಜ್ಜಿ.
7. ಅಜೊಬ: ತಾತ.
8. ಆಯಿ– ಮರಾಠಿಯಲ್ಲಿ ಅಮ್ಮ.
9. ಬೇಟಾ – ಮಗನೇ
10. (ನಿವೇದಿತಾ) ತಾಯಿ – ಹಿರಿಯ ಅಕ್ಕ
11. (ಯತಿನ) ದಾದಾ – ಹಿರಿಯ ಅಣ್ಣ.
12. ಪೊವಡಾ – ಮರಾಠಿ ಜನಪದ ಕಾವ್ಯ.
13. ಧೋಲ್ ತಾಶಾ – ಮಹಾರಾಷ್ಟ್ರದ ಡೋಲಿನ ವಾದ್ಯ
14. ಸತ್ರಂಜಿ – ಚಾಪೆ
15. ಲೋಟ – ತಂಬಿಗೆ
16. ಪೈಥಾನಿ – ಮಹಾರಾಷ್ಟ್ರದ ರೇಷ್ಮೆ ಸೀರೆ.
17. ಔಕ್ಷಣ್ – ಆರತಿ ಮಾಡುವುದು.
18. ಕಾಕಡ್ ಆರ್ತಿ– ಶಿರಡಿ ದೇವಾಲಯದಲ್ಲಿ ನಡೆಸುವ ಆರತಿ.
19. ಕೋಲ್ ಬಾಲಿಶ್ – ದುಂಡನೆಯ ತಲೆದಿಂಬು.

ಪದಗಳು-ಬೆಂಗಾಲಿ

1. ಖೋಕಾ– ಪುಟ್ಟ ಹುಡುಗನಿಗೆ ಬೆಂಗಾಲಿ ಭಾಷೆಯಲ್ಲಿ ಪ್ರೀತಿಯಿಂದ ಕರೆಯುವ ಬಗೆ.

2. ಶಾಖಾ–ಪೊಲಾ – ಬಂಗಾಳಿ ಹೆಣ್ಮಕ್ಕಳು ಧರಿಸುವ ಕೆಂಪು ಮತ್ತು ಬಿಳಿ ಬಳೆಗಳು.
3. ದಾದಾ ಮೊಶಾಯ್– ಹಿರಿಯ ಅಣ್ಣ
4. ದಿದಿ ಮಾ– ಹಿರಿಯ ಅಕ್ಕ.
5. ದಾದೂ ದೀದಿ ಮಾ– ಅಜ್ಜ ಅಜ್ಜಿ
6. ಕಾಕ – ಬೆಂಗಾಲಿಯಲ್ಲಿ ಚಿಕ್ಕಪ್ಪ.
7. ಖಾಂದೇಶಿ – ಮಹಾರಾಷ್ಟ್ರದ ಖಾಂದೇಶ್ ಪ್ರದೇಶದ
8. ಬಂಕ್ – ಒಂದರ ಮೇಲೊಂದು ಇರುವ ಮಂಚ.
9. ಮಾಶಿ – ಅಮ್ಮನ ಕಡೆಯ ಚಿಕ್ಕಮ್ಮ
10. ಮೆಶೋಮಶಾಯಿ – ಅಮ್ಮನ ಕಡೆಯ ಚಿಕ್ಕಪ್ಪ.
11. ಟ್ರಾಮ್ – ಬ್ರಿಟೀಷ್ ಕಾಲದ ನಗರದೊಳಗಿನ ರೈಲು.
12. ಧಾಕಾಯಿ ಸೀರೆ – ಢಾಕಾ (ಬಾಂಗ್ಲಾ) ಸೀರೆ.
13. ತಾಂಗಿಲ್ ಸೀರೆ – ಬಾಂಗ್ಲಾದ ತಾಂಗಿಲ್ ಜಿಲ್ಲೆಯ ಸೀರೆ.

ಇನ್ನಿತರೆ

1. ಸಾಸೇಜು – ನುಣುಪಾದ ಮಾಂಸ ತುಂಬಿದ ಚೀಲ. ಏಲಕ್ಕಿ ಬಾಳೆಯ ಆಕಾರ.
2. ಶ್ರಿವ್ಸ್‌ಬೆರಿ ಬಿಸ್ಕತ್ತುಗಳು– ಒಂದು ಬಗೆಯ ಇಂಗ್ಲೀಷರ ಬಿಸ್ಕತ್ತು.
3. ಅಪ್ಪಂ ಮತ್ತು ಸ್ಟ್ಯೂ – ಕೇರಳದ ದೋಸೆ ಮತ್ತು ಒಂದು ಬಗೆಯ ರಸ.
4. ಸೋಸ್ಯೋ ಕೋಲಾ – ತಮಿಳರ ವಡೆಗಳು
5. ಪೋರ್ಕ್ – ಹಂದಿ ಮಾಂಸ ಖಾದ್ಯ.
6. ಪೋರ್ಕ್ ವಿಂಡಾಲೂ – ಗೋವಾದ ಹಂದಿಮಾಂಸ ಖಾದ್ಯ
7. ವೇಫರ್ಸ್ – ಪಶ್ಚಿಮ ದೇಶಗಳ ಸಿಹಿ ದೋಸೆ ಬಗೆಯ ಖಾದ್ಯ.
8. ವೊಂಟೊನ್‌ಗಳು – ಪಶ್ಚಿಮ ದೇಶಗಳ ಸಮೋಸ/ಮೊಮೊ ಬಗೆಯ ಖಾದ್ಯ.
9. ಸ್ಕ್ರಾಬಲ್ – ಮಣೆಯಲ್ಲಿ ಅಕ್ಷರ ಜೋಡಿಸುವ ಆಟ.
10. ರಿಟಿನೋಲ್ ಡೆಫಿಶಿಯೆನ್ಸಿ – ಕಣ್ಣಿನ ದೋಷ
11. ಲಡ್ಕಿ ಕಿ ಕಥಿ– "ಮಾಸೂಮ್" ಎಂಬ ಹಿಂದಿ ಸಿನಿಮಾದ ಹಾಡು.
12. Fursungicha Faster Fene: Faster Fene Of Furusungi
13. ಬಿ ಆರ್ ಭಾಗ್ವತ್ (1920–2001): ಮಹಾರಾಷ್ಟ್ರದ ಹೆಸರಾಂತ ಮಕ್ಕಳ ಲೇಖಕ.

ಅಷರ್ ಸಿಂಡ್ರೋಮ್
ಎಂದರೇನು?

ಅಷರ್ ಸಿಂಡ್ರೋಮ್ ಒಂದು ಅನುವಂಶೀಯ ಕಾಯಿಲೆ. ಅಂದರೆ ಹುಟ್ಟಿನೊಂದಿಗೆ ಬರುವ ರೋಗ. ಜೀನ್‌ಗಳು ಮ್ಯುಟೇಟ್ (ರೂಪಾಂತರ) ಆಗುವುದರಿಂದ ಈ ರೋಗ ಬರುತ್ತದೆ. ಇದರಿಂದಾಗಿ ಕಿವುಡು, ಕುರುಡು ಮತ್ತು ನಡಿಗೆಯಲ್ಲಿ ಅಸಮತೋಲನ ಉಂಟಾಗುತ್ತದೆ. ರೋಗದ ಗುಣಲಕ್ಷಣಗಳು ಬಾಲ್ಯದಿಂದಲೇ ಕಾಣಿಸಿಕೊಳ್ಳಲಾರಂಭಿಸುತ್ತದೆ. ಆದರೂ ಕೆಲವೊಮ್ಮೆ ರೋಗದ ಪತ್ತೆ ತಡವಾಗಬಹುದು. ಇದರಲ್ಲಿ ಮುಖ್ಯವಾಗಿ ಮೂರು ವಿಧಗಳಿವೆ.

ಟೈಪ್-1

ಇದು ಈ ರೋಗದ ತೀವ್ರವಾದ ರೂಪ. ಹುಟ್ಟುತ್ತಲೇ ರೋಗದ ಲಕ್ಷಣಗಳು ಕಾಣಿಸಿಕೊಳ್ಳುತ್ತವೆ. ಮಗುವಿದ್ದಾಗಲೇ ಪೂರ್ತಿ ಕಿವುಡಾಗಿದ್ದು ಬಾಲ್ಯದ ಹಂತದಲ್ಲಿ ಕುರುಡು ಆರಂಭಗೊಂಡು ತಾರುಣ್ಯ ತಲುಪುವಷ್ಟರಲ್ಲಿ ಸಂಪೂರ್ಣವಾಗಿ ದೃಷ್ಟಿಶಕ್ತಿ ಹೋಗಬಹುದು.

ಟೈಪ್-2

ಈ ಬಗೆಯ ಮಕ್ಕಳಲ್ಲಿ ಹುಟ್ಟುತ್ತಲೇ ಸಂಪೂರ್ಣ ಅಥವಾ ಸ್ವಲ್ಪ ಮಟ್ಟಿನ ಶ್ರವಣದೋಷವಿದ್ದು ದೃಷ್ಟಿದೋಷ ದೊಡ್ಡವರಾಗುತ್ತಾ ಬೆಳೆಯುತ್ತದೆ.

ಟೈಪ್-3

ಮೇಲಿನ ಎರಡು ರೀತಿಗೆ ಹೋಲಿಸಿದರೆ ಈ ಬಗೆ ತುಸು ವಿರಳ. ಇಲ್ಲಿ ಹುಟ್ಟುವಾಗ ಮಗುವಿಗೆ ಕಿವಿ ಕೇಳಿಸುತ್ತಿರುತ್ತದೆ, ಕಣ್ಣು ಕಾಣಿಸುತ್ತಿರುತ್ತದೆ. ತಾರುಣ್ಯದಲ್ಲಿ ಶ್ರವಣದೋಷ ಶುರುವಾದರೆ ವಯಸ್ಕ ಹಂತದಲ್ಲಿ ದೃಷ್ಟಿದೋಷ ಆರಂಭಗೊಳ್ಳಬಹುದು. ನಡಿಗೆ ಆರೋಗ್ಯಕರವಾಗಿಯೇ ಉಳಿಯಬಹುದು.

ಅಷರ್ ಸಿಂಡ್ರೋಮ್ ಒಂದು ಅಪರೂಪದ ಕಾಯಿಲೆ. ಪ್ರತಿ ಒಂದು ಲಕ್ಷ ಮಕ್ಕಳಲ್ಲಿ ಮೂರರಿಂದ ಆರು ಮಕ್ಕಳಲ್ಲಿ ಮಾತ್ರ ಕಾಣಿಸಿಕೊಳ್ಳುವಂಥದು. ಇದರ ಲಕ್ಷಣಗಳು ಹೀಗಿವೆ–

- ಕಿವುಡು
- ಇರುಳುಗುರುಡು
- ಎಡವಿ ಬೀಳುವುದು
- ನಡಿಗೆಯಲ್ಲಿನ ಅಸಮತೋಲನ

ಅಷರ್ ಸಿಂಡ್ರೋಮಿನ ಚಿಕಿತ್ಸೆ

ನಿರಾಸೆಯ ಸಂಗತಿಯೇನೆಂದರೆ ಈ ರೋಗಕ್ಕೆ ಸದ್ಯಕ್ಕೆ ಮದ್ದಿಲ್ಲ. ಆದಾಗ್ಯೂ ತಂದೆತಾಯಂದಿರು ತಮ್ಮ ಮತ್ತು ಮಗುವಿನ ಜೀವನಶೈಲಿಯಲ್ಲಿ ಸೂಕ್ತ ಬದಲಾವಣೆಗಳನ್ನು ತಂದುಕೊಳ್ಳುವ ಮೂಲಕ ಮಗು ಸಾಧ್ಯವಾದಷ್ಟೂ ಸಹಜ ಜೀವನ ನಡೆಸುವಂತೆ ನೋಡಿಕೊಳ್ಳಬಹುದು.

ಉದಾಹರಣೆಗೆ ಕೆಳಕಂಡ ಸಹಾಯಕಗಳನ್ನು ಉಪಯೋಗಿಸುವುದು.

- ಶ್ರವಣ ಸಹಾಯಕಗಳು
- ದೃಷ್ಟಿ ಸಹಾಯಕಗಳು

- ಕೆಲವೊಮ್ಮೆ ಹೆಚ್ಚುವರಿಯಾಗಿ 'ಎ' ವಿಟಮಿನ್ ಕೊಟ್ಟು ದೃಷ್ಟಿಶಕ್ತಿಯನ್ನು ಕಾಪಾಡಿಕೊಳ್ಳಬಹುದು.
- ಶಸ್ತ್ರಚಿಕಿತ್ಸೆಯ ಮೂಲಕ ಕಿವಿಯೊಳಗೆ ಎಲೆಕ್ಟ್ರಾನಿಕ್ ಉಪಕರಣ ಅಳವಡಿಸುವುದು (ಕಾಕ್ಲಿಯರ್ ಇಂಪ್ಲಾಂಟ್ಸ್)

ಅಷರ್ ಸಿಂಡ್ರೋಮಿನ ಬಗ್ಗೆ ಇನ್ನಷ್ಟು ತಿಳಿಯಲು ಕೆಳಗಿನ ವೆಬ್‌ಸೈಟುಗಳನ್ನು ಜಾಲಾಡಬಹುದು.

1. ನ್ಯಾಶನಲ್ ಐ ಇನ್ಸ್ಟಿಟ್ಯೂಟ್
https://www.nei.nih.gov/learn-about-eye-health/eye-conditions-and-diseases/usher-syndrome
2. ಕ್ಲೀವ್‌ಲ್ಯಾಂಡ್ ಕ್ಲಿನಿಕ್ https://my.clevelandclinic.org/health/diseases/15046-usher-syndrome
3. ಆರ್ಗನೈಸೇಶನ್ ಫಾರ್ ರೇರ್ ಡಿಸೀಸಸ್
https://ordindia.in/
4. ನಾಯ್ಸಿ ವಿಶನ್ ಓನ್ಲಸ್
https://www.noisyvision.org/

ಕಥೆ ಜರುಗುವುದು ಇಲ್ಲಿ...

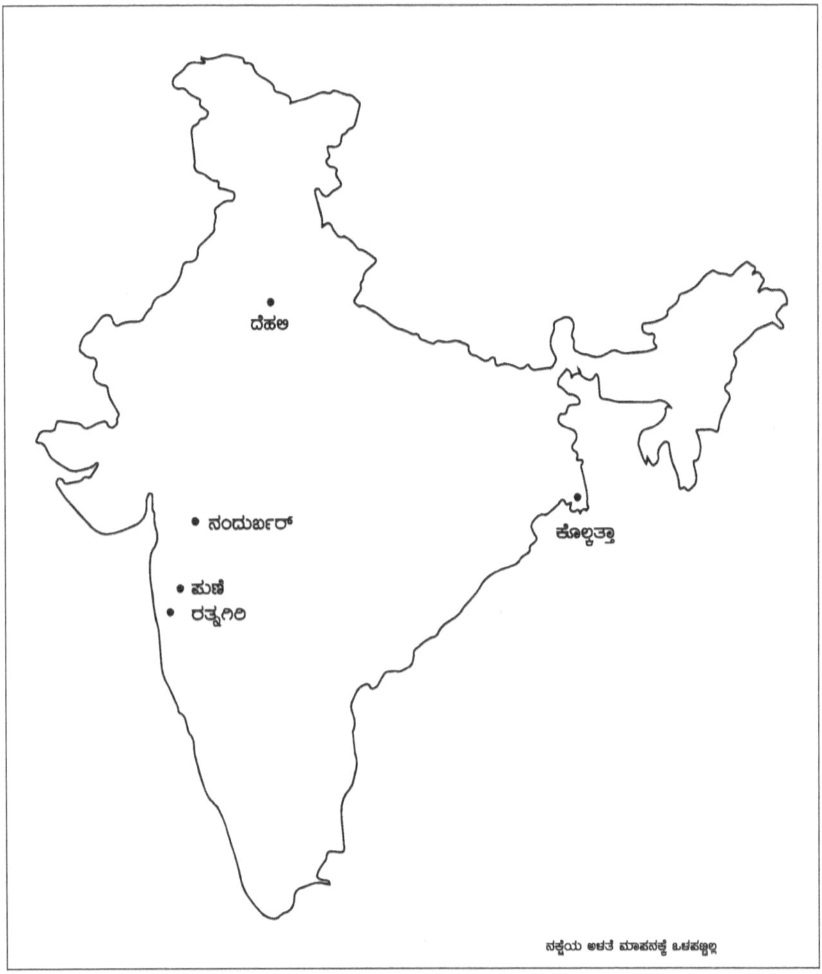

www.ingramcontent.com/pod-product-compliance
Lightning Source LLC
LaVergne TN
LVHW090347051026
849518LV00006B/2069